பிள்ளை கடத்தல்காரன்

பிள்ளை கடத்தல்காரன்

அ. முத்துலிங்கம் (பி. 1937)

இலங்கையின் கொக்குவில் கிராமத்தில் பிறந்து வளர்ந்தவர். கொழும்பு பல்கலைக்கழகத்தில் விஞ்ஞானப் படிப்பை முடித்தபின், இலங்கையின் சாட்டர்ட் அக்கவுன்டன்ட் படிப்பையும் இங்கிலாந்தின் சாட்டர்ட் மனெஜ்மெண்ட் படிப்பையும் பூர்த்திசெய்து இலங்கையிலும் ஆப்பிரிக்காவிலும் இன்னும் பல நாடுகளிலும் ஐ.நாவுக்காகப் பணி புரிந்தவர். 2000இல் ஓய்வுபெற்று, மனைவி ரஞ்சனியுடன் கனடாவில் வசிக்கிறார்.

பிள்ளைகள்: சஞ்சயன், வைதேகி. வைதேகியின் மகள்தான் அடிக்கடி இவர் கதைகளில் வரும் அப்ஸரா.

அறுபதுகளில் எழுத ஆரம்பித்து இன்றும் இவருடைய பணி தொடர்கிறது. சிறுகதை, கட்டுரை, நேர்காணல், நாடகம், விமர்சனம், நாவல் என எழுதிவருகிறார்.

அ. முத்துலிங்கம்

பிள்ளை கடத்தல்காரன்

காலச்சுவடு பதிப்பகம்

அன்பார்ந்த வாசகருக்கு,

வணக்கம்.

காலச்சுவடு நூலை வாங்கியமைக்கு நன்றி.

நூலின் உள்ளடக்கம், உருவாக்கம், அட்டைப்படம் இன்ன பிற அம்சங்கள் பற்றிய உங்கள் கருத்துகளையும் ஆலோசனைகளையும் காலச்சுவடு வரவேற்கிறது. தகவல், எழுத்து, வாக்கியப் பிழைகள் தென்பட்டால் கட்டாயம் தெரிவித்து உதவுங்கள். நூல் தயாரிப்பில் கடும் குறைபாடு இருப்பின் மாற்றுப் பிரதி உங்களுக்குக் கிடைக்கக் காலச்சுவடு ஏற்பாடு செய்யும்.

மின்னஞ்சல்: publisher@kalachuvadu.com

காலச்சுவடு நாகர்கோவில் தலைமையகத்துக்கும் கடிதம் அனுப்பலாம்.

தங்கள்
எஸ்.ஆர். சுந்தரம் (கண்ணன்)
பதிப்பாளர் — நிர்வாக இயக்குநர்

பிள்ளை கடத்தல்காரன் ♦ சிறுகதைகள் ♦ ஆசிரியர்: அ. முத்துலிங்கம் ♦ © அ. முத்துலிங்கம் ♦ முதல் பதிப்பு: ஜூலை 2015, நான்காம் (குறும்) பதிப்பு: நவம்பர் 2022 ♦ வெளியீடு: காலச்சுவடு பப்ளிகேஷன்ஸ் (பி) லிட்., 669, கே.பி. சாலை, நாகர்கோவில் 629001

piLLai kaTattalkaaran ♦ ShortStories ♦ Author: A. Muttulingam ♦ © A. Muttulingam ♦ Language: Tamil ♦ First Edition: July 2015, Fourth (Short)Edition:November2022 ♦ Size:Demy1x8 ♦ Paper:18.6kgmaplitho ♦ Pages: 192

Published by Kalachuvadu Publications Pvt. Ltd., 669, K.P. Road, Nagercoil 629001, India ♦ Phone: 91-4652-278525 ♦ e-mail: publications @kalachuvadu.com ♦ Printed at Adyar Students xerox Pvt. Ltd., No. 275 Habibullah Road, Triplicane high Road, Opp Triplicane Post Office, Triplicane, Chennai 600005

ISBN: 978-93-84641-23-8

11/2022/S.No.658 kcp 3909, 18.6 (4) uss

திரு. சுந்தர ராமசாமி அவர்களை மூன்று தடவை வட அமெரிக்காவில் சந்தித்திருக்கிறேன். அவருடன் பேசியது குறைவு. அவருக்குக் கடிதம் எழுதியது அதனிலும் குறைவு. ஆனால் அவர் என் சிந்தனைப் போக்கிலும் எழுத்திலும் பெரிய மாற்றத்தைக் கொண்டுவந்தார். என்னையறியாமலே அது நடந்தது.

அவருடைய கடைசிச் சிறுகதை நான் கேட்டு அவர் எழுதியதுதான். அமெரிக்காவில் அவர் உடல் நலமில்லாமல் இருந்த சமயம். அது தெரியாமல் அவருக்குத் தொந்தரவு கொடுத்தேன் என்றே நினைக்கிறேன். எப்படியோ சிறுகதையை எழுதி அனுப்பினார். சில நாட்களில் இறந்துபோனார்.

அவரை நினைக்கும்போதெல்லாம் அந்தச் சம்பவம் என்னை நெருடுகிறது.

அவருக்கு இந்நூல்.

உள்ளடக்கம்

முன்னுரை 11

1. முதல் ஆச்சரியம் 15
2. சூனியக்காரியின் தங்கச்சி 21
3. பிள்ளை கடத்தல்காரன் 29
4. நிலம் எனும் நல்லாள் 37
5. எலி மூஞ்சி 45
6. இலையுதிர் காலம் 52
7. அது நான்தான் 60
8. ஆதிப் பண்பு 69
9. பதினொரு பேய்கள் 78
10. சின்னச் சம்பவம் 89
11. மண்ணெண்ணெய் கார்காரன் 100
12. ஒன்றைக் கடன்வாங்கு 109
13. லூக்கா 22:34 116
14. நான்தான் அடுத்த கணவன் 126
15. ரயில் பெண் 139
16. கடவுச்சொல் 149
17. வாடகை வீடு 156
18. கடவுளை ஆச்சரியப்படுத்து 164
19. உன்னுடைய கால அவகாசம் இப்பொழுது தொடங்குகிறது 172
20. வால்காவிலிருந்து கனடாவரை 179

முன்னுரை

ஒரு முறை எழுத்தாளர் சுஜாதாவை சந்தித்த போது அவர் ஒரு சம்பவம் சொன்னார். மிகவும் ஆச்சரியப் பட்டேன். ஒரு சிறுகதையின் அம்சம் முழுக்க அதில் இருந்தது. அது சிறுகதையாக வெளிவரும் என்று பார்த்துக்கொண்டே இருந்தேன். வரவே இல்லை. சம்பவம் இதுதான். அவருடைய அம்மா இறந்தபோது நடந்தது. அவர் ஒரு பெட்டியைப் பாதுகாப்பாக எப்பவும் தன்னுடன் வைத்திருந்தார். அவர் இறந்த பின்னர் சுஜாதாவின் அப்பா பெட்டியைத் திறந்து பார்த்தார். அதற்குள்ளே ஒரு கட்டுப் பணம் இருந்தது. வாழ்நாள் முழுக்க அவருடைய அப்பாவுக்குத் தெரியாமல் அவர் சேமித்தது. சுஜாதாவின் அப்பா பெரிதும் மனம் வருந்தினார். 'நான் என்ன குறை வைத்தேன். எதற்காக எனக்குத் தெரியாமல் இத்தனை பணம் சேர்த்தார்' என்று வேதனைப்பட்டார். இந்தச் சம்பவத்தை நான் ஒரு சிறுகதையாக எழுதினேன். பெயர் 'பாதிக் கிணறு'. பலர் அது என் வாழ்க்கையில் நடந்தது என்றே நினைக்கிறார்கள். சுஜாதா ஏன் இந்தக் கதையை எழுதவில்லை என்று பலதடவை யோசித்திருக்கிறேன். சில வேளைகளில் ஒரு சம்பவம் மிக அண்மையில் இருக்கும்போது அதற்குள் இருக்கும் சிறுகதை கண்ணுக்குத் தெரிவதில்லை.

சார்ள்ஸ் தோமஸ் ஜாக்ஸன் என்று ஓர் அமெரிக்க விஞ்ஞானி *1800*களில் வாழ்ந்தார். இவர் காந்தத்துக்கும் மின்சாரத்துக்கும் இடையில் உள்ள தொடர்பு பற்றி நீண்ட காலமாக ஆராய்ச்சி செய்தார். ஒருநாள் சாமுவேல் மோர்ஸ் என்ற ஓவியர் இவரைத்

தற்செயலாகச் சந்தித்தார். சிறிது காலத்துக்கு முன்னர்தான் மோர்ஸ் தன் மனைவியைப் பறி கொடுத்திருந்தார். குதிரை வண்டிகளில்தான் அந்தக் காலத்தில் கடிதங்கள் பரிமாறப்பட்டன. அவருடைய மனைவி கடும் நோயால் தாக்கப்பட்டிருந்தபோது அனுப்பிய செய்தி அவருக்குக் காலம் தாழ்த்திக் கிடைத்தது. மோர்ஸ் அவருடைய மனைவியின் மரணச் சடங்கில் கூட கலந்துகொள்ள இயலாமல் போனது.

அந்த நிகழ்வுக்கு பின்னர் மோர்ஸ் தகவல்களை விரைவாக அனுப்பும் முறை பற்றி ஓயாமல் சிந்தித்துக் கொண்டிருந்தார். தோமஸ் ஜாக்ஸனை சந்தித்தபோது செப்புக் கம்பிகள் மூலம் தந்தி அனுப்பும் எண்ணம் திடீரென்று அவர் மூளையில் உதித்தது. அத்தனை வருடங்கள் மின்காந்தம் பற்றிய ஆராய்ச்சியில் ஈடுபட்டிருந்த தோமஸ் ஜாக்ஸனுக்கு அது தோன்றவே இல்லை. மோர்ஸ்தான் முதன்முதலாக கம்பிவழி தந்தியைக் கண்டுபிடித்தார். ஒரு சிறுகதை உருவாவதும் அப்படித்தான். ஒரு நிகழ்வைப் பார்க்கும்போதோ அதைப்பற்றி படிக்கும்போதோ அல்லது கேள்விப்படும்போதோ எழுத்தாளருக்கு அதனுள்ளே புதைந்திருக்கும் கதை சட்டென்று புலப்பட்டுவிடுகிறது.

இந்த தொகுப்பில் 18 கதைகள் உள்ளன. எல்லாமே 2012ஆம் ஆண்டுக்கு பின்னர் எழுதியவை. அநேகமான கதைகள் உண்மைச் சம்பவங்களின் பின்னணியில் புனையப்பட்டவை. 'அது நான்தான்' என்ற சிறுகதையை படித்த நண்பர் ஒருவர் அது உண்மைச் சம்பவத்தை அடிப்படையாக கொண்டது என்பதை நம்ப மறுத்தார். இந்த நிகழ்ச்சியை எனக்கு சொன்னவருக்குகூட அதற்குள் அருமையான ஒரு சிறுகதை இருப்பது தெரியவில்லை. புகழ்பெற்ற சிற்பி ஒருவர் சொன்ன வாசகம் நினைவுக்கு வந்தது. அவர் வடித்த தத்ரூபமான சிலையைப் பார்த்த ஒருவர் அதைப் புகழ்ந்தார். சிற்பி சொன்னார் 'நான் ஒன்றுமே செய்யவில்லை. உருவம் ஏற்கனவே கல்லுக்குள்ளே இருந்தது. நான் செய்ததெல்லாம் வேண்டாத கல்லை அகற்றியதுதான்.' எழுத்தாளர் செய்வதும் அதுதான். வேண்டாத தகவல்களை அகற்றியதும் உள்ளே இருக்கும் சிறுகதை வெளியே வந்துவிடுகிறது.

'இலையுதிர் காலம்' சிறுகதை ஒரு நண்பர் தொலைபேசியில் சொன்ன ஒரு சிறிய சம்பவத்தில் இருந்து உருவானது. 'ஆதிப்பண்பு' ஒரு புதிய மருத்துவருடைய உண்மையான கனடிய அனுபவம். அதை அவர் எனக்கு சொன்னபோது நானும் நம்ப முடியாமல்தான் கேட்டேன். வாசகர் பலர் இன்றைக்கும் அதை நம்ப மாட்டார்கள் என்பது தெரியும்.

1990களில் யாழ்ப்பாணத்தில் பெற்றோல் தடை செய்யப்பட்டிருந்தது. சில கார்களை மண்ணெண்ணெயில் ஓடும் விதமாக

மாற்றி அமைத்து அவசரத்துக்கு ஓட்டினார்கள். மண்ணெண்ணெய் காரை ஓட்டிய சாரதி ஒருவர் யாழ்ப்பாணத்தை விட்டு வெளியேறி கள்ளக் கப்பலில் கனடாவுக்கு பயணம் செய்தார். அந்தப் பயணத்தை விவரிக்கும் கதை ஒன்றும் உள்ளது. அதுபோல 'கடவுச்சொல்' கதையும் உண்மைச் சம்பவத்தை அடிப்படையாக வைத்து புனைந்ததுதான். அமெரிக்காவிலும், கனடாவிலும் இன்னும் பல வெளிநாடுகளிலும் நடப்பதுதான். சிறுகதையாகப் படிக்கும்போது மனம் துணுக்குறுகிறது.

இப்படி பல நிகழ்வுகளின் அடிப்படையில்தான் கதைகள் அமைந்துள்ளன. இதிலே ஒன்றிரண்டு என் சொந்த அனுபவத்திலே எழுதியவை. 200 பேர் ஒரே சமயத்தில் அமர்ந்து உணவருந்தும் வசதி கொண்ட முதல்தர உணவகம் ஒன்றில் ஒரு கதை நடக்கிறது. இதை எழுதுவதற்காக நான் ரொறொன்ரோவின் மையப் பகுதியிலுள்ள உணவகத்தின் சமையலறையில் காலை ஏழு மணியிலிருந்து இரவுவரை தங்கி அவதானிக்க வேண்டி நேர்ந்தது.

இத்தொகுப்பில் உள்ள கதைகளை வெளியிட்ட *காலச்சுவடு, தீராநதி, உயிர்மை, காலம், ஆனந்த விகடன், தி இந்து, தாய்வீடு, விளம்பரம்* போன்ற இதழ்களுக்கும் பத்திரிகைகளுக்கும் என் நன்றி. புத்தகத்தை முதலில் அச்சு வடிவில் படித்தவர் நான் பெரிதும் மதிக்கும் எம்.எஸ். அவர்கள். இந்தத் தொகுப்பு குறித்து அவர் சில வார்த்தைகள் எனக்கு கடிதமாக எழுதினார். ஒரு மூத்த எழுத்தாளரிடமிருந்து கிடைத்த பாராட்டு பெரும் மனநிறைவை எனக்குத் தந்தது. அவருக்கு என் நன்றி. இந்த நூலை சிறப்பாகக் கொண்டுவரும் காலச்சுவடு கண்ணன், கலா, அட்டைப் படம் வரைந்து உதவிய றஷ்மி ஆகியவர்களுக்கு என் நன்றி.

அ. முத்துலிங்கம்

ரொறொன்ரோ
13 மே 2015

முதல் ஆச்சரியம்

ஆப்பிரிக்காவில் எனக்கு ஏற்பட்ட முதல் ஆச்சரியத்தைப் பற்றிச் சொல்லலாம் என நினைக்கிறேன். இத்தனை வருடங்கள் கழிந்த பின்னரும் அது நினைவிலிருந்து மறைய மறுக்கிறது. சமீபத்தில் அந்த நினைவு வந்தபோது ஏன் இதை எழுதவில்லை என்று யோசித்தேன். ஒருவரும் நம்பமாட்டார்கள் என்பதால் எழுதாமல் விட்டேனோ தெரியவில்லை அல்லது 2013ஆம் ஆண்டு பிறந்த பின்னர் எழுதும் முதல் எழுத்தாக இது இருக்கவேண்டும் என்று விதி தீர்மானித்ததால் இருக்கலாம். என்னவோ, இப்போது சொல்லலாம் என்று தோன்றுகிறது.

நான் அங்கே சென்ற வருடத்துக்கு சில வருடங்களுக்கு முன்னர்தான் சியரா லியோன் என்ற ஆப்பிரிக்க நாடு பிரிட்டிஷ்காரர்களிடமிருந்து சுதந்திரம் பெற்றிருந்தது. ஆனாலும் எல்லாமே அங்கே ஆங்கிலமயம்தான். ஆங்கிலப் பவுண்டு அங்கே பணமாக இருந்தது. அவர்கள் புதிதாக லியோன் என்ற காசை உருவாக்கியிருந்தார்கள். இரண்டு லியோன் ஒரு பவுண்டு. இந்த லியோனை எடுத்துப்போய் இங்கிலாந்தில் பொருள்கள் வாங்கலாம். ஆங்கிலப் பவுண்டை சியரா லியோனில் பயன்படுத்தலாம். இங்கிலாந்தில் என்னென்ன பொருட்கள் இருந்தனவோ அவையெல்லாம் சியரா லியோனிலும் இருந்தன. சியரா லியோனின் மேல்தட்டு மக்கள் ஆங்கிலேயரைப்போலவே பேசினார்கள், பழகினார்கள், உடையணிந்தார்கள். ஓரளவுக்கு மக்கள் சுபிட்சமான வாழ்க்கை வாழ்ந்தார்கள் என்றுதான் பட்டது. ஏழ்மை

என்பதை வெளிப்படையாகக் காணமுடியவில்லை. நான் வசித்த கிராமத்தில் மாலையானதும் கேளிக்கையும் பாட்டும் கூத்தும்தான்.

நான் சிலோனை விட்டபோது அங்கே பொற்காலம் என்று கூறலாம் – அரசியல்வாதிகளுக்கு. இறக்குமதி இல்லை. ஏற்றுமதி குறைந்துவிட்டது. அத்தியாவசியமான பொருட்களுக்குத் தட்டுப்பாடு. காலையில் பாண் வாங்குவதற்கு ஐந்து மணிக்கு வரிசையில் போய் நிற்க வேண்டும். பால் என்றால் நான்கு மணி. வெங்காயம் என்றால் மூன்று மணிக்கு போனால்தான் சமாளிக்க முடியும். எங்கள் குழந்தைக்குப் பால்மா வாங்குவதற்கு நாங்கள் ஒரு மந்திரியைப் பிடிக்கவேண்டியிருந்தது. அப்படியான நாங்கள் ஆப்பிரிக்காவுக்குப் போய் அங்கேயிருந்த பொருள்களைப் பார்த்ததும் மயங்கிவிட்டதில் ஆச்சரியமில்லை. ஏதோ லண்டனில் இருப்பதுபோலவே இருந்தது. சிலோனில் அப்போதெல்லாம் டெலிவிசன் கிடையாது, ஆனால் சியரா லியோனில் இருந்தது. சிலோனில் ஒஸ்டின் *A 30* காரும் மொரிஸ் மைனரும்தான். ஆப்பிரிக்கவில் பென்ஸ் கார்கள் தாராளமாக ஓடின.

மனைவி சிலோனுக்கு ஒரு பார்சல் அனுப்பலாம் என்றார். நான் கொஞ்சம் யோசித்திருக்க வேண்டும். உடனேயே சரி என்றேன். சிலோனில் கிடைக்காத சில பொருட்களை வாங்கி பார்சல் பண்ணிக்கொண்டு அந்தக் கிராமத்தில் இருந்த ஒரேயொரு அஞ்சலகத்துக்குப் போனேன். அப்போது அஞ் சலகம் என்ற பெயர்கூடக் கிடையாது. தபால் கந்தோர்தான். ஒரு சின்ன அறை. நீளமான கம்பிகளால் அதை அடைத்திருந்தார்கள். முதல் பார்வைக்கு அது சிறைபோலவே தோற்றமளித்தது. ஒரு மலிவான மேசை மற்றும் நாற்காலி. மேசையிலே சின்னச்சின்ன உடமைகள். நான் போனபோது *50 – 55* வயது மதிக்கக்கூடிய ஒருவர் நின்றுகொண்டிருந்தார். அவர்தான் போஸ்ட் மாஸ்டர், கிளார்க், தபால்காரர் என்பதை ஊகிப்பது அவ்வளவு கடினமானதில்லை. சுருட்டைத் தலைமுடியை ஒட்ட வெட்டியிருந்தார். குதிரைக்கு இருப்பதுபோல சற்று மேலே மடிந்த உதடு. தொளதொளவென்ற நீண்ட ஆடையும் கீழே கால்சட்டையும் அணிந்திருந்தார். கால் சட்டை காலிலும் பார்க்க நீளமாக இருந்ததால் மிச்சத் துணி சுருண்டுபோய்க் காலடியில் கிடந்தது.

நான் அவர்கள் மொழியில் வணக்கம் சொன்னேன். ஆப்பிரிக்க வணக்க முறை நீண்டு நீண்டு போகும். அவற்றை மனனம் செய்திருந்தேன். அவரும் சொல்ல நானும் சொன்னேன். ஐந்து நிமிடம் ஆனது. உள்ளே ஒரு நாய் படுத்திருந்தது. அதற்கு மேல் ஒரு குழந்தை படுத்து உறங்கியது. நாயும் உறங்கியது. உறங்காமல் காட்சியளித்தது அவர் ஒருவர்தான். வாயிலே கோலாநட்டை

16 அ. முத்துலிங்கம்

சப்பியபடி நின்றார். சும்மா கிடந்த நாற்காலியில் உட்காரலாம் என்ற யோசனை அவருக்கு இன்னும் தோன்றவில்லை.

அவரைப் பற்றி நான் வேலை செய்யும் அலுவலகத்தில் ஏற்கனவே கேள்விப்பட்டிருந்தேன். அவர் அந்தக் கிராமத்து பணக்காரர். ஆறு பெண்களைப் பெற்று அவர்களை நல்ல விலைக்கு விற்றிருந்தார். 100 ஆடுகளும் 50க்கு மேலே மாடுகளும் அவரிடம் இருந்தன. அவரைப் பார்க்க இவருடைய மாப்பிள்ளைகள் சிலவேளைகளில் வருவதுண்டு. 'நீ எந்த மகளை மணமுடித்தாய்?' அவர் கேட்பார். 'நாலாவது மகள்.' 'எத்தனை ஆடுகள் கொடுத்தாய்?' அவன் சொல்வான். அதற்குப் பின்னர்தான் அவனுடைய தகுதியைத் தீர்மானித்து அதற்கு ஏற்றபடி உபசாரம் செய்வார். தபால்கந்தோர் வேலை ஒரு பொழுதுபோக்குப் போலத்தான். ஒருநாளைக்கு என்னைப்போல ஒன்றிரண்டு பேர் வருவார்கள். ஆகவே என்னை அவசரமாக முடித்து அனுப்பிவிட்டு அடுத்தவரைக் கவனிக்கவேண்டும் என்ற கவலை கிடையாது.

என்ன என்பதுபோல முகத்தினால் கேட்டார். நான் பார்சலைத் தூக்கிக் காட்டினேன். 'எங்கே அனுப்பவேண்டும்?' என்றார். 'சிலோன்' என்று பதில் கூறினேன். அவர் நம்பாமல் இன்னொருமுறை கேட்டார். மறுபடியும் சிலோன் என்றேன். ஒரு புத்தகத்தை எடுத்து அதில் பல பக்கங்களை இடமிருந்து வலமாகவும் பின்னர் வலமிருந்து இடமாகவும் தட்டிப் பார்த்துவிட்டு 'இல்லை' என்று பிரகடனம் செய்தார். நான் கம்பிகள் வழியாகப் புத்தகத்தை வாங்கித் தேடிப் பார்த்து சிலோன் என்று சின்ன எழுத்தில் எழுதியிருந்ததைக் கண்டுபிடித்துக் காட்டினேன். மேலும் என்னுடன் வாதம் செய்ய விரும்பாமல் அப்படி ஒரு நாடு இருக்கிறது என்பதை ஒத்துக்கொண்டார்.

பார்சலைக் கேட்டார். அது கம்பிகளுக்குள்ளால் போகத் தயாராகவில்லை. கதவைத் திறந்து வெளியே வந்து பெற்றுக் கொண்டார். தராசுபோல தோன்றிய ஒன்றில் அதை நிறுத்தார். ஏதோ வித்தைகள் எல்லாம் செய்து அதன் எடையைக் குறித்துக் கொண்டார். பின்னர் நீளமான ஒரு புத்தகத்தை எடுத்து ஆராய்ந்து பலவிதமான கணக்குகளை எழுதி விடையைக் கண்டுபிடித்துவிட்டு என்னை நிமிர்ந்து பார்த்தார். என் வயிற்றின் உள்ளே குடல் இருப்பது ஞாபகத்துக்கு வந்தது. என் நெஞ்சு படபடப்பு அதிகமாகியது. '40 லியோன்' என்று வாய்கூசாமல் சொன்னார். நான் 'என்ன?' என்று கத்தினேன். நாய் திடீரென்று விழித்து கழுத்தை உயர்த்த, குழந்தை உருண்டு கீழே விழுந்தது. பாம்பு தலையைத் தூக்கிப் பார்ப்பதுபோல ஒரு கணம் பார்த்த பின்னர் நித்திரையைத் தொடர்ந்தது.

40 லியோன் என்றால் அது 20 பிரிட்டிஷ் பவுண்டு. புராண கால அரிச்சந்திரன் செய்ததுபோல மனைவியையும் குழந்தையையும் விற்றாலும் அந்தக் காசு தேறாது. நான் 'இந்தப் பார்சல் உள்ளே இருக்கும் சாமான்களின் விலை 5 லியோன்தான்' என்றேன் பரிதாபமாக. அதுதான் முதல் சிக்கல். உடனேயே ஏன் அப்படிச் சொன்னேன் என்று வருத்தப்பட வேண்டியிருந்தது. 'பார்சல் உள்ளே என்ன இருக்கிறது?' என்று கேட்டார். நான் ஒவ்வொன்றாகச் சொன்னேன். அதைச் சொல்லும்போது வெட்கம் என்னைத் தின்றது. அந்த மனிதரின் முகபாவனையில் அவர் மனதில் ஓடுவது அப்படியே தெரிந்தது. இதையெல்லாமுமா ஒரு மனிதர் சிலோனுக்கு, அதுவும் புத்தகத்தில் பெயர் இல்லாத ஒரு நாட்டுக்கு, அனுப்புவார்? உண்மையில் நான் அனுப்ப நினைத்த பொருள்கள் அப்படி அத்தியாவசியமானவை அல்ல. சொல்லப்போனால் மனிதகுலம் அவை இல்லாமலே சுபிட்சமாக வாழமுடியும். 'ஊதுகுழல், டொனால்ட் டக், பேசும் பொம்மை.' 'அது என்ன பேசும் பொம்மை? அதை ஏன் அனுப்புகிறீர்கள்?' என்றார். 'நண்பரே, எங்கள் நாட்டில் ஜனநாயக ஆட்சி நடக்கிறது. அங்கே பொம்மைகள் பேசுவதற்கு அனுமதி உண்டு' என்றேன்.

இந்த நேரம் பார்த்து என் அலுவலகத்தில் வேலை செய்யும் ஊழியர் ஒருத்தர் என்னைப் பார்த்துவிட்டு அவசரமாக ஓடி வந்தார். என்னிடம் ஒன்றுமே பேசாமல் அவர்கள் மொழியில் தபால் அதிகாரியிடம் ஏதோ சொன்னார். அவர் பதில் கூறினார். பிறகு இவர் ஏதோ சொல்ல அவரும் சொன்னார். இப்படியே போனது. நான் ஒருத்தன் அங்கே நிற்பது எல்லோருக்கும் மறந்துபோய்விட்டது. நான் இடைமறித்து 'என்ன பேசினீர்கள்?' என்று நண்பரிடம் கேட்டேன். அவர் நான் பெரிய அதிகாரி என்றும், பார்த்துச் செய்யச் சொன்னதாகவும் தெரிவித்தார். அதற்கு அவர் என்ன பதில் சொன்னார் என்று கேட்டேன். 'அரசனாய் இருந்தாலும் வாந்தி எடுக்கும்போது குனியத்தானே வேண்டும்' என்றார். 'சரி சரி. நீங்கள் போங்கள், நான் சமாளிக்கிறேன்' என்று அவரை அனுப்பிவைத்தேன்.

அவர் போன பின்பு மீதி வாந்தியையும் எடுக்கத் தயாரானேன். ஆனால் அதிகாரி தொடர்ந்து 'தேதி என்ன?' என்று கேட்டார், ஏதோ அதற்கும் நான்தான் பொறுப்பு என்பதுபோல. சொன்னேன். அவர் குத்தப் போகும் முத்திரையில் சரியான தேதி விழவேண்டும் அல்லவா? நான் சொன்னதை அவர் நம்பவில்லை. நாள்காட்டியில் தாளைக் கிழித்தார். அது புதன்கிழமையானது. இன்னொரு தாளைக் கிழித்தார். அது வியாழன் ஆனது. அடுத்த தாளைக் கிழித்ததும் வெள்ளிக்கிழமை வந்தது. சரியான தேதிதான். மறுபடியும் விட்ட இடத்துக்கு திரும்பி '40 லியோன்' என்றார்.

‘உங்கள் புத்தகத்தில் ஏதோ பிழை உள்ளது. இந்தச் சின்னப் பார்சலுக்கு இத்தனை பெரிய காசு கட்டணமாக வராது’ என்றேன். ‘இங்கே யார் அதிகாரி?’ குரல் உயர்ந்தது. வாய்க்குள் நுழைந்த பூச்சியைத் துப்புவதுபோல வார்த்தைகள் வெளியே வந்து விழுந்தன. பணிவான குரலை வரவழைத்துக்கொண்டு ‘இன்னொருமுறை சரிபார்த்தால் நல்லது’ என்றேன். பலநாள் பாடுபட்டுத் தயாரித்த, அவருக்கு மட்டுமே புரியும் புத்தகத்தை எடுத்து, தாளில் ஒரு நம்பரை எழுதிக் காட்டினார். ஒரு சின்னத்தாளில் எழுதப்பட்டுவிட்டதால் அது சரியான கட்டணம். ‘இவ்வளவு அதிகப்படியான கட்டணம் உலகில் வேறு எங்குமே கிடையாது’ என்றேன். ‘இதுதான் ஆகக் குறைந்த கட்டணம். கடல்மேல் பயணம் செய்து பார்சல் உங்கள் நாட்டுக்குப் போகும். மேலும் குறைத்தால் கட்டாது. தபால்துறை நட்டத்தில் ஓடிக்கொண்டிருக்கிறது’ என்றார். ‘நானும் நட்டத்தில்தான் ஓடிக்கொண்டிருக்கிறேன்’ என்றேன். அவர் கவனிக்கவில்லை. ஒரு கொடுப்புக்குள் இருந்த கோலாநட்டை மற்றப்பக்கம் நாக்கால் தள்ளிக்கொண்டிருந்தார்.

‘உங்கள் மேலதிகாரியோடு பேசலாமா?’ கொசுக்களை கலைப்பதுபோலக் கைகளை வீசி என் வார்த்தைகளைக் கலைத்தார். ‘நான்தான் மேலதிகாரி.’ ‘சரி, அந்த மேலதிகாரி யின் மேலதிகாரியோடு பேசலாமா?’ ‘அதுவும் நான்தான்.’ அப்பொழுதுதான் நான் உணர்ந்தேன், சியரா லியோன் தபால் துறையின் சர்வ வல்லமை பொருந்திய அதிபர் முன்னே நான் நின்றுகொண்டிருக்கிறேன் என்பதை. நான் பார்சலை எடுத்துக்கொண்டு வந்த வழியே திரும்பினேன். வீட்டிலே வீரமாகப்போய் பார்சல் அனுப்பமுடியாமல் போனதைச் சொல்ல முடியாது. ஆகவே பக்கத்துக் காட்டில் பார்சலை எறிந்துவிடுவது என்று முடிவு செய்தேன். யானையும் நரியும் ஊதுகுழலை ஊத, கொலபஸ் குரங்குகள் நடனமாடட்டும். எப்படியும் பார்சல் சிலோனுக்குப் போய்ச் சேரப்போவதில்லை. மனைவியிடம் ஒரு சின்னப் பொய் சொன்னால் சரியாய்ப் போய்விடும். என் நினைப்பைச் செயலாக்கு முன்னர் ஓலமிட்டபடி என்னைத் துரத்திக்கொண்டு போஸ்ட் மாஸ்டர் ஓடிவந்தார். ‘இதற்கெல்லாம் கோபித்துக்கொண்டு போகலாமா? வாருங்கள், வாருங்கள்’ என்றார், ஏதோ கல்யாண வீட்டு விருந்துக்கு அழைப்பதுபோல. எனக்கு ஒன்றுமே புரியவில்லை. ஊதுகுழலுக்கும், டொனால்ட் டக்கிற்கும், பேசும் பொம்மைக்கும் ஏற்படவிருந்த அபகீர்த்தியிலிருந்து அவை இப்படித்தான் தப்பிக்கொண்டன.

சின்ன வார்த்தையாக இருந்தாலும் முழு வாயையும் திறந்துதான் போஸ்ட் மாஸ்டர் பேசுவார். அவர் வாயைப் பார்த்துக் கொண்டிருந்ததில் அவர் சொன்ன விசயத்தைக் கேட்கத் தவறி விட்டேன். 'சரி. பார்சலுக்கு எவ்வளவு தருவீர்கள்?' என்றார். நான் திடுக்கிட்டுவிட்டேன். ஒரு தானத்தைச் சொன்னேன். அவர் ஒன்றைச் சொன்னார். நான் ஒன்றைச் சொன்னேன். பருந்து பெரிய வட்டம் போட்டு, சிறிய வட்டம் போட்டு, இன்னும் சின்ன வட்டம் போட்டு இறுதியில் ஒரு புள்ளியில் குவிவதுபோல படிப்படியாகப் பேசி கடைசியில் பேரம் படிந்தது. இருவரும் சம்மதித்த பணத்தை ஜனாதிபதி சியாக்கா ஸ்டீவன்ஸ் படம் போட்ட 50 சத புது நாணயங்களாகக் கொடுத்தேன். எனக்கு முன்னால் சரியான தபால் தலைகளை பார்சலில் ஒட்டி முத்திரையால் குத்தினார். 'சரி போய் வாருங்கள்' என்று விடை கொடுத்தார். குழந்தை திடீரென்று எழும்பி உட்கார்ந்து என்னைப் பார்த்துச் சிரித்தது. நாயும் உடம்பைச் சிலிர்த்து எழுந்தது. எப்படியோ அவைகளுக்கு அன்றைய வியாபாரம் முடிவுக்கு வந்தது தெரிந்தது.

நான் வீட்டுக்கு வந்து பார்சலை அனுப்பிவிட்டேன் என்று மனைவியிடம் சொன்னேன். அது போய்ச் சேராது என்பது எனக்குத் தெரியும். ஒரு மாதம் கழித்து பார்சல் சிலோனில் கிடைத்துவிட்டதாகக் கடிதம் வந்தது. நான் அடைந்த ஆச்சரியத்துக்கு அளவே இல்லை.

அதுதான் ஆப்பிரிக்காவில் ஏற்பட்ட முதல் ஆச்சரியம். ஆனால் அதற்கு பின்னர் ஏற்பட்ட ஆச்சரியங்களை எல்லாம் கணக்கில் எடுத்து யோசித்துப் பார்த்தபோது அந்த முதல் ஆச்சரியம் பெரிய விசயமே இல்லை என்றுதான் எனக்கு இப்போது படுகிறது.

~ ~

சூனியக்காரியின் தங்கச்சி

'அந்தப் புதன் கிழமை என் வாழ்க்கையில் மறக்க முடியாத நாள். அன்று ஒருவரும் சாகவில்லை. ஏறக்குறைய ஆறுமாதத்தில் ஆக அதிர்ஷ்டம் கூடிய நாள் அதுதான். வழக்கமாக நாளுக்கு ஒன்று, இரண்டு, ஐந்து, பத்துப்பேர் என செத்துக்கொண்டு இருந்தோம். அப்போதுதான் தீர்மானித்தேன். எப்படியாவது நாட்டைவிட்டு வெளியேறிவிட வேண்டும் என்று.' அகதி ஒரு நாற்காலியில் கைப்பிடிகளில் முட்டாமல் நடுவே ஒடுங்கி உட்கார்ந்திருந்தான். அமண்டா ஒரு சோபாவில் காலை நீட்டியபடி அவன் சொல்வதைக் கேட்டுக்கொண்டிருந்தாள்.

ரொறொன்ரோவின் லொப்லோஸ் சுப்பர் மார்க்கெட்டுக்கு முன்னே அவனை அமண்டா சந்தித்தாள். அவனுக்கு 25 வயது இருக்கும். ஒரு விளம்பரத் துண்டை அவளிடம் நீட்டினான். அசிரத்தையாக அதைப் படித்தபோது அதில் இப்படி எழுதியிருந்தது. 'நான் ஓர் அகதி. உங்கள் வீட்டுப் பராமரிப்பு வேலை, தோட்ட வேலை, கார்ப்பாதை பழுதுபார்க்கும் வேலை சகலதையும் மலிவு விலைக்கு என்னால் செய்யமுடியும்.' அமண்டா வீட்டில் திருத்த வேலைகள் நிறைய இருந்தன. அகதியிடம் வீட்டு முகவரியைக் கொடுத்து அடுத்தநாள் வரச்சொன்னாள். சுவர்களுக்கு வர்ணம் பூசவேண்டும். குறித்த நேரத்துக்கு அவன் வந்தான். அவன் கையிலே வேலைக்கான உபகரணங்களும் வாயிலே வினோதமான கதைகளும் இருந்தன. அவளுக்கு அவனைப் பிடித்துக் கொண்டது.

பல நாட்கள் அகதி அமண்டா வீட்டில் வேலை செய்தான். தனக்குள் பேசிக்கொண்டு அடிக்கடி

சிரிப்பான். அவன் சிரிக்கும்போது கண்கள் மறைந்துவிடும். கார் பாதையைச் செப்பனிட்டான். தோட்ட வேலை செய்தான். ஒருநாள் அமண்டா புத்தக அலமாரி வேண்டும் என்றாள். அந்த வீட்டில் புத்தக அலமாரிகள் பல இருந்தாலும் எல்லாமே நிறைந்துவிட்டதால் புத்தகங்கள் நிலத்திலே குவிந்து கிடந்தன. அவள் நிறையப் படித்தாள். அலுவலகமே போவதில்லை. மீதிநேரம் கணினியில் தட்டச்சு செய்தாள். மரங்கொத்திகள் கொத்துவதுபோல 101 விசைகளில் அவள் விரல்கள் வேகமாக ஓடின. இடைக்கிடை அவன் வேலை செய்வதைப் பார்வையிட்டாள். அளவெடுத்துப் பலகைகள் வாங்கிச் செய்த அலமாரி அவளுக்குப் பிடித்துக்கொண்டது. இப்படி வாரத்தில் மூன்று நாலு நாட்கள் அகதி தொடர்ந்து வேலை செய்தான்.

ஒருநாள் அகதி, 'மாம், ஓர் உதவி செய்யமுடியுமா?' என்று கேட்டான். அவளுக்கு ஆச்சரியமாகவிருந்தது. அவன் கேள்வி கேட்பதில்லை; பதில் கூறித்தான் பழக்கம். 'என்ன?' என்றாள். அவனுக்கு ஒரு கடன் அட்டை தேவை. வங்கி அவனுடைய விண்ணப்பத்தை நிராகரித்துவிட்டது. அவள் உத்திரவாதம் கொடுத்தால் அவனுக்கு கடன் அட்டை கிடைக்கக்கூடும். அமண்டா அவனுடன் சென்று வங்கி மனேஜரைச் சந்தித்து வைப்பு நிதியாக 500 டொலர் அவன் பெயரில் கட்டினாள். வங்கிக் கடன் அட்டை கொடுத்தபோது அவன் அடைந்த மகிழ்ச்சியை வர்ணிக்க முடியாது. 'மாம், இந்த நாளை நாம் கொண்டாடவேண்டும். ஒரு கோப்பி என்னுடன் சாப்பிட முடியுமா?' என்றான். அவளும் சம்மதித்தாள். கோப்பிக் காசை கடன் அட்டைமூலம் தீர்த்தான். அவன் முகத்தில் தோன்றிய பெருமை அவளை அதிசயிக்க வைத்தது.

'நீ எப்படி அகதியாக இங்கே வந்து சேர்ந்தாய்?' என்று அமண்டா கேட்டாள். 'என் நாட்டில் பல வருடங்களாகப் போர் நடக்கிறது. நான் ஆறு வருடங்கள் போர்வீரனாகக் கடமையாற்றினேன். நாளுக்குக் குறைந்தது ஒரு சாவு நிச்சயம். ஒரு கட்டத்தில் துணிந்து கள்ள பாஸ்போர்ட் எடுத்து நல்ல எதிர்காலம் தேடி கனடாவுக்கு வந்தேன். என் அகதிக் கோரிக்கை நிராகரிக்கப்பட்டுவிட்டது. இப்போ வழக்கறிஞர் அப்பீல் செய்திருக்கிறார்.'

அமண்டா அவன் முகத்தைப் புது பிரமிப்புடன் பார்த்தாள். அதில் திருத்துவதற்கு ஒன்றுமே இல்லை. அத்தனை லட்சணமாக இருந்தது. அவள் பார்வையைத் தாங்கமுடியாமல் அவன் மெள்ளச் சிரித்துத் தலை குனிந்தான். ஒட்டவெட்டிய தலை மயிர். கைகளை அசைக்கும்போது தானாகவே உருண்டு திரளும் புஜங்கள். ஒடுங்கிய வயிறு. அவன் அணிந்திருந்த ஜீன்சும், வர்ணம்

உதிர்ந்த ரீசேர்ட்டும் உடலுடன் உச்சமாகப் பொருந்தியிருந்தன. அவன் ஒரு போர்வீரன்தான் என்பதில் அவளுக்கு ஒருவித சந்தேகமும் இல்லை.

'நீங்கள் யார், மாம்?'

'சூனியக்காரியின் தங்கச்சி.'

'வேடிக்கை வேண்டாம், மாம். நீங்கள் என்ன செய்கிறீர்கள்? கம்புயூட்டர் முன்னே எப்பவும் உட்கார்ந்திருக்கிறீர்களே. அதுதான் உங்கள் வேலையா?'

'நான் ஒரு பதிப்பகத்தில் வேலை செய்கிறேன். அவர்களுக்கு எழுத்தாளர்கள் அனுப்பும் அச்சுப் பிரதிகளைப் படித்து அபிப்பிராயம் சொல்வது என் வேலை. நான் நல்லது என்று சொன்னால் மட்டுமே அவர்கள் பிரசுரிப்பார்கள். மீதி நிராகரிக்கப்படும்.'

'அப்படியா? உங்கள் வேலை சுவாரஸ்யமானதுதான். நல்ல நல்ல நாவல்களை இலவசமாகப் படிக்கலாம். அதற்குச் சம்பளம் தருவார்கள். இதுவல்லவோ வேலை.' என்றான்

'அப்படிச் சொல்லமுடியாது. சில நாவல்களைப் படிக்க முடியாது. அவ்வளவு மோசமாயிருக்கும். படித்து முடிப்பது எனக்குப் பெரிய தண்டனை. ஆனால் இந்த எழுத்தாளர்கள் இருக்கிறார்களே அவர்கள் எல்லோருமே தாங்கள் பெரிய படைப்பைச் செய்துவிட்டதாகவே நினைக்கிறார்கள்.'

'சமீபத்தில் ஏதாவது நல்ல நாவல் படித்தீர்களா, மாம்?'

'நேற்று ஒரு நாவல் வந்தது. அதைப் படித்தபோது உன்னை நினைத்தேன். ஓர் அகதியைப் பற்றிய கதை அது.'

'அப்படியா? சொல்லமுடியுமா, மாம்?'

'லாட்வியா நாட்டிலிருந்து ஓர் அகதி அமெரிக்காவுக்கு வருகிறான். அவனுக்கு ஒரு தொழிலும் தெரியாது. எந்த வேலைக்கு போனாலும் அவனால் இரண்டு நாட்களுக்கு மேல் தாக்குப்பிடிக்க முடியாது. ரோட்டு வேலை. சமையல் உதவி வேலை. பெரிய பெரிய அங்காடிகளில் பெட்டிகள் அடுக்கும் வேலை. ஒன்றுமே சரிவரவில்லை. மாதத்தில் பத்து நாட்கள் வேலை செய்து ஒருவாறு பிழைத்துக் கொள்கிறான். ஒருநாள் பெரிய பெட்டி ஒன்றை முதலாளி ஒரு செல்வந்தர் வீட்டுக்கு சென்று கொடுத்துவரச் சொல்கிறார். அப்போது இரவு மணி 12 ஆகிவிடுகிறது. ஆனால் அவர் இப்போதே அதைக் கொடுக்கவேண்டும் எனப் பிடிவாதம் பிடிக்கிறார்.

அவன் பெட்டியுடன் அந்த வீட்டுக்குப் போகிறான். செல்வந்தர் மிகப்பெரிய மாளிகை ஒன்றில் தனியாக வசிக்கிறார். மெல்லிய வெளிச்சத்தில் ஒரு கிளாசில் பொன்னிற வைன் அருந்திக்கொண்டிருக்கிறார். பெட்டியை வாங்கினாரே ஒழிய திறந்து பார்க்கவில்லை. அதி உற்சாகமாக இருக்கிறார். ஒரு கிளாஸ் வைன் குடிக்கும்படி கேட்கிறார். இவன் சம்மதித்து உட்காருகிறான். ஒரு மிடறு பருகிவிட்டு 'ஆ, அமரோனே ரிப்பஸ்ஸா' என்று வைனின் பெயரைச் சொல்கிறான். செல்வந்தர் ஆச்சரியப்படுகிறார். உனக்கு வைனைப்பற்றித் தெரியுமா என்கிறார். ஏதோ கொஞ்சம் தெரியும் என்று பதில் சொல்கிறான். செல்வந்தர் தன் வீட்டின் குளிர் கிடங்குக்குள் போய் இன்னொரு விலையுயர்ந்த வைனைக் கொண்டு வருகிறார். அதில் ஒரு வாய் குடித்து சிறிது யோசித்துவிட்டு 'போர்டியோ, சவல் ப்ளாங் – 1998' என்கிறான். செல்வந்தரால் நம்பமுடியவில்லை. ஆனந்தத்தில் அவனை அப்படியே கட்டிக்கொள்கிறார். அன்றே அவனுக்கு அவருடைய தொழிற்சாலையில் வேலை கிடைக்கிறது.

அவன் வேலையில் படிப்படியாக உயர்ந்து ஒருநாள் முதலாளியின் கம்பனியில் பங்குதாரர் ஆகிறான். அத்துடன் நிற்காமல் முதலாளியின் மனைவியை அவருக்குத் தெரியாமல் காதலித்து மணமுடிக்கிறான். அத்துடன் கதை முடிகிறது. வாழ்நாள் முழுக்க அவனுடைய துரோகம் அவனை வாட்டுகிறது. அவனால் மகிழ்ச்சியாக இருக்க முடியவில்லை. திருப்பித் திருப்பி அவனை சுற்றி ஒரு கேள்வி எழும். அந்த நடு இரவு செல்வந்தரை அவன் சந்தித்திருக்காவிட்டால் அவன் வாழ்க்கை என்னவாகியிருக்கும்? அவனால் விடையைக் கண்டுபிடிக்க முடியவில்லை.

'துயரமான கதை' என்றான் அகதி. அவள் சொன்னாள். 'துயரமானது அல்ல. துரோகமான கதை. எல்லோருடைய வாழ்விலும் ஒரு துரோகமாவது இருக்கும். துரோகம் செய்தவன் மறக்கவேண்டும். செய்யப்பட்டவன் மன்னிக்கவேண்டும்.'

அகதி தயங்கியபடி கேட்டான். 'மாம், உங்கள் வாழ்க்கையில் ஏதாவது துரோகம் இருக்கிறதா? நீங்கள் ஏன் மணமுடிக்கவில்லை?'

'நானும் மணம் முடித்தவள்தான். என் கணவர் முதல் மனைவியை விலக்கிவிட்டு என்னை மணமுடித்தார். பத்து வருடம் ஒன்றாக வாழ்ந்தோம். கூடப் பிறந்த என் அக்கா ஒருநாள் என்னைப் பார்க்க வந்தாள். சில நாட்கள்தான்; என் கணவர் என்னை விட்டுவிட்டு அவளை இழுத்துக்கொண்டு போனார். இப்பொழுது அவர்கள் மணம் செய்துகொண்டு விட்டார்கள். திருமணம் நல்ல விசயம்தான். ஆனால் அதுவே பழக்கமாகக் கூடாது.'

அவன் பதில் சொல்லவில்லை. அதற்கு அவள் பதில் பேசவில்லை. அவனும் பதில் சொல்லவில்லை. அவளும் பதில் பேசவில்லை.

சமையல் அறையில் மார்பிள் கற்கள் பதிக்கவேண்டும் என அவள் திட்டமிட்டாள். உண்மையில் அது அவசியமாக இருக்கவில்லை. செய்தால் அழகாயிருக்கும் என நினைத்தாள். அத்துடன் அவனுக்கு ஏதாவது வேலை கொடுத்தால்தானே அவனால் வீட்டுக்கு வரமுடியும். வீட்டில் இருந்த எல்லா வேலையும் முடிந்துவிட்டது. அவன் பக்கத்தில் இருந்து பழகிவிட்டது. அவனைப் பார்க்கவேண்டும்போலத் தோன்றியது. ஆனால் பிரச்சினை என்னவென்றால் அவனிடம் கைபேசி இல்லை. அவள் அழைக்க முடியாது. அவனாகக் கூப்பிட்டால்தான் உண்டு. ஒவ்வொரு நிமிடமும் அவனிடமிருந்து வரும் தொலைபேசிக்காகக் காத்திருந்தாள்.

கடைசியில் அவனுடைய தொலைபேசி வந்தபோது அவளுக்கு அடக்க முடியாத கோபம் அவன்மேல் இருந்தது. 'உடனே வா, வேலை இருக்கிறது' என்றாள். 'என்ன வேலை, மாம்?' 'சமையலறையில் மார்பிள் கல் பதிக்கவேண்டும்.' 'எனக்கு அந்த வேலை தெரியாது, மாம்.' 'எனக்கும் தெரியாது, உடனே வா' என்றாள். அவன் வந்து அவளைப் பார்த்துத் திடுக்கிட்டான். ஒரு விருந்துக்கு போவதுபோல அலங்காரம் செய்திருந்தாள். நட்சத்திரம்போல கண்கள் மின்னின. முகத்துக்கு ஒப்பனை செய்து உதட்டுக்குச் சாயம் பூசி, தலைமுடியைச் செப்பனிட்டு பார்க்க கவர்ச்சிகரமாகத் தெரிந்தாள். அவனைக் கண்டதும் பெரிதாகச் சிரித்து 'ஆ, வந்துவிட்டாயா? நான் மார்பிள் கல் பதிப்பதைப் பார்த்திருக்கிறேன். இதில் ஒன்றும் பெரிய நுட்பம் கிடையாது. நான் உதவி செய்கிறேன்' என்றாள். அவளைப் பார்த்த பிரமிப்பில் இருந்து அவன் விடுபட முயன்று கொண்டிருந்தான்.

அமண்டா ஒவ்வொரு கல்லாக எடுத்துக் கொடுத்தாள். அவளுடைய வழுவழுப்பான முழங்காலில் உட்கார்ந்திருந்தாள். அவள் சொல்லிக்கொடுத்தபடி அவன் பதித்துக்கொண்டே வந்தான். இடது கையால் வாங்கி இடது கையால் பதித்தான். 'நீ இடதுகைக் காரனா?' என்றாள். தலையாட்டினான். அவன் ஏதாவது தவறு செய்தால் அவன் முதுகிலே செல்லமாகத் தட்டினாள். அவனுக்கு அது பிடித்திருந்தது. ஒன்றிரண்டு தவறுகளை வேண்டுமென்றே செய்தான். நடுப்பகுதிக்கு வந்தபோது அழகான பூ வேலைப்பாடு செய்த கல்லைத் தந்தாள். அவன் பதித்துவிட்டு நிமிர்ந்து நின்று தன்னுடைய வேலையின் அழகை இடப்பக்கமாகவும் வலப்பக்கமாகவும் தலையை சரித்துப் பார்த்தான். அவள் ஆனந்தத்தில் பூரித்தாள். 'நீ நல்ல

பிள்ளை கடத்தல்காரன்

வேலைக்காரன்' என்று சொல்லி கன்னத்திலே முத்தம் ஒன்று கொடுத்தாள். அன்று வேலை பாதியிலேயே நிறுத்தப்பட்டது.

படுக்கையறையில் அவளுக்கு இன்னொரு ஆச்சரியம் கிடைத்தது. அவன் தோள்மூட்டில் அதன் உறுதியான அழகைக் கெடுப்பதுபோல ஒரு பெரிய காயத்தை மோசமாக தைத்த வடு. 'அது என்ன வடு?' என்றாள். 'போரின்போது எதிரியின் குண்டு தோள்மூட்டைத் துளைத்துப் போனது. அது ஆழத்தில் இன்னமும் கிடக்கிறது. மருத்துவர் அதை எடுப்பது ஆபத்தானது, அங்கேயே இருக்கட்டும் என்று சொன்னார். அப்படியே அங்கே தங்கிவிட்டது.' அமண்டா வடுவில் முத்தமிட்டாள். அன்றிரவு அவனை அங்கேயே தங்கிவிடும்படி வேண்டினாள். 'இல்லை, மாம். நான் உங்கள் வேலைக்காரன்' என்றான். 'மாம், என்று சொல்லாதே. அமண்டா என்று கூப்பிடு.' 'சரி மாம்' என்றான். அவள் தலையை பின்னே சரித்து சிகரெட் புகையை ஊதுவதுபோல அவன் கழுத்து பள்ளத்தில் ஊதினாள். அவன் கூச்சத்தில் நெளிந்தான்.

அகதி பகலில் வந்தான்; சில நாட்கள் இரவில் வந்து தன் நாட்டுச் சமையலைச் செய்தான். பின்னர் இருவரும் சாப்பிட்டார்கள். அடிக்கடி சிரித்தபடி இருப்பவன் அன்று சிரிக்கவே இல்லை. ஏதோ துக்கமாக இருந்தான். அவள் என்னவென்று கேட்க அவன் மழுப்பினான். அமண்டா விடவில்லை. அவன் சொன்னான். 'கனடாவின் ஜூன் 2012 புதிய சட்டம் நடைமுறைக்கு வந்துவிட்டது. அது அகதிகளுக்கு எதிரானது. ஒரு வழக்கு அப்பீலில் இருக்கும்போதே அரசாங்கம் சம்பந்தப்பட்ட அகதியை நாடு கடத்தலாம். வழக்கறிஞர் எனக்கு அச்சமூட்டுகிறார்.' அவள் சொன்னாள். 'கனடாவின் சட்டங்கள் ஆமை வேகத்தில் நகரும். உன்னுடைய இலக்கம் வரமுன்னர் நீ கனடாவின் குடிமகனாகிவிடுவாய்.' முழு வாயைத் திறந்து நம்பிக்கையாக 'அப்படியா?' என்றான். அவன் மகிழ்ச்சியில் சிரித்தபோது கண்கள் மறைந்துவிட்டன. அவளும் சிரித்தாள். மறுபடியும் அவன் சிரித்தான். அங்கே ஏதோ சிரிப்புப் போட்டி நடைபெறுவதுபோல இருவரும் மாறி மாறிச் சிரித்தார்கள்.

அவளுடைய ஐந்து சிநேகிதிகள் இரவு விருந்துக்கு வந்திருந்தார்கள். அமண்டா அடிக்கடி விருந்து கொடுக்கும் பெண் அல்ல. ஆனால் அன்று அவள் மனம் மிதந்தபடி இருந்தது. தன் மகிழ்ச்சியை சிநேகிதிகளுடன் பகிர்ந்து கொள்ளவேண்டும் என நினைத்தாள். அன்று காலையிலிருந்து சமையலறையில் அவதானமாகச் சமைத்தாள். அன்றைய உணவில் மீன் கறி இருந்தது. அவளுடைய அகதிக் காதலன் சொல்லிக்கொடுத்த மாதிரியே செய்தாள். முதன்முதலாக கறியில் பழப்புளி பாவித்திருந்தாள்.

அப்படி ஒன்று இருப்பதே அவளுக்குத் தெரியாது. ருசி பார்த்தபோது அற்புதமான சுவையாக இருந்தது. மேசையில் ஆறு பிளேட்டுகளையும், நாப்கின்களையும் அலங்காரமாக வைத்தாள். பின்னர் கத்தி கரண்டிகளையும் ஒழுங்காக அடுக்கினாள். மேசையில் மின்னூட்டத்தில் கிடந்த செல்பேசியை எடுத்துப் பார்த்தபோது நாலு குரல் அஞ்சல்கள் கிடந்தன. 'இன்றுதான் நாள் என்று வழக்கறிஞர் கூறுகிறார். உங்கள் குரலை கடைசித் தடவையாக கேட்கலாம் என ஆசையாகவிருந்தது. அதுகூட நிறைவேறவில்லை. தபால் பெட்டியைப் பாருங்கள். போய் வருகிறேன்.' அவன் குரல் கேவியதுபோலப் பட்டது.

அவள் தபால்பெட்டியைத் திறந்து பார்த்தாள். ஒரு கடித உறையில் 500 டொலரும் ஒரு துண்டுக் கடிதமும் இருந்தன. தப்பான ஆங்கிலத்தில் இப்படி எழுதியிருந்தான்:

'இன்றைக்கு என்னை அவர்கள் கைதுசெய்ய வரக்கூடும். ஏழுமணி விமானத்தில் என்னை நாடு கடத்துவார்கள். நீங்கள் கொடுத்த 500 டொலரைத் திருப்பியிருக்கிறேன். என் நாட்டில் எனக்கு என்ன நடக்குமோ தெரியாது. என்னை அவர்கள் சிறையில் அடைக்கலாம். சித்திரவதை செய்யலாம். ராணுவத்தை விட்டுவிட்டு கள்ளமாகத் தப்பி ஓடிய துரோகி என்றே பட்டம் சூட்டுவார்கள். எங்கே இருந்தாலும் நான் வாழ்நாளின் மீதி ஒவ்வொரு நிமிடத்தையும் உங்கள் நினைவாகவே கழிப்பேன்.

பிரியமான,

அர்ஜுன ரணதுங்க.'

அந்தப் பெயரை உதடுகளை அசைத்து வாய்க்குள் சொல்லிப் பார்த்தாள். ஸ்ரீலங்கா நாட்டின் புகழ்பெற்ற இடதுகை கிரிக்கெட் விளையாட்டுக்காரர் ஒருவரின் ஞாபகமாகச் சூட்டிய பெயர் அது. அப்படி அவன் சொல்லியிருந்தான். கைப்பையை மறந்து வைத்துவிட்டதுபோல தலையை இங்கும் அங்கும் அசைத்து எதையோ தேடினாள். சுற்றியிருந்த காற்றை நெஞ்சு ஏற்கவில்லை. தற்செயலாக அவள் உருவம் யன்னல் கண்ணாடியில் மங்கலாகத் தெரிந்தது. முகமும் கழுத்தும் ஒரு நிறம், மீதி உடல் வேறு நிறம். மூச்சு ஒன்றை ஒன்று தள்ளிக்கொண்டு வேகமாக வெளியேறியது. விருந்தை நிறுத்திவிடலாம் என தீர்மானித்து கைநடுக்கம் நிற்கும்வரைக்கும் அசையாது நின்றாள். ஆனால் விருந்தாளிகள் ஒவ்வொருவராக வரத் துவங்கிவிட்டார்கள்.

விருந்து முடிந்தது. கத்தியையும் கரண்டியையும் கடிகார முள் 8.20 காட்டுவதுபோல வைத்தாள். சிநேகிதிகள் மீன் கறியைப் புகழ்ந்தார்கள். எப்படிச் செய்தாய் என்று கேள்வி கேட்டுத் துளைத்தார்கள். சமையல் குறிப்பை மின்னஞ்சல் மூலம்

அவர்களுக்கு அனுப்புவதாக வாக்களித்தாள். பழப்புளி எங்கே வாங்குவது என்று கேட்டார்கள். அதற்கும் பதில் சொன்னாள். தன்னுடைய அகதிக் காதலன் பற்றி சிநேகிதிகளிடம் அப்போது சொல்லவேண்டும் என நினைத்தாள்; அந்த தருணம் தவறிப் போனது.

சமையலறைக்குள் வந்த சிநேகிதிகள் அவள் புதிதாகச் செய்த பளிங்குத் தரையைப் பார்த்து பிரமித்து நின்றார்கள். 'ஆஹா' என்று நம்பமுடியாமல் வியந்தார்கள். நடுவிலே பூப்போட்ட பளிங்கு கல் மிக நேர்த்தியாக இருப்பதாகவும் அழகை உச்சத்துக்கு எடுத்துச் செல்வதாகவும் உண்மையாகவே பாராட்டினார்கள். அப்பொழுது அவனைப் பற்றிச் சொல்லலாம் என நினைத்தாள். அந்தத் தருணமும் தாண்டிப் போனது.

இரவு உடை மாற்றிப் படுக்கைக்குத் தயாரானபோது மறுபடியும் அவன் நினைவு வந்தது. விலங்கு மாட்டி ஒரு கொலைகாரனைப்போல நடத்திக்கொண்டு போய் இரண்டு ஆயுதம் தாங்கிய கனடா எல்லைக்காவல் படைவீரர்கள் அவனை விமானத்தில் ஏற்றியிருப்பார்கள். அவன் இடது கையால் அவள் இடுப்பைச் சுற்றி வளைத்தது நினைவில் ஓடியது. சுத்தியலை இடது கையால் பிடித்து அடித்தான். இடது கையால் மீன் வெட்டினான். அவன் சொன்னான்: 'நான் சம்பளத்துக்காக அரச படையில் சேர்ந்து போர் புரிந்தேன். என் எதிராளி ஓர் இலட்சியத்துக்காகப் போராடினான். அவனுக்கு உயிர் ஒரு பொருட்டில்லை. நானோ கேவலமாக இன்னொரு நாட்டில் தஞ்சம் புகுந்திருக்கிறேன்.'

நெடுநேரமாக அமண்டாவுக்குத் தூக்கம் வரவில்லை. அவனுடன் விமானத்தில் அவளும் அட்லாண்டிக் சமுத்திரத்தின் மேல் பறந்தாள். பின்னர் உரத்துச் சொன்னாள்: 'ஓ, என் சிநேகிதிகளே! நான் உண்மையான சூனியக்காரியின் தங்கச்சி. எனக்கு ஓர் அகதியைத் தெரியும். என் வீட்டு சமையலறைக் கற்களை இடது கையால் பதித்தவன். மீன் குழம்பு சமையலுக்குச் சொந்தக்காரன். என் ரகஸ்யக் காதலன். ஓர் இனத்தின் விடிவுக்காக போராடிய எதிரியின் துப்பாக்கிக் குண்டை தோள்மூட்டில் என்றென்றைக்கும் காவியபடி திரிபவன்.'

பின்னர் அவள் நிம்மதியாகப் படுத்துத் தூங்கினாள்.

~ ~

பிள்ளை கடத்தல்காரன்

இந்தக் கதையை ரொறொன்ரோவில், வார்டன் வீதியில் அமைந்துள்ள பல்கடை அங்காடியில் வேலைசெய்யும் சோமாலியக் காவலாளியுடன் ஆரம்பிக்கலாம். வெள்ளைச் சீருடை, தோள்களில் தரித்த கறுப்புப் பட்டைகள், கணுக்காலுக்கு மேல் உயர்ந்த பூட்ஸ், இடுப்பிலே பெல்ட்டில் குத்தியிருக்கும் ரேடியோ எனக் கம்பீரமாக இருந்தார். சாய்த்து வைத்த தொப்பி பாதிக் கண்ணை மறைக்க உலா வந்து அவ்வப்போது உயரமான ஸ்டூலில் அமர்ந்து தன் கடமையைச் செய்யும் கறாரான காவலாளி அவர். கதையைத் தொடங்க மிகவும் பொருத்தமானவர்.

அல்லது இந்தக் கதை ஓர் அகதியுடன் ஆரம்பமானது என்று கூடச் சொல்லலாம். அவன் பெயர் லோகநாதன். நேற்று அவனுக்கு 24வது பிறந்தநாள். அவன் பிறந்த தேதி அவனுக்கு நினைவிருக்கிறது. அவனைப் பெற்ற அம்மாவுக்கு அந்த தேதி ஞாபகத்தில் வந்ததே கிடையாது. கனடாவுக்கு வந்து மூன்று வருடம் ஆகிவிட்டது. ஒரு படுக்கை போட்டால் நிரம்பிவிடும் சின்ன அறையில் தனியாக வசித்தான். காலையில் அவனை எழுப்பிவிட யாரும் இல்லை. அவன் எழுப்புவதற்கும் யாரும் கிடையாது. அது மிகப்பெரிய துக்கம். அகதிக்கோரிக்கை நிராகரிக்கப்பட்ட பிறகு மேன்முறையீடு செய்துவிட்டுக் காத்திருந்தான். தொழிற்சாலையில் காலை 7 மணியிலிருந்து மாலை 4 மணி மட்டும் வேலை. பின்னர் சுப்பர் மார்க்கெட்டில் ஐந்திலிருந்து ஒன்பது மணி வரை வேலை. இரண்டு வேலை செய்தாலும் கனடா வருவதற்கு வாங்கிய

கடனில் பாதியைக்கூட இன்னும் அழிக்கவில்லை. தொழிற்சாலை வேலையை முடித்துவிட்டு சுப்பர்மார்க்கெட் வேலைக்கு அவசரமாக நடந்து கொண்டிருந்தான். சில நாட்களாக அவனுக்கு முதுகு வலி. அவனுடைய ஆங்கிலம்போல கொஞ்சம் விந்தி விந்தி நடந்தான். அவன் வாழ்க்கையில் அனுபவிக்கப் போகும் மிக மோசமான தருணத்துக்கு இன்னும் ஒரு மணிநேரம் இருந்தது.

பனிக்காலம் அவனுக்குக் கொடுமையானது. மார்ச் மாதம் நீண்டுபோய் வசந்தத்தைப் பிறக்கவிடாமல் இழுத்தடித்தது. எலும்புகள் வேலைசெய்ய மறுத்தன. முதுகு எலும்பு வைத்தியரிடம் உடம்பைக் காட்டச் சென்றபோது அவர் கீழ் எலும்பு எல் 2 ம் எல் 3 ம் பிசகிவிட்டதாகச் சொன்னார். ஒன்றிலிருந்து பத்து வரை எண்கள் வரிசையில் வலி எந்த எண் என்று கேட்டார். வலிக்குக்கூட ஓர் எண் இருக்கிறதா என வியப்படைந்தான். அவன் ஆறு என்று சொன்னான். 10 எண் வலி எப்படி இருக்கும் என்று கற்பனை செய்தான். அந்த மருத்துவரிடம் வேலை செய்த தாதிப் பெண் லட்சணமாக இருந்தாள். ஐந்து டொலர் நோட்டில் இருக்கவேண்டிய முகம். அவளுக்கு அழகு எண் எட்டு கொடுக்கலாம் என்று தீர்மானித்தான். அவனுடைய சுப்பர்மார்க்கெட் மனேஜர் செயல் திறனுக்கு நான்கு எண் போதும். வேகமாக நடக்க முடியவில்லை. அவனைத் தாண்டி இரண்டு சிறுவர்கள் ஓர் ஆப்பிளை இரு பக்கமும் பிடித்தபடி நடந்து போனார்கள். பார்க்கச் சிரிப்பாக வந்தது.

கதை உண்மையில் தொடங்கியது மூன்று வயது மதிக்கக்கூடிய ஒரு பெண் குழந்தையில்தான். சுப்பர்மார்க்கெட்டில் சிறுவர்கள் விளையாட்டு மையத்தில் சற்று வயதுகூடிய பெண் குழந்தையுடன் விளையாடிக் கொண்டிருந்தது. திடீரென்று பெரிய பெண், பெற்றோர் வந்து அழைக்க புறப்பட்டு போய்விட்டது. தனித்து விடப்பட்ட குழந்தை இங்கும் அங்கும் பார்த்தது. காசுபோட்டால் ஆடும் குதிரையுடன் விளையாடிவிட்டு மெல்லச் சிணுங்கத் தொடங்கியது. சிணுங்கல் பெரிதாகிக்கொண்டு வந்ததை ஒருவரும் கண்டு கொள்ளவில்லை. ‘ம்மா, ம்மா’ என்று கத்தி அழத் தொடங்கியபோது அந்தப் பாதையில்போன ஒரு மூதாட்டி குழந்தையைப் பார்த்தார். பரிதாபமாக இருந்தது. குழந்தையின் கையைப் பிடித்து அழைத்துச் சென்று வாசலில் உயரமான ஸ்டூலில் அமர்ந்து அன்றைய லொத்தர் டிக்கட்டுகளை வரிசைப் படுத்திச் சரி பார்த்துக்கொண்டிருந்த சோமாலியக் காவலாளியிடம் ஒப்படைத்துவிட்டு தன் பாட்டுக்குச் சென்றார்.

காவலாளியின் பெயர் அப்துல் ஆஹ்ட்டி. வாட்டசாட்டமானவர். மீனின் உடம்பில் தலை இருப்பதுபோல கழுத்தே தெரியாமல் இருந்தார். சோமாலியாவில் ஒரு காலத்தில்

அவர் மந்திரியாகக் கடமையாற்றியவர். அழகான ஆங்கிலம் பேசுவார். வார்த்தைகள் அவர் வாயிலிருந்து புறப்படும்போது பல்லு கூசுவதுபோல முகத்தைப் பிடிப்பார். அவருடைய உச்சரிப்புப் பலருக்குப் புரியாது. மந்திரிப் பதவி வகித்ததை அவர் ஒருவருக்கும் சொல்வது கிடையாது; நம்பமாட்டார்கள். சோமாலியாவில் மந்திரியாக இருந்தவர்களின் தொகை ஏறக்குறைய சோமாலியாவின் சனத்தொகையில் பாதியாக இருக்கும். அப்துல் ஆஹ்ட்டி குழந்தையின் சிறு கையைப் பிடித்துக் கொண்டார். அது குழந்தைக்குக் கொஞ்சம் ஆறுதலாகப் பட்டிருக்கலாம். இடுப்பில் குத்தியிருந்த ரேடியோவை எடுத்து அவருடைய மேலாளரிடம் தன்னிடம் ஒரு குழந்தை ஒப்படைக்கப்பட்டு இருப்பதைச் சொன்னார். பின்னர் தன் குறிப்புப் புத்தகத்தை திறந்து, பேனாவினால் காற்றிலே மூன்று வட்டம் போட்டுவிட்டு நேரத்தைக் குறித்து வைத்தார். மந்திரியாக இருந்தவர் ஆதலால் சட்ட நுணுக்கம் தெரிந்தவராகவும் விவரமானவராகவும் காணப்பட்டார்.

சும்மா இருந்த குழந்தையிடம் குனிந்து அதன் பெயர் என்ன என்று கேட்டார். மீசை வைத்த அந்த முகத்தை அத்தனை கிட்டடியில் பார்த்த குழந்தை பயத்தில் அலறத் தொடங்கியது. சற்று தூரத்தில் தானியங்கி விற்பனை மெசின் ஒன்று நின்றது. அதற்கு முன் நின்ற 14 வயதுப் பையன் குடித்து முடித்த கோக் டின்னை கக்கத்தில் வைத்து நசுக்கி எறிந்துவிட்டுப் போனான். அப்துல் ஆஹ்ட்டி பக்கவாட்டில் வளைந்து மெசினில் எழுதியிருந்ததைப் படித்தார். ஒரு டொலரைப் போட்டு சொக்கலற் ஒன்றை எடுத்து உறையைப் பிரித்துக் குழந்தையிடம் கொடுத்தார். அது தண்ணீரை ஏந்துவதுபோல இரண்டு கைகளையும் குவித்துப் பிடித்து வாங்கி, சொக்கலற்றைக் கடித்து உண்ணத் தொடங்கியது. சற்று நேரத்தில் அதன் கைவிரல், கன்னம், அது அணிந்திருந்த வசந்தகால உடை சகலதும் சொக்கலற் கலருக்கு மாறிவிட்டன. அடுத்து என்ன செய்யலாம் என சோமாலிய மந்திரி யோசித்தபோது லோகநாதன் அங்கு வந்துசேர்ந்தான்.

லோகநாதன் இரக்க சுபாவம் உள்ளவன். அழுதுகொண்டு ஒரு குழந்தை கன்னத்தில் கண்ணீரும் சொக்கலற்றும் சரிபாதி விகிதத்தில் வழிய, காவலாளியுடன் நின்ற காட்சியைப் பார்த்தபின் அவனால் சும்மா போக முடியவில்லை. அவனுக்கு சுப்பர்மார்க்கெட் வேலை நேரம் நெருக்கியது. ஆனால் எந்த ஒரு குழந்தையும் அழும் காட்சி அவனை உருக்கிவிடும். அவனுடைய அப்பா பூவரசம் கம்பினால் அவனை அடிக்கும்போதே கேட்பார், ‘உன்னை எதற்காக அடிக்கிறேன் தெரியுமா?’ அவன் பதில் சொல்லவேண்டும். ‘நான் திருந்துவதற்கு.’ மறுபடியும் அடிப்பார்.

'உன்னை எதற்காக அடிக்கிறேன் தெரியுமா?' 'தெரியும் அப்பா. நான் திருந்துவதற்கு.' அவன் வாழ்க்கை முழுக்க நிறைந்திருந்தது அழுகையும் வலியும்தான். அழும்போது சிலவேளை மூச்சுத் திணறும். ஆ ஆ என்று வாய் திறக்கும் ஆனால் உள்ளேபோன மூச்சு வெளியே வராது. மறுபடியும் அப்பா அடிப்பார். 'உன்னை எதற்காக அடிக்கிறேன் தெரியுமா?' 'என் சுவாசப்பையை வெடிக்க வைப்பதற்கு, அப்பா.'

லோகநாதனின் மனம் உருகியது. பார்த்தவுடன் தமிழ் குழந்தை என்றே தோன்றியது. இரண்டு குட்டிப் பின்னல் பின்னி நுனியில் ரிப்பன் கட்டியிருந்தது. வெள்ளைச் சப்பாத்து. வெள்ளை சொக்ஸ். நெஞ்சிலே டோரா படம் வரைந்த வெள்ளை கவுன். கச்சிதமாக உடை அணிந்திருந்த குழந்தை வசதியான குடும்பத்தில் இருந்து வந்திருக்கவேண்டும். மழலைப் பள்ளியில் இருந்து கூட்டிப்போன இடத்தில் யாரோ தவற விட்டுவிட்டார்கள். காவலாளிக்கு வணக்கம் கூறிவிட்டு குழந்தையிடம் பேச அனுமதி கேட்டான் லோகநாதன்.

'உன்னுடைய பெயர் என்ன?'

'ஷிவானி.'

'ஓ நல்ல பெயர். அம்மாவுடன் வந்தனீங்களா?' குழந்தை தலையை ஆட்டியது.

'அம்மாவின் பெயர் என்ன?' அது லளிதகுமாளி என்றது. லலிதகுமாரி என்று ஊகித்துக் கொண்டான்.

'உன்னுடைய அம்மாவின் செல்போன் நம்பர் தெரியுமா?' சும்மாதான் கேட்டான். அவன் எதிர்பார்க்கவில்லை. காவலாளியையும் அவனையும் ஆச்சரியப்படுத்தும் விதமாக குழந்தை முன்னுக்கும் பின்னுக்கும் ஆடியபடி நம்பரை பாட்டாகப் பாடியது.

காவலாளியை லோகநாதன் பார்த்தான். அவர் தலையாட்டினார். அந்தக் குழந்தை பாடிய நம்பரை செல்பேசியில் அழைத்தான். 'நீங்கள் அழைத்த நம்பர் தற்போது செயல்பாட்டில் இல்லை. மீண்டும் அழைக்கவும்' என்றது. மறுபடியும் அழைத்தான். மறுபடியும் அதே செய்தி. 15 நிமிடம் கழித்து ஒரு பெண்ணின் குரல் கேட்டது.

'நீங்கள் லலிதகுமாரியா?'

'ஆமாம். நீங்கள்?'

'உங்களுக்கு ஷிவானி என்று மகள் இருக்கிறாரா?'

அ. முத்துலிங்கம்

‘ஆமாம். நீங்கள் யார்? என்ன வேண்டும்?’ குரலில் பதற்றம் இல்லை; எரிச்சல்தான் இருந்தது.

‘உங்கள் குழந்தை இங்கே அழுதுகொண்டிருக்கிறது. அங்காடியின் வடகிழக்கு மூலையில் காவலாளியுடன் காத்திருக்கிறது. உடனே வாருங்கள்.’

‘சரி’ என்று சொல்லி போன் வைக்கப்பட்டது. ஆனால் பெண் வரவில்லை. 15 நிமிடம் கழிந்தும் அவர் வந்தபாடில்லை. மறுபடியும் லோகநாதன் அழைத்தான். அவன் பேசமுன்னரே குரல் வந்தது. ‘வருகிறேன் என்று சொன்னேன் அல்லவா?’ மறுபடியும் வைக்கப்பட்டது. குரலில் கொஞ்சம் கோபம் இருந்தது. என்ன பெண் இவர்? அவனுக்கு வேலைக்குப் போகவேண்டிய நேரம் தாண்டிவிட்டது. மனேஜர் கண்டிப்பானவர். அவனை வீட்டுக்குத் திருப்பி அனுப்பலாம் அல்லது வேலை நிரந்தரமாகப் பறிபோகலாம். குழந்தையைக் காவலாளியிடம் ஒப்படைத்துவிட்டு போகவும் மனம் வரவில்லை. மறுபடியும் குழந்தையின் தாயாரை அழைத்தபோது அழைப்பு துண்டிக்கப்பட்டது. ஒரு மணிநேரம் கழிந்தபோது சந்தேகம் வலுத்தது.

லோகநாதன் ‘கொஞ்சம் பொறுங்கள்’ என்று கெஞ்சினான். முன்னாள் மந்திரிக்குச் சங்கடமாக இருந்தது. ‘தெருவைக் கண்டு பிடித்து பயனில்லை. சரியான திசையிலும் போகவேண்டும். எனக்கு ஏதோ சரியில்லை என்று படுகிறது. நான் கடமையைச் செய்யவேண்டும்’ என்றார். குழந்தைகள் நலன் காப்பு மையத்தை அழைத்தபோது அவர்கள் உடனேயே ஒரு பெண் பணியாளரை அனுப்பி வைத்தார்கள். அந்தப் பெண் கேட்ட கேள்விகளுக்கு காவலாளியும் லோகநாதனும் பதில் சொன்னார்கள். அவர் சின்ன நோட்டுப் புத்தகத்தில் விவரங்களைப் பதிந்தார். காவலாளி சொன்னார். ‘மிக மோசமான தாயாராக இருக்கிறார். வருகிறேன் என்று சொன்னாரே ஒழிய வரவேயில்லை. அவருக்கு இது எத்தனை பாரதூரமான குற்றம் என்பது தெரியவில்லை. என் அனுபவத்தில் இப்படி நடந்ததே கிடையாது.’

ஒரு பெண் சூயிங்கம் மென்றுகொண்டு சுப்பர்மார்க்கெட் தள்ளுவண்டியைத் தள்ளியபடி அவர்களை நோக்கி நடந்து வந்தார். தள்ளுவண்டியின் மேல்தட்டிலும் கீழ்தட்டிலும் சாமான்கள் நிறைந்துபோய் கிடந்தன. நாகரிகமாக உடை அணிந்திருந்த அவர் ஒரு வங்கி அதிகாரிபோலக் காணப்பட்டார். மெல்லிய மேலங்கி, அதனிலும் மெல்லிய கழுத்துச் சால்வை. நீண்ட வாரில் கைப்பை அவரது இடது தோளில் தொங்கியது. குற்றவாளிகளைப் பார்ப்பதுபோல இவர்களை அசட்டையாகப் பார்த்துக்கொண்டு அணுகினார். குழந்தை அதுபாட்டுக்கு சொக்கலற்றை நக்கியது.

லோகநாதனால் தன் கண்களை நம்பமுடியவில்லை. 'நீங்கள்தானா லலிதகுமாரி?' அவர் பதில் பேசவில்லை. 'ஒருமணி நேரமாக நான் உங்கள் குழந்தைக்கு காவலாக இங்கே நிற்கிறேன். நீங்கள் சுப்பர்மார்க்கெட்டில் சாமான்கள் வாங்கினீர்களா? மிகவும் நல்லது' என்றான். 'நான் சொன்னேனே வருகிறேன் என்று. பாதியில் எப்படி வரமுடியும்?' பணியாளர் குறுக்கிட்டார். 'ஒரு மூன்று வயதுக் குழந்தையைத் தனியாக விட்டுவிட்டுச் சென்றது தவறு என்பது உங்களுக்கு தெரியாதா?' 'இவர் யார்? எல்லோரும் மாறிமாறி என்னைக் கேள்வி கேட்கிறீர்களே? முதலில் குழந்தையை என்னிடம் கொடுங்கள்.' 'அம்மா, இவர் குழந்தைகள் நலன் காப்பு மையத்திலிருந்து வந்திருக்கிறார். நான்தான் அவரை அழைத்தேன். ஒரு மணிநேரம் காத்திருந்தும் உங்களைக் காணவில்லையே?' என்றார் காவலாளி.

எரிச்சல்தான் அவருடைய முகத்தின் இயல்பு நிலை. லலிதகுமாரி கோபாவேசத்தோடு லோகநாதன்மேல் பாய்ந்தார். 'உங்களிடம் நான் சொன்னேனே. அவசரபுத்தியில் இப்படிச் செய்துவிட்டீர்களே. இவர்களுடைய மோட்டுக் கேள்விகளுக்கெல்லாம் நான் பதில் சொல்ல வேண்டுமா?' 'அம்மா, பதில் சொல்லித்தான் ஆகவேண்டும். குழந்தையைப் பாதுகாப்பு இல்லாத இடத்தில் தனியாக விட்டுவிட்டு போயிருக்கிறீர்கள். இது தண்டனைக்குரிய குற்றம். குழந்தை அழுதுகொண்டே இருந்திருக்கிறது' என்றார் பணியாளர். லலிதகுமாரி சத்தமிடத் தொடங்கினார். 'ஓ கடவுளே! இத்தனை மூளைசாலிகளை நான் ஒரே இடத்தில் சந்தித்தது கிடையாது. குழந்தை அழுவது என்ன புதினமா? இப்படிப் பொறுப்பில்லாமல் நடப்பதை எப்படி அனுமதிக்கலாம்?'

இரண்டு போலீஸ்காரர்கள் பக்கத்து பக்கத்தில் இடுப்பில் வைத்த கையை எடுக்காமல் நடந்து வந்தார்கள். பணியாளர் அழைத்திருக்கவேண்டும். போலீஸ் லலிதகுமாரியிடம் விசாரணையை ஆரம்பித்தபோது அவர் திகைப்புடன் அவர்களைப் பார்த்தார். நிலைமையின் தீவிரம் இன்னும் அவருடைய மூளைக்குள் இறங்கவில்லை. 'நான் குழந்தையின் தாய். நீங்கள் இங்கே வந்ததே தவறு. ஏதோ சதி நடக்கிறது, அதை முதலில் விசாரியுங்கள்' என்றார். காவலாளி லோகநாதனைப் பார்த்துச் சொன்னார். 'இந்தப் பெண் என்ன பைத்தியமா? நீங்கள் செய்த உதவிக்கு அவர் நன்றியல்லவா சொல்லியிருக்கவேண்டும்.' 'நன்றியா? அவர் என்னைத் திட்டாமல் விட்டாலே போதும்.' 'கோழிக்குஞ்சின் வசவு பருந்தை ஒன்றுமே செய்யாது. பாருங்கள், எத்தனை மடத்தனமாக அவர் நடந்துகொள்கிறார். பணியாளர் குழந்தையைக் கூட்டிப் போனால் வழக்காடி அதை மீட்பதற்கு

34

அ. முத்துலிங்கம்

நாலைந்து மாதம் எடுக்கும். சிலவேளை குழந்தை கிடைக்காமல்கூட போகலாம். வழக்கறிஞர் செலவு வேறு 10,000 டொலரைத் தாண்டிவிடும்' என்றார் காவலாளி.

வட்டமான சனங்களின் கூட்டம் வரவர அதிகரித்தது. லலிதகுமாரி லோகநாதனை ஒருவித வன்மத்துடனும், வெறுப் புடனும் பார்த்தார். அவருடைய உடைக்கும் நாகரிகத்துக்கும் முற்றிலும் பொருந்தாத விதமாக அவனைத் திட்டினார். 'நான் இதோ வருகிறேன் என்று சொல்லியும் இப்படித் துரோகம் செய்தாயே. சும்மா தன்பாட்டுக்கு விளையாடிய பிள்ளையைக் கடத்திப்போன உன் சேவைக்குக் கனடிய அரசு உனக்குச் சிலை வைக்கப்போகிறதா?' என்று வாய்கூசாமல் கத்தினார். உடம்புடன் சேர்த்துத் தலையைத் திருப்பிய காவலாளி 'கடத்தினாரா? அந்தக் குழந்தையைக் காப்பாற்றியது அவரல்லவா?' என்றார். போலீஸ் 'அம்மா மன்னியுங்கள். உங்கள் தரப்பு நியாயத்தை நீங்கள் கோர்ட்டில் சொல்லலாம்' என்று விளக்கியபடியே அவருக்கு விலங்கு மாட்டி அழைத்துச் சென்றது. குழந்தை பணியாளருடன் போனது. தள்ளுவண்டி காவலாளியுடன் நின்றது.

'என்னைப் பிடித்துப் போகிறீர்களா? மூடர்களே, நான் குழந்தையின் தாய். அவன்தான் பிள்ளை பிடிகாரன். அவன்தான் குற்றவாளி. அவனைக் கைது செய்யுங்கள். என் குழந்தையை என்னிடம் ஒப்படையுங்கள்.' அவர் கண்களில் வெளிப்பட்ட குரோதம் விபரீதமாகப் பட்டது. உடம்பை வளைத்து முகத்தைத் திருப்பி அவனைப் பார்த்து கால்கள் தரையில் இழுபட கத்தினார்: 'I will pin you. I will pin you.' 'பின்' என்றால் ஊசி என்பது லோகநாதனுக்குத் தெரியும். 'உன்னை மாட்டிவிடுவேன்' என்ற அர்த்தத்தில் அவர் கத்தினார் என்பது பின்னால் புரிந்தது. அவன் இரண்டு வேலை செய்ததுபோல அந்த வார்த்தையும் இரண்டு வேலை செய்தது.

லோகநாதன், காயப்போட்ட துணி ஆடுவதுபோல சுப்பர்மார்க்கெட்டை நோக்கி நடக்கத் தொடங்கினான். வேலைக்கு ஒரு மணி நேரம் தாமதமாகிவிட்டது. பறக்கும் பறவை உதிரும் சிறகைத் திரும்பிப் பார்ப்பதில்லை. அவன் கடமையைச் சரியாகத்தான் செய்தான். ஆனால் மனம் லேசாவதற்குப் பதில் கனமாகிவிட்டது. 'மகனே, என்னை காலை மூன்று மணிக்கு எழுப்பி இந்த மருந்தைத் தா' என்று சொல்லிவிட்டு அவன் அம்மா தூங்கப் போனார். அவன் நீண்ட நித்திரையில் ஆழ்ந்து போனான். காலையில் எழுந்து பார்த்தபோது அவர் இறந்துபோய் கிடந்தார். அப்போதுகூட அவனுக்கு இத்தனை வேதனை ஏற்படவில்லை. 'என் பிள்ளையை நீ கடத்தினாய்' என்று அவர் கத்தியபோது அது எத்தனை நோவை நெஞ்சில் கிளப்பியது.

பிள்ளை கடத்தல்காரன்

இன்னும் இரு நிமிடங்களில் அவன் சுப்பர்மார்க்கெட்டை அடைந்துவிடுவான். திடீரென்று முதுகு வலி ஆரம்பித்தது. ஓர் அடி எடுத்து வைப்பதே பெரும் பிரயத்தனமாக இருந்தது. சுரீர் என்று தொடங்கிய வலி இடது கால் மூலம் நிலத்தை வந்து அடைந்தது. அவன் முகம் அருவருக்கத்தக்க முறையில் மாறி எதிரில் வருபவர்களை வேறு பக்கம் திரும்பிப் பார்க்க வைத்தது. வலி எண் எத்தனையாக இருக்கும் என்று யோசித்தவாறே மற்றக் காலைத் தூக்கி முன்னுக்கு வைத்தான்.

~ ~

நிலம் எனும் நல்லாள்

சைமன் கனடா வந்து நாலாவது நாளே தாயிடம் கேட்டான். 'அம்மா, உங்களிடம் துப்பாக்கி இருக்கிறதா?'

'இல்லையே, இது என்ன கேள்வி?'

'அமெரிக்காவின் சனத்தொகையிலும் பார்க்க அங்கே துப்பாக்கிகளின் எண்ணிக்கை அதிகமாமே?'

'இது அமெரிக்கா அல்ல மகனே, கனடா.'

'பக்கத்து வீட்டுக்காரர்களிடம் துப்பாக்கி இருக்குமா?'

'ஏணி கடன் கேட்பதுபோல பக்கத்து வீட்டில் போய் இரவல் கேட்கப்போகிறாயா? யேசுவே, என்ன நடக்கிறது இங்கே?'

'இல்லை அம்மா, ஒரு பாதுகாப்புக்குத்தான்.'

'இங்கே உனக்கு எதிரிகள் இல்லை. நீ சுதந்திரமாக உலாவலாம். இது சமாதானமான நாடு.'

'அம்மா நான் இருபது வருடங்களுக்கு மேலாக கையிலேயோ இடுப்பிலேயோ ஒரு துப்பாக்கியைக் காவியபடி அலைந்திருக்கிறேன். ஏதோபோல இருக்கிறது.'

'அது வேண்டாம் மகனே. அந்த நினைப்பையே விடு. கையிலே சுத்தியல் இருந்தால் எல்லாப் பிரச்சினையும் ஆணிபோலவே தெரியும்.'

அன்றும் அவர்கள் பேச்சு திருப்தியில்லாமல் நின்றது. எப்பொழுது மகனுடன் பேசத்

தொடங்கினாலும் அந்தச் சம்பாசணை அசாதாரணமானதாக உருவெடுத்து வேறு திசையில் சென்று எதிர்பாராத முடிவுக்கு வருவதே வழக்கம்.

சைமன் இளவயதில் நன்றாகப் படித்தான். ஒருநாள் காலை பள்ளிக்கூடத்துக்குப் புறப்பட்டவன் பின்னர் திரும்பவே இல்லை. இயக்கத்தில் சேர்ந்துவிட்டான் என்று சொன்னார்கள். மகன் திரும்பி வருவான் என்று காத்திருந்து நம்பிக்கை இழந்தபின்னர் அவனுடைய பெற்றோர்கள் கனடாவுக்குக் குடிபெயர்ந்தார்கள். அங்கே பிளாஸ்டிக் உதிரிப்பாகம் செய்யும் தொழிலை அவனுடைய அப்பா தொடங்கி வெற்றிபெற்றார். இலங்கைப் போர் முடிவுக்கு வந்தபோது நிறையப் பணம் செலவழித்து மகனை தேடிக் கண்டுபிடித்து அவனை தாய்லாந்து வழியாக கனடாவுக்கு எடுப்பித்து விட்டார்.

சைமன் கனடாவுக்கு வந்த அன்று அவன் பெற்றோர்கள் வசித்த வீட்டைப் பார்த்து திகைத்துவிட்டான். அரை ஏக்கர் நிலத்தில் கட்டப்பட்ட மாளிகை என்று சொல்லலாம். பளிங்குத்தரை. மரவேலைப்பாடுகள். சுழன்று ஏறும் படிக்கட்டுகள். சுவிட்ச்போட்டு திறந்து மூடும் திரைச் சீலைகள். தொலைக்காட்சியைப் பார்ப்பவர்கள் இருக்கும் தூரத்திலும் பார்க்க அகலமான டிவி. அவனால் அத்தனை படாடோபத்தைத் தாங்கமுடியவில்லை. 'இத்தனை பெரிய வீடா?' என்று வாய்விட்டுச் சொன்னான். அவன் யாருக்காகப் போர் புரிந்தான்? அவர்களுக்காகவும்தானே. ஆனால் அவர்களோ நாட்டை மறந்துவிட்டார்கள். போரை மறந்துவிட்டார்கள். 'நீங்கள் என்னை மறந்துவிட்டீர்கள்' என்றான்.

'மகனே, உன்னை நினைக்காத நாள் ஏது? உனக்காகவே நாங்கள் இந்த வாழ்க்கையைத் தேர்ந்தெடுத்தோம். உனக்கென்று ஒரு நல்ல வாழ்க்கையை நீ இங்கே அமைக்கவேண்டும்.' 'எப்படி அம்மா அது முடியும்? என்னால் பழைய நினைவுகளிலிருந்து விடுபட முடியவில்லையே.' 'இந்த வீட்டுக்கு நாங்கள் குடிபெயர்ந்து 5 வருடங்களாகின்றன. இன்றைக்கும் இடைக்கிடை பழைய வீட்டுக்காரருக்குக் கடிதம் வருகிறது. அப்படித்தான் பழைய ஞாபகங்கள் தேடி வரும். பொருட்படுத்தக்கூடாது. புதிய வாழ்க்கைக்கு நீ தயாராகவேண்டும்.'

'தயாராவதா? நான் எவ்வளவு இழந்துவிட்டேன். நான் போர் செய்துகொண்டு இருந்தபோது கொசோவோ என்று ஒரு புதிய நாடு உண்டாகிவிட்டது. அது எனக்குத் தெரியாது. யாராவது 23.20 மணி என்று சொன்னால் அது புரியாது. இங்கே நாலு மணி என்றால் உலகத்தில் வேறு எங்கே எங்கே

நாலு மணி, அதுவும் தெரியாது. 'வண்ணத்துப்பூச்சி காலிலே ஒரு காட்டைக் காவுகிறது' என்று ஓர் அருமையான கவிதை வரி நேற்று சொன்னீர்கள். நான் காலிலே எந்தக் காட்டைச் சுமக்கிறேனோ? 20 வருடத்துக்கு மேலாக ஒரு நிலத்துக்காகப் போராடிய பின்னர் என்னிடம் மிஞ்சியது இரண்டு பழைய உடுப்புகள், ஒரு சோடி சப்பாத்து, ஓடாத கடிகாரம். புதிய எதிரிகள்.' 'இங்கே உனக்கு எதிரிகள் கிடையாது. உன்னுடைய அப்பாவின் தொழிற்சாலையில் 200 பேர் வேலைசெய்கிறார்கள். நீ அப்பாவிடம் வேலை பழகு. உனக்கு ஒரு நல்ல பொம்பிளை பார்ப்போம்' என்றார் அம்மா.

நேற்றையைப்போலவும் நாளையைப்போலவும் இருக்கப் போகும் அந்தநாள் விடிந்தது. அம்மா றால் பொரியலும் கருவாட்டுக் குழம்பும் மஞ்சள் சோறும் செய்தார். சாப்பிடும் போது அவனுக்குக் கண்ணீர் வந்தது. 20 வருடத்திற்குப் பின்னரும் அம்மாவின் கைருசி மாறவில்லை. ஒருமுறை சிங்கள ராணுவம் ஹெலியில் பறந்து தங்கள் பக்கம் வீசிய உணவுப் பொதியொன்று காற்றுக்கு ஆடி ஆடித் தவறுதலாக அவர்கள் பக்கம் வந்து விழுந்தது. மஞ்சள் நெய்ச்சோறும் இறைச்சிப் பக்கட்டுகளும். போராளிகளுக்கு எப்பவும் பசி. அவனும் நண்பர்களும் அடித்துப் பிடித்துச் சாப்பிட்டார்கள். அந்த நண்பர்களை ஒவ்வொருவராகப் பெயர் சொல்லி நினைத்துப் பார்த்தான். இப்போது ஒருவர்கூட இல்லை.

அன்றிரவு யன்னலில் வாயினால் ஊதி விரலால் 'மஞ்சுளா' என்று எழுதினான். அப்படி எழுதி முடித்ததும் அது தானாக அழியத் தொடங்கியது. அவன் வாழ்வில் கிடைத்த சதா பிரமிப்பூட்டும் பெண். அவளைச் சந்தித்தபோது அவள் இறப்பதற்கு ஒரு வருடம், இரண்டு மாதம் 14 நாட்கள் இருந்தன. அவளுடன் அவன் பேசிய எல்லா வார்த்தைகளின் கூட்டுத்தொகை நூறைத் தாண்டாது. அவள் அதிகம் கதைத்தது அவளுடைய அகலக் கண்களால்தான். அவளுக்குப் பயிற்சி கொடுத்த பிரதீப் மாஸ்டர் சொல்வார், அவளைப்போல ஒரு போராளியை அதற்குமுன்னர் அவர் காணவில்லையென்று. மெலிந்துபோய் இருப்பாள், ஆனால் முதுகிலே 50 கிலோவை காவிக்கொண்டு இரண்டு மைல் தூரம் நடப்பாள். சைமனுடைய துப்பாக்கி சுடும் திறனைக் கேலிசெய்வது அவளுடைய முழுநேரத் தொழில். 'நீ முதலில் சுட்டுவிட்டு பின்னர் இலக்குப் பார்க்கிறாய்.'

இயக்கத்தின் சங்கேத வார்த்தைகள் அவளுக்கு மனப்பாடம். 'தேங்காய்' என்றால் போரில் மரணம். 'இளநீர்' என்றால் போரில் காயம். 'எறியல்' என்றால் சாப்பாடு. இவளும் சில சங்கேத வார்த்தைகளை அவனுக்காக உண்டாக்கி வைத்திருந்தாள்.

'நுங்கு' என்றால் உன்னைக் காதலிக்கிறேன். 'பாளை' உன் பிரிவு தாங்கமுடியவில்லை. 'ஓலை' உடனே வா இப்படி. காதலித்தவள் இவனுக்குச் சொல்லாமல் ஒருநாள் தற்கொலைப் படையில் சேர்ந்துவிட்டாள். தாக்குதலுக்குப் புறப்பட்டபோது தன் கைக் கடிகாரத்தைக் கழற்றி அவனிடம் கொடுத்தாள். அது ஓடாத கடிகாரம், அதைத் திருத்தக் கொடுக்கிறாள் என்று எண்ணினான். முதல்நாள் 'நீ பழகப் பழக புதுசாக இருக்கிறாய். உன் கடைசிப் பக்கத்தை என்னால் எட்டவே முடியாது' என்று சைமன் சொன்னான். 'கடைசிப் பக்கமா? அதை நான் நாளைக்குத்தான் எழுதப்போகிறேன்' என்றாள் அவள். அப்போதும் அவனுக்குப் புரியவில்லை. கடிகாரத்தை அவளின் ஞாபகார்த்தமாகக் கொடுத்தாள் என்பது பின்னர் தெரிந்தது. அதைத்தான் கனடாவுக்குக் கொண்டுவந்திருந்தான்.

முள்ளிவாய்க்கால் சுற்றிவளைப்பில் அவனைப் பிடித்து விட்டார்கள். செட்டிக்குளத்தில் அருணாச்சலம் திறந்தவெளிச் சிறையில் அவனை அடைத்து வைத்தார்கள். உயரமான முள்ளுக் கம்பி வேலிகளும் இரண்டு அடுக்கு ராணுவக் காவலும்; தப்புவது என்பதை நினைத்தே பார்க்கமுடியாது. ஒவ்வொரு நாளும் கண் விழிக்கும்போது 'அட, நான் இன்னும் சாகவில்லை' என்ற நினைப்பு வரும். தினம் அவனை அதிகாரியிடம் விசாரணைக்கு இழுத்துச் செல்வார்கள். பிலாத்து கைகழுவி சைகை காட்டியதும் யேசுவை சிலுவையில் அறைந்ததுபோல இந்த அதிகாரியின் தலையசைப்பில் அவன் நெஞ்சில் எந்த நேரமும் குண்டு பாயும் அபாயம் இருந்தது. விசாரிப்பவர் குறிப்பு எழுதுவதில்லை. ஒலிப்பதிவு செய்வதில்லை. ஒரு விளையாட்டு போலத்தான். ஒவ்வொருதடவையும் ஒரு புது அதிகாரி விசாரிப்பார். இடைக்கிடை முகத்திலே குத்துவார் அல்லது அடிப்பார். கேள்விகள் அதே கேள்விகள். பதில்கள் அதே பதில்கள். ஒவ்வொருநாளும் அதிகாரி புதிது. அடியும் புதிது.

அதிகாரி தனது வாயைத் திறந்துவிட்டார் என்பதை அவன் கண்டுபிடித்துத் தயாராகும்போது நாலு கேள்விகள் கேட்டு முடித்துவிடுவார். 'நீதானே சைமன்?'

'ஓம் சேர்.'

'இயக்கத்திலே உன்னுடைய பெயர் செல்வகுமார்?'

'நான் இயக்கத்திலே இல்லை சேர்.'

'படத்திலே சின்னத்தாடி வைத்து சின்ன மீசை வைத்து நிற்பது நீதானே?'

'அது இன்னொரு சைமன் சேர்.'

'இந்த நாலு பேரில் கறுப்புக் கண்ணாடியணிந்து இங்கே நிற்பது யார்?'

'அது இன்னொரு சைமன்.'

'மாங்குளம் போரிலே குண்டு எறிந்து பங்கர் பிடித்தது நீதானே? உன்னுடைய பெயரெல்லாம் பேப்பரில் வந்தது.'

'அது இன்னொரு சைமன்.'

அப்பொழுதுதான் உதை விழுந்தது. கதிரையுடன் சேர்ந்து நாலடி தூரம்போய் விழுந்தான். அறிவு மயங்கிவிட்டது. கண் விழித்தது ஆஸ்பத்திரியில்தான்.

மாங்குளம் அவனுடைய முதல் சமர். மூன்று மாதம் உடல் பயிற்சியும், மூன்று மாதம் ஜெகன் மாஸ்டரிடம் ஆயுதப் பயிற்சியும் பெற்று, முதன்முதலாக வரியுடுப்பு அணிந்து பங்குபற்றிய போர். அவனுடைய குழுவில் 15 பேர் இருந்தார்கள். குழு இலக்கை அடைந்தபோது நிலத்துக்கு அடியிலிருந்த பங்கர் ஒன்றிலிருந்து குண்டுகள் சரம் சரமாகப் பாய்ந்தன. இதை ஒருவரும் எதிர்பார்க்கவிலை. அவனுடன் வந்த 14 பேரும் போர் தொடங்கி 10 செக்கண்டுக்குள் இறந்துவிட்டனர். இவன் மட்டும் பள்ளத்தில் விழுந்து கிடந்தான். காயமில்லை. நெஞ்சு வேகமாக அடித்தது. கையிலே கிடந்த குண்டை வீசினான். அது குருட்டுவாக்கில் நேராகப் போய் பங்கருக்குள் விழுந்தது. பின்னர் அங்கிருந்து குண்டுகள் வரவில்லை. பங்கருக்குள் பாய்ந்து பதுங்கிக்கொண்டான். வெளியே சண்டை மும்முரமாக நடந்தது. 24 மணிநேரம் இரண்டு பிணங்களுடன் கழித்தான். மாங்குளம் போர் சரித்திரத்தில் அவனுக்கு ஓர் இடம் கிடைத்தது.

அம்மா அடிக்கடி அவனிடம் ஒரு பெண்ணைப்பற்றிப் பேசினார். இந்த வயதில் அவனுக்கு ஒரு கல்யாணமா? அவன் மனது சம்மதிக்கவில்லை. அந்தப் பெண் வந்தபோது அம்மா அறிமுகம் செய்து வைத்தார். ஒரு வேலைக்காரனுக்கு கொடுக்கும் புன்னகை அவளிடமிருந்து வெளியே வந்தது. வெள்ளை வெளேர் என்ற மெழுகுபோன்ற கால்களுக்கு மேல் உடம்பிலிருந்து எதிர்ப்பக்கமாக விரிந்த ஆடை அணிந்து, குதிக்கால் சப்பாத்தில் இடறி இடறி நடந்தாள். ஒரு கத்திபோலப் பற்கள் பளிச்சிட்டன. நல்ல உணவாலும் தேகப்பயிற்சியாலும் அடுத்தவேளை உணவு எங்கேயிருந்து வரும் என்ற கவலை இல்லாததாலும் தோலுக்கு அடியிலே ரத்தம் வேகமாகப் பாய்ந்து அவள் சருமம் வர்ணிக்க முடியாதபடிக்கு ஒரு மினுமினுப்பை அடைந்திருந்தது. அவளுக்கு அவன் முன்னாள் போராளி என்பது தெரியாது. ஆனால் அவனிடம் கணக்கு இருந்தது. 17

கொலைகள். இரண்டு சிறைவாசம். நான்கு பயிற்சி முகாம்கள். மூன்று பெரிய போர்கள். ஆறு சிறிய போர்கள். ஏழு போர் வடுக்கள். ஒரு பங்கர் கைப்பற்றல். ஒரு காதல். 15 நிமிடத்துக்கு ஒருமுறை சரிபார்த்துத் திருத்தப்பட்ட கூந்தல், 30 நிமிடத்துக்கு ஒருமுறை பூசப்பட்ட உதடுகள், 10 நிமிடத்துக்கு ஒருமுறை நேர்த்தியாக்கப்பட்ட புருவம். இந்தப் பெண்ணுடன் அவனால் வாழமுடியுமா?

முகம் கழுவ முன்னரும் முகம் கழுவிய பின்னரும். உணவு உண்ண முன்னரும் உணவு உண்ட பின்னரும், துப்பாக்கி கழற்றி பூட்ட முன்னரும், பூட்டிய பின்னரும் ஒரே சிந்தனைதான். ஒருநாட்டை எப்படி உண்டாக்குவது? ஒரு நிலத்தை எப்படிச் சொந்தமாக்குவது? 20 வருடங்கள் அப்படி வாழ்ந்தான். அம்மா சொல்கிறார். 'நீ எங்கே இருக்கிறாயோ, அதுதான் உன் நாடு. எங்கே சமஉரிமை கிடைக்கிறதோ அதுவே உன் நிலம். அது உனக்குள்ளேதான் இருக்கிறது. ஒருவரும் பறிக்கமுடியாது. நீ நல்லவன். உன் குணத்தை நீ கொன்றவர்களின் எண்ணிக்கையை வைத்துத் தீர்மானிக்கமுடியாது. நீ கொல்லாதவர்களுடன் எப்படிப் பழகினாய் என்பதை வைத்துத்தான் தீர்மானிக்கவேண்டும்.'

அவனுடைய குழுவில் இருந்த ஒருவன் ஆயுதம் பறிப்பதில் வல்லவன். பால்ராஜ் அண்ணர் பொறுப்பாளராயிருந்த ஆனையிறவுச் சமரில் தனஞ்செயன் 11 ஆயுதங்கள் பறித்து ஒரு சாதனையை நிலைநாட்டினான். மகாபாரதப் போரிலே உத்தரகுமாரன் கௌரவ சேனையை எதிர்த்துப் போருக்குக் கிளம்பிய போது அவன் சகோதரி உத்தரையும் சேடிகளும் அவனிடம் இன்ன பட்டு உத்தரீயங்கள், இன்ன ஆபரணங்கள், இன்ன கிரீடங்கள் எதிரிகளை வென்று கொண்டுவரச் சொல்வார்கள். அப்படித் தினமும் தனஞ்செயனிடம் 'அண்ணை எனக்கு ஒரு எம் 70 கொண்டு வாருங்கள்', 'அண்ணை எனக்கொரு ஏகே 47', 'அண்ணை எனக்கொரு ரி – 56' என்று போராளிகள் தொந்தரவு கொடுப்பார்கள். பேராசைக்காரர் ஏகேஎல்எம்ஜி கூட கேட்டதுண்டு. சகலவிதமான ஆயுதங்களையும் எதிரிகளிடமிருந்து லாவகமாகக் கைப்பற்றிவிடுவான். அன்றும் அப்படித்தான். எதிராளி குண்டுபட்டு சரியத் தொடங்கியதும் தனஞ்செயன் ஓடத் தொடங்கினான். ஆயுதத்தைக் கைப்பற்றிப் பாதி தூரம் கடந்தபோது குண்டு முதுகைத் துளைத்துக் குப்புற விழுந்தான், ஆனால் பறித்த துப்பாக்கிப் பிடியை அவன் விடவில்லை. சைமன் விழுந்த நண்பனை முதுகிலே காவிக்கொண்டு ஓட்டமும் நடையுமாக விரைந்தான். துப்பாக்கிக் குண்டுகள் பக்கத்துப் பக்கத்தில் சீறின. சுற்றிலும் தீச்சுவாலைகள். நெஞ்சிலே வழிந்த ரத்தம் சைமன் முதுகை நனைத்துக் காலிலே சொட்டியது.

'சைமன், என்னைக் கைவிடாதே, காப்பாற்று' என்று அவனுடைய உற்ற நண்பன் மன்றாடினான். நண்பன் இறந்தது தெரியாமல் சைமன் உடலைக் காவிக்கொண்டு ஒரு மைல் தூரம் அன்று ஓடியிருந்தான்.

அவனைக் கனடாவுக்கு எடுப்பித்ததோடு தன்னுடைய கடமை முடிந்துவிட்டது என அப்பா நினைத்தார். உணவகத்து சேவகன்போல பின்பக்கமாக ஒரு கையைக் கட்டிக்கொண்டு அவன் கண்படும் விதமாக உலாத்துவார். தொழிற்சாலைக்கு வந்து தனக்கு உதவ வேண்டும் என எதிர்பார்த்தார். ஆனால் அவன் அவருடன் பேசுவதற்கு அகப்படுவதில்லை. அடிக்கடி கதவைத் திறந்துபோட்டு வெளியே போய்விடுவான். ஒருநாள் அம்மா அவனைத் தேடிக்கொண்டு தோட்டத்தில் வந்து பார்த்தபோது ஒரு மரத்தின் அடியில் உட்கார்ந்து ஆகாயத்தை பார்த்தபடி இருந்தான். 'மகனே, என்ன பார்க்கிறாய்?' 'அம்மா, ஏப்ரல் மாதத்தைக் காது கொடுத்துக் கேட்டுக்கொண்டிருக்கிறேன், பாருங்கள், மிகவும் வித்தியாசமாகக் கேட்கிறது.'

'ஓ, யேசுவே! ஏப்ரல் மாதம் சத்தம் போடுமா? உள்ளே வா மகனே. குளிரடிக்கிறது.'

'அப்ப இது ஏப்ரல் மாதம் இல்லையா?'

'முட்டாள்போலப் பேசாதே.'

'உலகிலே ஒன்றிரண்டு முட்டாள்கள் கூடுவதால் பெரிய மாற்றம் ஒன்றும் ஏற்படப் போவதில்லை.'

'ஓய்வுநாளில் என்ன செய்வீர்கள்?' என்று அம்மா ஒருநாள் கேட்டார். அந்தக் கேள்வியை அவனால் தாங்க முடியவில்லை. ஒரு போராளிக்கு ஓய்வுநாள் கிடையாது என்பது அவனுடைய சொந்த அம்மாவுக்குகூடத் தெரியவில்லை. அவனுடைய குழு பத்து நாட்கள் காட்டிலே ஒளித்திருந்து திடீர்த் தாக்குதல் நடத்தவேண்டியிருந்தது. காவிக் கொண்டுவந்த உணவும் தண்ணீரும் தீர்ந்துவிட்டது. இரண்டு முழு நாட்கள் உணவோ தண்ணீரோ இல்லாமல் பொறுத்திருந்து சமயம் பார்த்துத் தாக்குதலை நடத்திவிட்டுத் திரும்பினார்கள். அந்தச் சூழலிலும் ஒருவர்கூட 'பசிக்குது' என்றோ 'தண்ணீர்த்தாகம்' என்றோ 'திரும்புவோம்' என்றோ ஒரு வார்த்தை சொல்லவில்லை. அப்படி அர்ப்பணிப்போடு ஒரு நாட்டை உருவாக்குவதற்கு அவர்கள் போராடினார்கள். அதே நேரம் அம்மா சமையலறைக்கு என்ன வர்ணம் பூசலாம் என்று மூளையைச் செலவழித்திருப்பார். அல்லது இரவு விருந்துக்கு இறைச்சியை வதக்குவதா பொரிப்பதா என்று சமையல்காரிக்கு உத்தரவு கொடுத்திருப்பார். அவனுக்கு

அவமானமாக இருந்தது. அங்கே தங்கும் ஒவ்வொரு நிமிடமும் நரகமாகவே பட்டது.

இரவு படுக்கப் போகுமுன்னர் அவன் தாய் வெளிக்கதவைப் பூட்டித் திறப்பை வழக்கம்போல ஒளித்து வைத்தார். காலையில் பார்த்தால், முதல்நாள் சலவைசெய்து ஸ்திரிபோட்டு, ஒரு சுருக்கம்கூட இல்லாமல் இழுத்துச் செருகப்பட்ட தூய வெள்ளை மெத்தை விரிப்பில் படுத்திருந்த மகனைக் காணவில்லை. ஆனால் ஒரு யன்னல் திறந்து கிடந்தது. வெளியே பனி தூறியது. இரவு எந்த நேரம் புறப்பட்டுப் போனானோ தெரியவில்லை. அவன் அடிக்கடி பாதைகள் பழக்கமில்லாததால் தவறிப் போகிறவன். காலநிலை அறிவிப்பாளர் அன்று நாலு அங்குலம் பனிப்பொழிவு இருக்குமென்று அறிவித்துக்கொண்டிருந்தார். உடனேயே பொலீசுக்குத் தெரிவித்ததுடன், பேப்பர்களிலும் தொலைக்காட்சியிலும் அறிவித்தல்கள் கொடுத்தார்கள். ஒருவாரம் கழித்துதான் உடல் கிடைத்தது. சைமனுடைய முகம் பனிமூடி சிதையாமல் புன்னகையுடன் இருந்ததுபோலத் தோன்றியது.

சைமனுடைய அப்பா இரண்டு வருடத்துக்கு முன்னரே சவ அடக்கத்துக்கான மூன்று நிலத்துண்டுகளை ரெஸ்தாவன் நினைவுத் தோட்டத்தில் அதிக விலை கொடுத்து வாங்கியிருந்தார். அவை மூன்றும் அருகருகாக இருந்தன. அந்தப் பனிக்குளிரிலும் சவ அடக்கத்துக்கு 12 பேர் வந்திருந்தனர். பாதிரியார் ஜெபம் செய்தார். 'எங்கள் தேவனாகிய கர்த்தாவே, வேலைக்காரரின் கண்கள் எஜமான்களின் கையை நோக்கி இருக்குமாப்போல, தேவன் எங்களுக்கு இரக்கம் செய்யும்வரைக்கும் எங்கள் கண்கள் உம்மை மெய்யாகவே நோக்கியிருக்கும். நீர் படைத்த ஜீவன் உம்மிடத்தில் வரும் நாளில் தீவிரமாய் உத்தரவு அருளிச் செய்யும். ஆமென்'. யாழ்ப்பாணம் மயிலிட்டியில் பிறந்து, முள்ளிவாய்க்காலில் தப்பி, தாய்லாந்தில் உத்தரித்து, ரொறொன்ரோ வந்துசேர்ந்த சைமனின் பனிமூடிய உடல் ஸ்காபரோவில் அடக்கம் செய்யப்பட்டது. இனி அந்த நிலம் அவனுக்குத்தான் சொந்தம். யாருமே பறிக்க முடியாது.

~ ~

எலி மூஞ்சி

புதுச் சட்டம் வந்தபோது எல்லோரும் கூடிக்கூடி அது பற்றியே பேசினார்கள். 'மனித அடிப்படை உரிமை இது. அரசு எப்படி அதில் தலையிடலாம். வேற்று நாடுகளில் இப்படியான புதுச் சட்டம் கிடையாதே. அமெரிக்கா மற்ற நாடுகளுக்கு முன்னோடியாக இருந்த காலம் போய்விட்டது. இப்போது பின்னோக்கிச் செல்கிறது. நாங்கள் போராடவேண்டும்' என்றாள் ஒரு மாணவி. அவளுக்கு வயது 10. 'நான் என்னுடைய வலைப்பூவில் எழுதுவேன்' என்றான் ஒரு பையன். 'ஆஹா! உன் பெயரைத் தெருவுக்குச் சூட்டுவார்கள்.' எல்லோரும் சிரித்தார்கள். இறுதியில் நனோபேசி மூலம் இந்த அநியாயத்தை உலகம் முழுவதும் பரப்புவது, பேசுவது, அறிக்கை விடுவது என்று முடிவானது. அமெரிக்க அரசு நிச்சயம் பணிந்துவிடும்.

சமந்தா இதுபற்றி அவ்வளவு கவலைப்பட வில்லை. 2029ம் ஆண்டின் கடைசி நாளுக்கு இன்னும் ஐந்தே நாட்கள் இருந்தன. அன்று அவளுக்கு 12 வயது தொடங்குகிறது. அவள் வாழ்க்கையில் பெரும் மாற்றம் ஏற்படப்போகும் நாள். இந்தச் சட்டம் அவளை ஒன்றும் செய்யாது. பார்க்கப்போனால் இது மோசமான சட்டம் என்றும் சொல்லமுடியாது. ஒருவர் அவர் வாழ்நாளில் மூன்று தடவைக்கு மேல் பால் மாறக்கூடாது. அவ்வளவுதான். சமந்தாவுக்கு இரண்டு அம்மாமார். அதிலே அவளைப் பெறாத அம்மா முன்பு ஆணாக இருந்தவர். அப்பொழுதுதான் சமந்தா பிறந்தாள். அதன் பின்னர் பெண்ணாக மாறிவிட்டார். அவளுக்கு இரண்டு அம்மா

கிடைத்தது அப்படித்தான். 2029 கடைசி நாள் அன்று அவளைப் பெற்ற அம்மா ஆணாக மாறிவிடுவதாக அவளுக்கு வாக்கு கொடுத்திருந்தார். இரண்டு அம்மாவைச் சமாளித்து அவளுக்கு அலுத்துவிட்டது. 2030 பிறக்கும்போது அவளுக்கு ஒரு அப்பா, ஒரு அம்மா கிடைத்துவிடும். அப்பா அப்பா அப்பா என்று பலமுறை வாய்க்குள் சொல்லிப் பார்த்துக் கொண்டாள்.

இதற்குக் காரணம் அவளுடைய உயிர்ச் சிநேகிதி மார்ட்டி தான். வகுப்பிலே அவளுக்குப் பக்கத்தில்தான் சமந்தா உட்கார்ந்திருப்பாள். தூங்கும் நேரம் தவிர மீதி நேரமெல்லாம் அவளுடன் நனோபேசியில் தொடர்பில் இருப்பதுதான் வேலை. மார்ட்டி மிக அழகாக இருப்பாள். காலை, மதியம், மாலை தானாக நிறம் மாறும் ஆடைகளையே அணிவாள். சமந்தா மார்ட்டிபோல அழகில்லை. அவளுடைய முகம் கொஞ்சம் முன்னுக்கு நீண்டு போயிருக்கும். ஓர் அறையினுள் நுழையும் போது அவள் முகம்தான் முதலில் நுழையும். மார்ட்டியுடைய அப்பா அம்மாவின் படம் அவளுடைய நனோபேசி முகப்பை அலங்கரிக்கும். மார்ட்டியின் அப்பா மணமுடிக்க முன்னர் ஆணாக இருந்தவர். அவருக்கு ஒரு மகவைப் பெற வேண்டும், அந்த இன்பத்தை அனுபவிக்கவேண்டும் என்று ஆசை. ஆகவே பெண்ணாக மாறி, இலவச விந்தணுத் திட்டத்தில் கருவாகி, மார்ட்டியைப் பெற்றுவிட்டு மறுபடியும் ஆணாக மாறிவிட்டார். மார்ட்டியின் அம்மா பேருக்குத்தான் அம்மா. அவருக்கு கர்ப்பமாவதிலேயோ குழந்தை பெறுவதிலேயோ எந்த ஆர்வமும் கிடையாது.

சமந்தாவின் ஆசிரியருடைய பெயர் ரொபர்ட்டோ. அவருக்கு ஒருகாலத்தில் எந்திரன் காதலி இருந்ததாகப் பேச்சு அடிபட்டது. அவர் சொல்லுவார், இந்த உலகத்தில் பிறக்கும் ஆணோ பெண்ணோ ஒரு முறையாவது எதிர்பாலுக்கு மாறவேண்டும் என்று. அப்போதுதான் எதிர்பால் பற்றிய உண்மையான அறிவு உண்டாகும். இருவரின் உணர்வுகளும் எதிர் எதிரானவை. உலக இயல்பை முற்றிலும் உணரவேண்டுமானால் பால் மாறினாலே முடியும் என்பார். அவர் சொன்னமாதிரி ஒருநாள் திடீரென்று பெண்ணாக மாறி வகுப்புக்கு வந்தார். அவர் நடந்தபோது அவருடைய நீல நிற ஆடை, அதுவும் தனியாக உயிர் பெற்றதுபோல அசைந்தது. அவர் பெயர் ரிபெக்கா என்றார். என்ன அழகு! அவருடைய ஒடுங்கிய இடுப்பும், முடியும், விரிந்த தோளும், கண்வெட்டும் மாணவிகளைப் பொறாமைப்பட வைத்தது. வகுப்பிலே வாக்கெடுப்பு நடத்தியபோது 30 மாணவ மாணவிகளில் 26 பேர் அவர் பெண்ணாகவே தொடரவேண்டும் என வாக்களித்தனர்.

சமந்தாவுக்கு வாரத்தில் ஐந்து நாட்களும் பள்ளிக்கூடம் நடைபெற்றால் மகிழ்ச்சிதான். அவள் அம்மா காலத்தில் அப்படித்தான் இருந்ததாம். ஆனால் வாரத்தில் மூன்று நாட்கள்தான் பள்ளிக்கூடம். இரண்டு நாட்கள் வீட்டில் இருந்தபடியே படிக்கலாம். கணினிமூலம் ஆசிரியை பாடம் நடத்துவார். கேள்விகள் கேட்பார். பரீட்சை வைப்பார். அதிலே அவளுக்கு ஆர்வம் கிடையாது. ஆசிரியைக்குக் குறுஞ்செய்தி அனுப்புவாள். என்ன மதிப்பெண்? என்ன மதிப்பெண்? பதில் வரும். பேச்சு முடிந்த பின்னர்தான் கைதட்டல் எதிர்பார்க்க வேண்டும்.

அம்மா இன்னொன்றும் சொன்னார். அவர் காலத்தில் காரோட்டும் லைசென்சுக்கு 16 வயது மட்டும் காத்திருக்கவேண்டும். இப்பொழுது 12 வயதிலேயே கிடைத்துவிடும். காரை ஓட்டவே தேவை இல்லை. போகவேண்டிய முகவரியை சொன்னால் அது தானாகவே கொண்டுபோய்ச் சேர்த்துவிடும். 2030 முதல்நாள் அவளுக்குச் சூரியக் கார் கிடைக்கும். அவளுடைய வகுப்பில் பலரிடம் சூரியக்கார் இருந்தது. எரிபொருள் பிரச்சினை இல்லை. சுற்றுச்சூழல் மாசும் கிடையாது. சமந்தா பள்ளி தொடங்கும் நாளை எதிர்பார்த்திருந்தாள். ஆனால் அதற்கிடையில் இடிபோல ஒரு செய்தி நனோபேசியில் உலகம் எங்கும் பரவிக்கொண்டிருந்தது. தற்செயலாக அன்று காலை அதைப் பார்த்து சமந்தா திடுக்கிட்டுப் போனாள்.

அவளுடைய வகுப்பில் அவளுக்கு ஓர் எதிரி இருந்தான். அவனுக்கு இரண்டு அம்மாக்களும் ஒரு அப்பாவும். அதில் வேறு பெருமை அவனுக்கு. அவன் பெயர் நோவா. ஜலப்பிரளயம் வந்தபோது உயிர்களைக் கப்பலில் ஏற்றிக் காப்பாற்றியவன் என்று பைபிளில் ஒரு பெயர் வருமே, அதுதான். ஆனால் இவனுக்கு உயிர்களை வதைப்பதுதான் பொழுதுபோக்கு. கணிதத்தில் அவன் எப்பொழுதும் முதலாவதாகத்தான் வந்தான். பிராந்திய அளவில் நடந்த போட்டியில் சமந்தாவும் எழுதினாள். பெண்டுலத்தின் நீளத்தைக் குறைத்தால் நேரத்துக்கு என்ன ஆகும் என அவளுக்குத் தெரிந்தது. அவனுக்குத் தெரியவில்லை. அவ்வளவுதான். அவளே திகைக்கும் அளவுக்கு முதலாவதாய் வெற்றி பெற்றிருந்தாள். அவன் இரண்டாவது. அவளுடைய நீண்ட முகத்தைப் பற்றிப் பையன்கள் பின்னால் கேலி செய்வது அவளுக்குச் சாடைமாடையாகத் தெரியும். நனோபேசியில் நோவா அனுப்பிய செய்தி இதுதான்: ‘எலிப்பந்தயத்தில் முதலாவதாக வந்தாலும் எலி எலிதான்.’ அவளுக்கு எலும்பெல்லாம் எரிந்தது. மார்ட்டியைக் கட்டிப்பிடித்து அழவேண்டும்போலத் தோன்றியது.

2030ஆம் ஆண்டு தொடங்கமுன்னர் தலைமையாசிரியர் தன் உரையை நனோபேசி மூலம் அனுப்பியிருந்தார். அவருடைய உரையில் பாதி அவளுக்குப் பிடித்திருந்தது. 'பைசிக்கிளில் ஏறி உட்கார்ந்தால் நீங்கள் நகரவேண்டும், அல்லது விழுந்துவிடுவீர்கள். உங்கள் வேலை நகர்ந்துகொண்டே இருப்பது. அறிவைத்தேடி. பூமி கிழக்குப் பக்கம் சுழல்கிறது. இது அறிவு அல்ல, ஒரு சிறு உண்மை. இதைத் தெரிந்து பிரயோசனமில்லை. பூமி மேற்குப் பக்கம் சுழன்றால் என்ன நடக்கும்? அப்படிச் சிந்திப்பதுதான் அறிவின் நகர்வு. உங்கள் பைசிக்கிள் ஓடிக் கொண்டேயிருக்கட்டும்.'

இதுவரைக்கும் அந்தப் பேச்சு சமந்தாவுக்குப் பிடித்துக் கொண்டது. ஆனால் பிடிக்காதது 'ஒரு கதவு பூட்டினால் இன்னொரு கதவு திறக்கும்' என்று அவர் கூறியது இதைத்தான். 18ஆம் நூற்றாண்டில் இருந்து சொல்லிக்கொண்டு வருகிறார்கள். அந்த இன்னொரு கதவு 37ஆம் மாடியில் இருப்பதை ஒருவரும் சொல்வதில்லை. அந்த மாடிக்குப் போகும் மின்தூக்கி பழுதுபட்டு விட்டது என்ற தகவலையும் மறந்துவிடுகிறார்கள். அம்மா சொல்கிறார், புத்தி மட்டும் இருந்தால் பிழைக்க முடியாது. கடின உழைப்பும் அதே அளவுக்குத் தேவை. மண் புழுவும் கடின மாகத்தான் உழைக்கிறது; கோழியின் வாய்க்குள் போவதற்கு.

நேற்றிரவு அம்மாவுக்குப் பிடித்த டைட்டானிக் திரைப் படத்தை வீட்டுத் திரையில் அம்மாவுடன் அவளும் பார்த்தாள். எத்தனை குழந்தைத்தனமான படம்! கேட் வின்ஸ்லெட் அணிந்த பிரபலமான சிவப்பு ஆடையைப் பார்த்ததும் சிரிப்பு சிரிப்பாக வந்தது. தையல்காரக் குருவிகூட இன்னும் திறமாக ஆடை தைத்திருக்கும். படத்திலே உண்மையான ஆண்களும் பெண்களும் நடித்தார்கள். ஓர் ஆறு வயதுப் பிள்ளை எழுதக்கூடிய திரைக்கதை. இப்போது வெளியாகும் திரைப் படங்களின் கதைகளை ஊகிக்கவே முடியாது. எப்படித் துவங்கும் எப்படி முடியும் என்பது புதிராகவே இருக்கும். இரண்டாவது தடவை பார்க்கும்போது கதை மாறிவிடும். மறுபடியும் புதுவிதமான முடிவு கிடைக்கும். நடிக நடிகைகள் கிடையாது. அனைத்துத் திரைப்படங்களும் எண் தொழில்நுட்பத்தில் ஒரு சின்ன அறையில் இருந்து சொற்ப காசுக்குத் தயாரிக்கப்பட்டிருக்கும்.

வகுப்பிலே அவளுக்குப் பிடித்த இன்னொரு சிநேகிதி அனெட். அழுதபடியே இருப்பாள். ஆனால் கையிலே பாதி கடித்த சாண்ட்விச்சும் இருக்கும். அவள் டச்சுக்காரி. அவளுக்கு ஒரு சொல் ஆங்கிலம் தெரியாது. டச்சு மொழியிலேயே படித்தாள். அதிலேயே பதில் கூறினாள். பரீட்சை எழுதினாள். நனோபேசி எல்லாவற்றையுமே ஆங்கிலத்தில் மாற்றிவிடும். ஐஸ்லாண்டிலிருந்து

வந்த பெண்ணுக்கு எல்லாமே ஆச்சர்யம். சூரியனைக்கூட தினமும் அதிசயமாகப் பார்த்தாள். போர்ச்சுக்கல் மாணவன் ஒருநாள் தன் தாயின் பெயரையே மறந்துவிட்டான். பல மொழி மாணவர்களும் படித்தார்கள். புதுமொழி படிக்கவேண்டும் என்ற அவசியமே இல்லாமல் செய்துவிட்டது நனோபேசி. இதனால் பிரெஞ்சு, ஸ்பானிஷ், லத்தீன், கிரேக்கம் படிப்பிக்கும் ஆசிரியர்களுக்கெல்லாம் வேலை போய்விட்டது.

வாக்கு கொடுத்தபடியே 2030ஆம் வருடம் பிறந்த அன்று அவளுக்கு புது அப்பா கிடைத்தார். ஒரு மீசைகூட வளர்ந்திருந்தது. கட்டிப்பிடித்து முத்தம் கொடுத்தாள். அப்பாவும் அம்மாவும் ஒன்றாயிருக்கும் படத்தை நனோபேசியின் முகப்பில் பதிந்திருந்தாள். பள்ளிக்குப் புறப்பட்டபோது அவள் கையிலே புத்தகப் பை, பென்சில், பேனா, பேப்பர், புத்தகம் ஒன்றுமே கிடையாது. கையிலே இருந்ததெல்லாம் நனோபேசிதான். வாசலிலே இரண்டு இருக்கைகொண்ட சூரியக் கார் அவளுக்காகக் காத்திருந்தது. அவள் அணுகியதும் கதவு திறந்தது. ஏறி உட்கார்ந்ததும் பூட்டியது. இரவு பனி தூவியிருந்தாலும் கார் சரியான வெப்பத்தில் இருந்தது. ‘பள்ளிக்கூடம்’ என்று மட்டுமே சொன்னாள். அது ஓடத்தொடங்கியது. ரோட்டில் ஆயிரக்கணக்கான கார்கள் ஒன்றையொன்று துரத்தின. இரண்டு இருக்கைக் கார்கள், நாலு இருக்கைக் கார்கள், ஆறு இருக்கைக் கார்கள். எல்லாமே சூரிய ஒளியில் இயங்குபவைதான். வேகக்கட்டுப்பாடு கிடையாது. விபத்துகள் கிடையாது. ஆகவே இருக்கைப் பட்டி கிடையாது, காற்றுப் பை கிடையாது. சந்தி விளக்குகள்கூடக் கிடையாது. ஆனால் அவ்வப்போது கார்கள் சொல்லிவைத்ததுபோல திடீரென்று நின்று மற்றக் கார்களுக்கு வழிவிட்டன.

பாதிப் பயணத்திலே மனதை மாற்றி ‘மடேரா கோப்பிக் கூடம்’ என்றாள் சமந்தா. எந்தக் கோப்பிக் கூடம் என்று சொல்லவில்லை. கார் மிக அண்மையில் உள்ள ஓர் கோப்பிக் கூடத்தைத் தேர்வுசெய்து அதற்குள் நுழைந்து நின்றது. மடேரா கோப்பி மூளையைக் கூர்மைப்படுத்தும் என்று ஆராய்ச்சி சொன்னது. எத்தியோப்பியன் ஆடு மேய்க்கும் சிறுவன் 500 ஆண்டுகளுக்கு முன்னர் ஒரு செடியில் உள்ள காய்களை ஆடுகள் தின்று துள்ளிவிளையாடுவைதைக் கண்டான். அவற்றைப் பறித்து வேகவைத்து நீரை குடித்த அவனும் மகிழ்ச்சியில் துள்ளினான். அதே செய்முறையில் தயாரித்த கோப்பிதான் மடேரா கோப்பி. இது உற்சாகம் தரக்கூடியது என மருத்துவக் குழு சான்று வழங்கியிருந்தது.

முதலாவது யன்னலில் 'யூனியர் கோப்பி சுப்பீரியர்' என்றாள். அடுத்த யன்னலில் கடுதாசிக் குவளையில் கோப்பியைப் பெற்றுக் கொண்டு நன்றி என்று மட்டுமே சொன்னாள். அவள் குரல் ரேகையை வைத்து அவள் கணக்கில் இருந்து பணம் அவர்கள் கணக்குக்கு மாறிவிடும். கடன் அட்டை என்பது அம்மாவின் காலத்திலேயே ஒழிந்துவிட்டது. காசுத்தாள் எப்போவோ வழக்கொழிந்துபோனது. மார்ட்டி பாதுகாத்து வைத்திருக்கும் அண்ட்ரூ ஜாக்ஸன் படம் போட்ட 20 டொலர் தாள் ஒன்றை அவள் பார்த்திருக்கிறாள். நனோபேசியில் சமந்தாவின் கைரேகை, கண்ரேகை, குரல்ரேகை, டிஎன்ஏ இரட்டைச் சங்கிலி எல்லாமே பதிவாகியிருந்தன. அதை வேறு எவரும் பாவிக்க முடியாது. அவள் குரலோ கைரேகையோ கண்ரேகையோ தான் அதை இயக்கமுடியும்.

பள்ளிக்கூடத்துக்குள் நுழைந்ததும் கார் குறிப்பிட்ட இடத்தில் நின்றது. கதவு திறந்து அவள் இறங்கியதும் தானாகவே மூடியது. 'தரிக்கும் இடத்துக்கு போ' எனக் கட்டளையிட்டாள். அது நகர்ந்து தரிக்கும் இடத்துக்குபோய் தன்னை நிறுத்திக்கொண்டது. வகுப்பை நோக்கி நடந்தாள். எதிரே தலைமையாசிரியர் ஜோன்ஸ் நீளக் கறுப்பு மேலங்கியில் தென்பட்டார். வணக்கம் என்றாள். அவரும் சொன்னார். அருமையான ஆரம்ப உரை என்றாள். அவர் நன்றி என்று கூறிவிட்டு சிவப்புத் தலைமுடி துள்ள அகன்றார். போனவருடம் பச்சைத் தலைமுடி இருந்தது. இன்னும் இரண்டு மாதத்தில் அவருக்கு 75 வயதாகிறது. ஓய்வுபெறவேண்டும். நல்ல மனிதர். தான் ஓய்வு பெறும்போது பெண்ணாக மாறப்போவதாகச் சொல்லியிருந்தார். ஏன் பெண் என்று பலபேர் கேட்டிருந்தார்கள். தனிமையையும் முதுமையையும் ஒரு பெண்ணால்தான் சாதுர்யமாகக் கடக்கமுடியும். ஆணுக்கு அந்தத் திறமையும் கிடையாது; பொறுமையும் இல்லை. ஆனால் பாவம் அவரால் பால் மாறமுடியாது. அவர் ஏற்கனவே மூன்றுதடவை பால் மாறிவிட்டார். புதுச் சட்டத்தின் பிரகாரம் மீதி நாட்களை ஆணாகவே வாழ்ந்து தொலைக்க வேண்டியதுதான்.

வகுப்பை நோக்கித் தயங்கித் தயங்கி நடந்தபோது கொஞ்சம் பயமும் அதே அளவுக்கு ஆர்வமும் இருந்தது. வயிறு உள்ளுக்கு இழுத்துக் கொண்டுவிட்டது. எலி மூஞ்சி என்று செய்தி பரப்பியவன் அங்கே இருப்பான். ஓர் அருமையான முதல் நாளை இத்தனை மோசமானதாக்கி விட்டான். வகுப்பின் கதவுக்குக் கிட்ட நின்றாள். வகுப்பு தொடங்குவதற்குச் சரியாக ஒரு நிமிடம் இருப்பதைக் கதவு மணி காட்டியது. அவளுடைய மோசமான ஆரம்பத்தை மேலும் மோசமாக்கும் ஒரு சம்பவம் உள்ளே காத்திருப்பது அவளுக்குத் தெரியாது. கதவு அவளுடைய

கண் ரேகையைப் படித்துத் திறந்து அவளை உள்ளே விட்டது. மறுபடியும் மூடிக்கொண்டது.

வகுப்பிலே எல்லா ஆசனங்களும் நிரம்பிவிட்டன. தன்னுடைய இருக்கையை நோக்கி நகர்ந்தவள் திடுக்கிட்டு நின்றாள். அமர்வதற்கு முன்னரே 'நீ யார்? எதற்காக இங்கே உட்கார்ந்திருக்கிறாய். இது மார்ட்டியின் இருக்கை?' என்றாள்.

வகுப்பு முழுக்க வாய்விட்டு ஒரே குரலில் ஆவென்று சிரித்தது. அவள் முகம் சிவந்து நீண்டு எலியின் மூஞ்சிபோலவே ஆகிவிட்டிருந்தது. அந்தப் பையன் 'என்னை மார்ட்டி என்று கூப்பிடாதே. நான் இப்போது மார்ட்டின்' என்றான். 'துரோகி. இத்தனை நட்பாக இருந்தும் சொல்லவே இல்லை. உனக்கு காட்டவென்று என் பெற்றோரை படம் பிடித்து வந்தேன். நான் முட்டாள். நான் முட்டாள்' என்று கத்தியபடியே தன் நனோபேசியை சுவற்றை நோக்கி வேகமாக வீசினாள். அது சுவற்றிலே பட்டுத் தெறித்துச் சுக்கு நூறாக உடைந்து சிதறியது. பின்னர் அந்தத் துண்டுகள் தாமாகவே ஒவ்வொன்றாக ஒட்டிக் கொண்டன. அவள் பார்த்துக்கொண்டிருக்க அது மெள்ள மெள்ள அவளை நோக்கி நகர்ந்து வந்தது.

~ ~

இலையுதிர் காலம்

ஒவ்வொரு வருடமும் கனடாவில் 11ஆம் மாதம் 11ஆம் தேதி காலை 11 மணிக்கு இரண்டு நிமிட நேர மௌனம் அனுட்டிக்கப்படும். முதலாம் உலகப் போர் 1918 நவம்பர் மாதம் காலை 11 மணிக்கு முடிவுக்கு வந்ததை நினைவுகூரும் நாள். அன்றுதான் போர் நாடுகளுக்கு இடையில் சமாதான உடன்படிக்கை கையெழுத்தானது. கனடாவில் அந்த இரண்டு நிமிடம் பஸ்கள் ஓடாது. கார்கள் ஓடாது. தெரு நிசப்தமாக இருக்கும். வீடுகளில் ரேடியோக்களும் டிவிக்களும் அணைக்கப்பட்டிருக்கும். கனடா முழுக்க மௌனத்தில் ஆழ்ந்திருக்கும். நான் வீட்டினுள்ளே என் பாடங்களைப் படித்துக்கொண்டிருந்தேன். பல்கலைக் கழகத்தில் முதல் வருடத்தில் சேர்ந்து ஒன்பது வாரங்கள் கடந்திருந்தன. ஏற்கனவே படித்த புத்தகங்களும் படிக்கவேண்டிய புத்தகங்களும் முன்னே குவிந்து கிடந்தன. அந்தப் பெரிய மௌனத்தைக் கலைத்துக்கொண்டு பக்கத்து வீட்டு முன் தோட்டத்தில் சத்தம் எழுந்தது. மிஸஸ் சூஸன் டி அல்மேடா 'ஓ, கடவுளே!' என்று கத்திக்கொண்டு கீழே விழுந்தார்.

அவர் அந்த வீட்டில் தனியாக வாழ்ந்தார். அவருடைய ஒரே மகன் 10,000 மைல் தூரத்தில் ஏதோ ஒரு கம்பனியில் ஆலோசகராக பணி புரிந்தார். நான் எட்டிப் பார்த்தபோது ராட்சதப் பறவை அடிபட்டுக்கிடப்பதுபோல புற்தரையில், நாலு கால்கள் மூன்று கைகளுடன் அறிவில்லாமல் கிடந்தார். தூயவெள்ளை ஆடை உடம்பில்

தாறுமாறாக ஏறியிருந்தது. டெலிபோனில் 911 அவசர உதவி நம்பரை நான் அழைத்தேன். மௌனம் அனுட்டிக்கும் நேரமாயிருந்தும் அவர்கள் அழைப்பை ஏற்றார்கள். இரண்டு நிமிடத்தில் அம்புலன்ஸ் வந்து சூஸனை ஆஸ்பத்திரிக்கு ஏற்றிச் சென்றது. நான் அவருடைய மகனுக்குக் குறுஞ்செய்தி ஒன்று அனுப்பிவிட்டு மறுபடியும் விட்ட இடத்திலிருந்து படிக்கத் தொடங்கினேன்.

அன்று காலைதான் சூஸன் வீட்டு முன் தோட்டத்தைக் கூட்டி உதிர்ந்திருக்கும் இலைகளை அள்ளி நாலு பெரிய கடுதாசிப் பைகளில் நிரப்பியிருந்தேன். அதற்கு முதல் நாள் அவருடைய பின் தோட்டத்தைச் சுத்தம் செய்திருந்தேன். இலைகள் உதிர்ப்பது ஓரளவுக்கு முடிந்துவிட்டது. கம்பளி ஆடையால் தன்னைச் சுற்றிக்கட்டிக்கொண்டு வாசலில் நின்று ஆகாயத்தைக் கூர்ந்து பார்த்தார். பின்னர் மேற்பார்வையாளர் குரலில் சூஸன் எனக்கு உத்தரவுகள் பிறப்பிக்கத் தொடங்கினார். எந்த நேரமும் பனி கொட்ட ஆரம்பிக்கலாம். அவர் வீட்டுப் பனி தள்ளுவதும் நான்தான். 70 வயது சூஸனால் அதை எல்லாம் செய்ய முடியாது. மாத முடிவில் கணக்குப் பார்த்து எனக்கு சம்பளம் தருவார். கோபமானவர், ஆனால் தாராளமானவர்.

அன்று மௌனம் அனுட்டிக்கும் வேளையில் எதற்காக முன் தோட்டத்துக்குப் போனார் என்பது புதிராகவே இருந்தது. நான் குப்பையைப் பைகளிலே நிரப்பி ஏற்கனவே கட்டி வைத்திருந்தது அவருக்குத் தெரியும். ஒழுங்காக வேலையைச் செய்தேனா என்பதை உறுதிப்படுத்த நினைத்திருப்பாரோ தெரியவில்லை. ஒன்றிரண்டு இலைகள் உதிர்ந்திருந்தால் அவருடைய முகபாவம் விதம் விதமாக மாறியிருக்கும். அவற்றைச் சேகரித்து மறுபடியும் பையில் நுழைத்துவிடுவார். அவருக்கு எல்லாமே சுத்தமாக இருக்கவேண்டும். நாலு அறைகள் உள்ள பெரிய வீடு அது. நில அறைகளில் அலங்காரப் பொருட்கள் நிறைந்திருக்கும். படுக்கை அறை, குளியல் அறை, இருக்கும் அறை, சமையல் அறைகளைப் பார்க்கும்போது ஐந்து நட்சத்திர ஹொட்டல் நினைவுக்கு வரும். ஒரு கடுமையான மேலதிகாரி அவரை மேற்பார்வை செய்வதுபோல ஐந்து நிமிடத்துக்கு ஒருமுறை வீட்டைத் துப்புரவாக்குவார். தூசியைப் பொறுக்கிக் கையிலே வைத்துப் பார்த்தபின்னர் குப்பை தொட்டியில் வீசுவார். பளிங்குபோல மினுங்கும் மேசையையும் கண்ணாடியையும் துடைப்பார்; பின் மீண்டும் துடைப்பார். நாற்காலியை மேலும் பலமானதாக்க ஐந்தாவது காலைப் பொருத்துவது போலத்தான். தூசி உறிஞ் சியால் கம்பளங்களைச் சுத்தப்படுத்துவார். கால் வைத்ததும் புதைந்து, கால் எடுத்ததும் மீண்டும் சமநிலை அடைய கம்பளம்

அரை நிமிடம் எடுக்கும். திரைச் சீலைகள் மாதத்துக்கு ஒருமுறை மாற்றப்பட்டுத் தூய வெண் நிறத்தில் மெலிதாக அசையும்.

சூஸன் படித்துப் பட்டம்பெற்ற பின்னர் காதல் திருமணம் செய்துகொண்டார். கணவரும் அவரும் சேர்ந்து ஆரம்பித்த காப்புறுதி முகவர் நிறுவனம் அமோகமாக வளர்ந்து லாபம் ஈட்டியது. மகன் படித்தது கணினி பொறியியல். பல நாடுகளில் ஆலோசகராக அலைந்தபடி இருக்கும் வேலை. இன்னும் மணமுடிக்கவில்லை. கணவன் இறந்த பின்னர் சூஸன் கம்பனியை விற்றுவிட்டார். முழுநேர வேலையாக வீட்டைப் பராமரித்தார். காலை எழுந்ததுமே பாடிக்கொண்டே வீட்டைச் சுத்தம் செய்ய ஆரம்பிப்பார். மெட்டும் தெரியாது, சொற்களும் வராது. ஆனாலும் பாடுவார். 'எதற்காக இத்தனை கடும் உழைப்பு? அவருக்கு யாராவது சலவைக்கல் சிலை வைக்கப் போகிறார்களா?' என்று கேட்பேன். 'ம்' என்பார், அவருடைய சிரிப்பு.

ஆஸ்பத்திரியிலிருந்து தாயை வீட்டுக்குக் கொண்டு வந்தார் மகன். மருத்துவர் சொல்லிவிட்டார், இனிமேல் அவர் தனிமையில் இருப்பது அத்தனை விரும்பத்தக்கது அல்ல என்று. கடவுள் கொடுத்த முகம் அல்ல சூஸனுடையது; முற்றிலும் மாறிவிட்டது. வீட்டை விற்றுவிட மகன் முடிவெடுத்து அதை விற்பனைக்குப் போட்டார். கார் ஏற்கனவே விற்றாகிவிட்டது. முதியோர் காப்பகம் ஒன்றில் தாயாரைச் சேர்ப்பதற்கு ஏற்பாடு செய்தார். உச்சமான பணக்காரர்கள் மட்டுமே அங்கே தங்குவதற்கு அனுமதி பெறலாம். அங்கே இடம் கிடைப்பதற்காகக் காத்திருப்போரின் பட்டியல் நீளமானது. காப்பகத்துக்குப் பெரிய தொகை மகன் நன்கொடை வழங்கியதால் உடனேயே இடம் கிடைத்துவிட்டது. மகனுக்கு அவசர வேலை இருந்ததால் எல்லாவித ஏற்பாடுகளையும் செய்த பின்னர் அவர் மறுபடியும் பயணம் புறப்பட்டுப் போய்விட்டார்.

சூஸன் வீட்டுச் சாமான்களை அகற்ற நான் அவருக்கு உதவி செய்தேன். மகன் உத்தரவு போட்டிருந்தார். ஒரு பொருளும் இருக்கக்கூடாது. தானமாகக் கொடுத்துவிடுங்கள். அல்லது விற்று விடுங்கள். இரண்டும் முடியாவிட்டால் குப்பையில் எறியுங்கள். என் வாழ்க்கையில் இப்படி துயரமான ஒன்றை நான் காணவில்லை. புத்தகங்கள் மாத்திரம் 2000 இருந்தன. அத்தனையையும் நூலகத்துக்கு சூஸன் தானம் செய்தார். இரண்டு பக்கமும் நிரையாக ஓட்டை விழுந்த தாள்களில் கம்பனி அறிக்கைகள் கட்டுக் கட்டாகக் கிடந்தன. அவற்றை எறியவேண்டி நேர்ந்தது. வீட்டினுள் அவர் வளர்த்த செடிகளையும், பூக்கன்றுகளையும் பலருக்கு இலவசமாகத் தந்தார். செடிகளை விட்டு அவரால் பிரியமுடியவில்லை. ஒவ்வொன்றையும் தடவி

விடைகொடுத்தார். அடுத்து, சுவரிலே மாட்டியிருந்த குடும்பப் படங்கள். அவற்றை அவர் எங்கே வைப்பார்? என்ன செய்வது? என்னைப் பார்த்தார். நான் கீழே பார்த்தேன். ஒரு படத்தைப் பார்த்து நான் திடுக்கிட்டேன். இளமையாக கவர்ச்சியாகச் சிரித்துக்கொண்டு நின்றார். மணமுடித்த புதிதில் எடுத்தது. ஒரு காலத்தில் அவரால் சிரிக்க முடிந்திருந்தது. வேறு வழியின்றி குப்பையிலே எறிந்தார். ஒரு முழு வாழ்க்கை நினைவிலிருந்து அழிந்தது. அந்த முதிய கண்களில் நீர் கசிந்தது.

பிரச்சினை என்னவென்றால் முதியோர் காப்பகத்தில் சொல்லிவிட்டார்கள், ஒரு சூட்கேசில் 20 கிலோ சாமான் மட்டுமே எடுத்துவரலாம் என. ஒரு உயர்தர ஹொட்டலில் கிடைக்கும் வசதிகள் அங்கே இருந்தன. உடைகள், மேலாடைகள், கம்பளிகள், காலணிகள், கையுறைகள், கண்ணாடி மருந்து ஆகியவையே அவருக்குத் தேவைப்படும். மீதி எல்லாமே அங்கே கிடைக்கும். ஓர் அழகான அறை; அத்துடன் தொடுத்த பாத்ரூம். இருக்கும் அறை, இளைப்பாறும் அறை என எல்லா வசதியும் இருந்தது. சூஸனுடைய வீடு ஏற்கனவே விற்பனையாகிவிட்டதால் புதிதாக வருபவர்கள் குடிவரத் தயாராக இருந்தனர். வீட்டுத் தளபாடங்கள், கம்பளங்கள், திரைச்சீலை போன்றவற்றை வீட்டோடு சேர்த்து வாங்கிவிட்டார்கள்.

இன்றுதான் சூஸன் வீட்டைவிட்டுப் புறப்படும் நாள். முதியோர் காப்பகம் ஒரு குறிப்பிட்ட நேரத்தில் அவருக்கு வாகனத்தை அனுப்புவதாகச் சொல்லியிருந்தது. சூஸன் முன் அறை நாற்காலியில் தன் ஆடையைச் சற்று மேலே இழுத்துவிட்டு உட்கார்ந்தார். நான் பக்கத்தில் அமர்ந்தேன். அவர் போன பின்னர் அவர் இல்லாததை நான் பெரிதாக உணர்வேன். முழுநேர வேலைபோல நாற்காலியில் நிமிர்ந்து பொறுமையாக அவர் காத்திருந்த காட்சியை என்னால் பார்க்க முடியவில்லை. அவர் விரல்கள் நடுங்கின. கண்களில் அமைதி போய்விட்டது. ஏதோ சொல்ல விரும்பினார், ஆனால் சொல்ல முடியவில்லை. சூட்கேஸ் நிரப்பப்பட்டு பக்கத்தில் நின்றது. உட்கார்ந்திருந்த அவர் திடீரென்று எழும்பி நடந்தார். திரைச் சீலையைத் தொட்டுப் பார்த்தார். நீண்ட யன்னல் கண்ணாடி வழியாக பின் தோட்டத்துப் புல்தரையைப் பார்த்தார். அது பச்சை நிறம் மாறி பழுப்பாகிக்கொண்டு வந்தது. இருக்கும் அறையில் உள்ள நீண்ட கண்ணாடி முன் நின்று தன் உருவத்தைப் பார்த்தார். அதைத் தொட்டார். கைப்பையைத் திறந்து மென்தாள் ஒன்றை எடுத்துக் கண்ணாடியைத் துடைத்தார். என்னைப் பார்த்துச் சொன்னார். ‘இந்த வீட்டில் நானும் கணவரும் 30 வருடங்கள் வாழ்ந்தோம். இந்த நிலைக்கண்ணாடிதான் மணமுடித்த பிறகு நாங்கள்

வாங்கிய முதல் பொருள். நானும் கணவரும் இது விற்ற கடைக்கு இரண்டு தரம் சென்று பேரம் பேசினோம். என் கணவர் அதை அன்று இரவே இதே இடத்தில் பொருத்தினார். அவர் தினமும் இதன் முன் நின்று தன்னை ஒருமுறை பார்த்துவிட்டுத்தான் அலுவலகம் போவார்.'

'உங்கள் மகன் இங்கேதான் பிறந்தாரா?', 'ஆமாம். இந்த வீட்டை வாங்கிய இரண்டாம் வருடம் பிறந்தான். இடது பக்கத்தில் தெரிவது அவனது அறை. நீலக்கலரில் என் கணவர் எனக்குத் தெரியாமல் வண்ணம் பூசி அலங்காரம் செய்துவைத்தார். நான் ஆஸ்பத்திரியில் இருந்து வந்தபோது அற்புதமான ஒரு புது அறை நீல நிறத்தில் தயாராக இருந்தது. இந்தச் சுவர் முழுக்க மகனின் கிறுக்கல்கள் இருந்தன. நாங்கள் அவனைத் தடுக்கவில்லை. என் கணவர் அவனின் வெளிப்பாடு என்று சொன்னார். கணவர் இறந்த பின்னர் நான் அந்த அறையை மீண்டும் வர்ணம் பூசிப் புதிதாக்கினேன். என் கணவருடன் 40 வருடங்கள் வாழ்ந்தேன். என் மகனுடன் 20 வருடங்கள். என்னுடன் 70 வருடம் வாழ்ந்துவிட்டேன். அலுப்பாயிருக்கிறது.' தலையைச் சாய்த்துத் தூரத்துச் சத்தத்தைக் கேட்பதுபோல கண்கள் மேலே போக யோசித்தார். பழைய எண்ணங்களில் அவர் மூழ்கிவிட்டார்.

சூஸனின் வயதைச் சொல்லவே முடியாது. கழுத்தில் கொஞ்சம் சுருக்கம் தொங்கியது. ஆனால் புத்தி கூர்மையாக வேலை செய்தது. சூட்கேஸ் மேலே ஒரு புத்தகம் இருந்தது. புத்தம் புதிதுபோல காணப்பட்ட 400 பக்கப் புத்தகம் அது. இதை மாத்திரம் அவர் நூலகத்துக்குத் தானம் செய்யவில்லை. அது கட்டடக்கலை பற்றிய புத்தகம். திறந்து பார்த்தேன். யாராவது அன்பளிப்பு என்று எழுதிக் கையெழுத்து வைத்திருப்பார்களோ? அப்படி ஒன்றும் இல்லை. 'இது என்ன புத்தகம்? கட்டடக்கலை பற்றி இனிமேல் படிக்கப் போகிறீர்களா?' என்று கேட்டேன்

'எனக்கு 20 வயது நடந்தபோது நான் பல்கலைக் கழகத்தில் இரண்டாம் ஆண்டு படித்துக் கொண்டிருந்தேன். கட்டடக்கலை நிபுணராகவேண்டும் என்பது பலவருடங்களுக்கு முன்னர் நான் எடுத்த முடிவு. அதற்கான புத்தகங்களைத் தேடினேன். புத்தகங்கள் அதிக விலையாக இருந்தன. அவற்றை வாங்கும் வசதி எனக்கு இல்லை. ஆகவே நூலகங்களில் இரவிரவாகப் படித்து குறிப்புகள் எடுத்தேன். நான் ஏழ்மையான குடும்பத்திலிருந்து படிக்க வந்திருந்தேன். என்னுடைய படிப்புக்கு நானே காசு கட்டவேண்டும். அதற்காகப் பல்கலைக் கழகத்தில் நாள்கூலி வேலை பார்த்தேன். காசு போதாமல் வெளியே கோப்பிக் கடைகளில் வேலைசெய்து பணம் சம்பாதித்தேன். என்னுடைய சிநேகிதிகள்

அ. முத்துலிங்கம்

விருந்து, கேளிக்கை, சினிமா என்று வெளியே சுற்றும்போது நான் உணவகத்தில் கோப்பைகள் கழுவிக்கொண்டிருந்தேன்.

'பேராசிரியர் ஒரு பெரிய புரொஜெக்டை என்னிடம் ஒப்படைத்தார். அதில் வெற்றி பெற்றால்தான் என்னுடைய கட்டடக்கலை படிப்பு உறுதியாகும். எப்படியும் வெற்றிபெற வேண்டும் என்ற வெறி என்னுள் இருந்தது. அப்பொழுது கட்டடக்கலைச் சிந்தனையை முழுக்க மாற்றியமைத்த பேராசிரியர் ஒருவர் இருந்தார். அவரை நேர்காணல் செய்ய முடிவெடுத்தேன். அவரைக் கண்டுபிடிக்க முடியவில்லை. தொலைபேசி எண் கிடைத்து அழைத்தபோது அது வேறு எங்கேயோ போனது. பின்னர்தான் எனக்கு விசயம் புரிந்தது. இந்தப் பேராசிரியர் ஹிப்பி கலாச்சாரத்தைச் சேர்ந்தவர். சிக்குப்பிடித்த தாடி. நகம் வெட்ட மாட்டார். குளிக்க மாட்டார். உடை மாற்ற மாட்டார். அவர் தூரத்தில் வரும்போதே நெடி தாங்கமுடியாமல் போகும். ஆனால் இவர் மாணவர்களுடன் நட்பாக இருந்தார். இவர் கற்பித்தது அமெரிக்காவில் அதி பிரபல்யமான பல்கலைக்கழகம் ஒன்றில். அதிகாரம் அவரைத் திருத்த முயன்றது. எச்சரிக்கை விடுத்தது. அவர் ஒன்றையும் கண்டுகொள்ளவில்லை. இறுதியில் அவரை வேலையை விட்டு நீக்கிவிட்டது.

பேராசிரியருக்கு பின்னர் வேலை கிடைக்கவில்லை. அவருடைய விண்ணப்பம் போகுமுன்னர் அவர் பற்றிய சேதி அங்கே போய்விடும். வேலை இல்லாமல் வீதிவீதியாக அலைந்தார். ஒருநாள் அவரைத் தேடிக் கண்டுபிடித்துவிட்டேன். சற்று முன்னுக்குத் தள்ளிய முகம். கடல் சிப்பிபோல வளைந்த முதுகு. பிரகாசமான கண்கள். சிரிக்கும்போது எல்லாப் பற்களாலும் சிரிப்பார். மோசமான ஒரு தெருவில் சின்ன அறையில் வசித்தார். ஒருநாள் முழுக்க அவரை நேர்காணல் செய்தேன். எதிர்பார்த்ததிலும் அதிகமான ஒத்துழைப்பு கொடுத்தார். நிறைய விவரங்களைத் தானாகவே தந்தார். கண்ணியமாக நடந்துகொண்டார். அற்புதமான மனுசர். பேட்டி முடிவில் அவர் என்னிடம் கேட்டார். நான் அப்படியே அதிர்ந்துபோய்விட்டேன். 'எனக்கு பசியாயிருக்கு. என்னை ஓர் உணவகத்துக்கு அழைத்துப் போக முடியுமா?' பிரச்சினை என்னவென்றால் நான் அவரிலும் பார்க்க கொடிய ஏழ்மையில் இருந்தேன். உணவகத்துக்கு அழைத்துச் செல்லும் வசதி எனக்கிருக்கவில்லை. ஆனால் இப்படி பதில் சொன்னேன்: 'உணவகச் சாப்பாடு மோசமாக இருக்கும். என் சமையல் அற்புதமானது. என் அறைக்கு வாருங்கள்.'

சொன்ன நேரத்துக்கு அவர் வந்தார். குளிர் காலம் ஆரம்பித்துவிட்டது. இரண்டு முன்பொத்தான்கள் இல்லாத பழைய

ஓவர்கோட்டை அணிந்து, கைகளால் தோளைக் கட்டிக்கொண்டு நின்றார். சப்பாத்துகள் பிய்ந்து கடைசி நிலையை எட்டியிருந்தன. 'ஒரு முழு வாத்தை நான் இப்போது சாப்பிடுவேன்' என்றார். என்னிடம் கோழிக்குஞ்சுகூட இல்லை, ஆனால் முட்டை இருந்தது. அதிலே நல்ல ஓம்லெட் செய்தேன். பிரட், சீஸ், வால்நட் தூவிய ரொமெய்ன் சாலட், தக்காளி சூப் என்று பலவிதமான உணவு தயாரித்தேன். பியரை அப்படியே போத்தலுடன் கொடுத்தேன். உணவைத் திரும்பவும் மேசையில் இருந்து எடுத்துவிடுவேன் எனப் பயந்ததுபோல அவசரம் அவசரமாகச் சாப்பிட்டார். மூக்கையும் வாயையும் ஒரே சமயத்தில் கோப்பையினுள் நுழைத்து சூப்பைக் குடித்தார். அதி மகிழ்ச்சியில் காணப்பட்டார். நன்றி என்று கூறிவிட்டுப் புறப்பட்டார்.

கதை முடியவில்லை. ஒரு வாரம் கழிந்தது. தொலைபேசியில் என்னை அழைத்து ஓர் உதவி கேட்டார். 'புத்தகக் கடைக்கு போய்ப்பார்க்க ஆவலாக இருக்கிறது. என்னை உள்ளே விடமாட்டார்கள். அழைத்துப் போகமுடியுமா?' அன்று நான் மிகவும் பிசியாக இருந்தேன். எனினும் இந்தச் சின்ன உதவியை எப்படிச் செய்யாமல் இருக்க முடியும்? புத்தகக் கடை வாசலுக்கு சென்றதும் என் பின்னாலிருந்து மெல்லத் தொட்டார். அவர் கைவிரல்கள் நடுங்குவதை உணரமுடிந்தது. குழந்தைப்பிள்ளை விளையாட்டுச் சாமான் கடைக்குள் நுழைந்ததுபோல ஆவலாக ஒவ்வொரு புத்தகத்தையும் தொட்டுப் பார்த்தார். சிலதை விரித்துப் படித்தார். இந்தப் புத்தகத்தை என் மாணவன் எழுதினான் என்று ஒன்றைக் காட்டினார். ஒவ்வொரு புத்தகத்தையும் தடவிய பின்னர் திரும்ப அதே இடத்தில் வைத்தார். ஒரு புத்தகமும் அவர் வாங்கவில்லை.

வெளியே வந்தோம். 'உங்கள் சுயசரிதையை எழுதுங்கள். உபயோகமாயிருக்கும்' என்றேன். 'என்ன பிரயோசனம்? ஒருவராலும் முழுதாக எழுதமுடியாது. கடைசி அத்தியாயம் விட்டுப் போய்விடும்' என்றார். சிறிது தூரம் என் பக்கத்தில் நடந்தபின்னர் நடுவீதியில் சட்டென்று நின்றார். மழைபெய்து தண்ணீர் தேங்கி நின்றது. எனக்கு நன்றி சொல்லப் போகிறார் என்று நினைத்தேன். அவருடைய பழைய ஓவர்கோட்டின் பைகளுக்குள் கையை நுழைத்து ஒரு புத்தகத்தை வெளியே எடுத்து என்னிடம் நீட்டினார். நான் 'என்ன? என்ன?' என்று பதறியபடி பின்னுக்கு நகர்ந்தேன். கட்டடக் கலை பற்றிய முக்கியமான புத்தகம் அது. நூலகத்தில் இரவிரவாக நான் குறிப்பெடுத்தது இந்தப் புத்தகத்தில் இருந்துதான். 'பரிசாகத் தருகிறேன். தயவுசெய்து ஏற்கவேண்டும்' என்றார்.

அ. முத்துலிங்கம்

'பரிசா? களவெடுத்தீர்களா?'

அவர் வளைந்துபோய், இரண்டு பொத்தான் இல்லாத ஓவர்கோட் விளிம்பை ஒரு கையாலும், மறு கையால் புத்தகத்தையும் பிடித்துக்கொண்டு, அசையாது நின்றார். அவருடைய பிம்பம் கீழே தண்ணீரில் ஆடியது.

'ஆமாம், உங்களுக்கு ஏதாவது தரவேண்டும். என்னிடம் ஒன்றுமில்லையே. பிளீஸ். மறுக்கவேண்டாம்' என்றார்.

'நான் வேறு வழியின்றி ஏற்றுக்கொண்டேன். இதுதான் அந்தப் புத்தகம்.'

'கட்டடக்கலை படித்தீர்களா?'

'இல்லையே. அதற்குப் பின்னர் என் மனம் மாறிவிட்டது. மனேஜ்மெண்ட் படிக்கவேண்டும் என்ற எண்ணம் மூளைக்குள் புகுந்துவிட்டது.'

'உங்கள் கணவர் ஞாபகமாக ஏதாவது இருக்கிறதா?'

'இல்லை.'

'உங்கள் மகன் ஞாபகமாக ஏதாவது எடுத்துப் போகிறீர்களா?'

'இல்லை.'

கார் வந்து வாசலில் நிற்கும் சத்தம் கேட்டது. சாரதி உள்ளே நுழைந்தார். பெரிய விருட்சம் ஒன்று சுருங்கிச் சுருங்கி மறுபடியும் விதையானதுபோல நாலு அறை, நிலவறை, மாடி கொண்ட பெரிய வீட்டு சாமான்களை சுருக்கி 20 கிலோவாக சூட்கேசில் அடைத்து வைத்திருந்தார். அது பக்கத்தில் ஓர் ஆள்போல இரண்டு சில்லுகளில் நின்றது.

சாரதி பெட்டியை இழுத்துக்கொண்டு முன்னே நடந்தார். சூஸன் இரண்டு கைகளையும் முன்னே நீட்டி ஒரு குழந்தையை ஏந்துவதுபோல புத்தகத்தை தூக்கிக்கொண்டு நடந்தார். நான் அவர் பின்னே நடந்தேன்.

~ ~

அது நான்தான்

இரவு ஒன்பது மணியாகிவிட்டது. ரொறொன்ரோ சூரியனின் சாய்ந்த கிரணங்கள் அவன் கண்களைக் கூசவைத்தன நெடுஞ்சாலையில் காரை வேகமாக விமான நிலையத்தை நோக்கி ஓட்டினான் வசந்தகுமாரன். அவனுடைய புது மனைவி தன்னந்தனியாக கொழும்பிலிருந்து வருகிறாள். அவள் வரும்போது அவன் அங்கே நிற்க வேண்டும். 13 மாதத்திற்குப் பிறகு மனைவியைப் பார்க்கப்போகிறோம் என்று நினைத்தபோது மனது குறுகுறுவென்று ஓடியது. காரை மூன்றாவது தளத்தில் நிறுத்திவிட்டு தரிப்புச் சீட்டில் காரை நிறுத்திய இடத்தைக் குறித்து வைத்துகொண்டான். புது மனைவியுடன் திரும்பும்போது காரைக் கண்டுபிடிக்க அலையக்கூடாது.

வருகைக்கூடத்தில் நிறைய ஆட்கள் சேர்ந்துவிட்டார்கள். அவனுக்குப் பக்கத்தில் ஒருவர் உரத்துப் பேசிக்கொண்டிருந்தார். அவர் பக்கத்தில் நிற்பவருடன் பேசக்கூடும். அல்லது 1000 மைல்களுக்கப்பால் உள்ள ஒருவருடன்கூட உரையாடலாம். 'விநோதினி ரத்தினராசா' என்று எழுதிய அட்டையைத் தூக்கிப் பிடித்துக்கொண்டு காத்திருந்தபோது கூச்சமாகவிருந்தது. ரத்தினராசா என்பது அவள் அப்பாவின் பெயர். அவளுடைய கடவுச்சீட்டும் அதே பெயரில்தான் இருந்தது. கனடா வந்து சேர்ந்தபின் அவள் பெயரை 'விநோதினி வசந்தகுமாரன்' என மாற்றவேண்டும் என்று நினைத்துக்கொண்டான். யாராவது மனைவியின் பெயரட்டையைக் காவிக்கொண்டு நிற்பார்களா?

அவன் அப்படி நின்றதற்குக் காரணம் இருந்தது. 13 மாதங்களுக்கு முன்னர் அவன் சித்தப்பாவின் தொந்தரவு தாங்காமல் இலங்கை சென்று அங்கே அவர் தெரிவுசெய்த பெண்ணைக் கோயிலில் தாலி கட்டி மணமுடித்தான். அவனுக்குக் கிடைத்த ஒருவார விடுப்பில் பெண்ணைப் பார்த்து ஏற்பாடு செய்ய நாலு நாட்கள் போனது. மீதி மூன்று நாட்கள் அவளுடன் கழித்த பின்னர் கனடா திரும்பிவிட்டான். மணமுடித்த சான்றிதழ் அனுப்பி மனைவிக்கு விசா கிடைப்பதற்கு இத்தனை காலம் பிடித்தது. இந்த இடைவெளியில் கடிதம் பரிமாறினார்கள். கடிதத்தில் சொல்லமுடியாததைத் தொலைபேசியில் நீண்ட நேரம் பேசிச் சரிசெய்தார்கள்.

ஆனால் நம்பமுடியாத ஒரு விசயம் நடந்தது. திருமணம் நடந்த கோயிலில் அவனுடைய சித்தப்பா படம் பிடிப்பதற்கு ஒரு பையனை அமர்த்தியிருந்தார். இலக்கக்காமிராக்கள் பிரபலமாகாத காலம். படச்சுருள் பழுதாகி ஒரு படமும் தப்பவில்லை என்று சித்தப்பா எழுதியபோது அவனுக்கு அடக்க முடியாத கோபம் வந்தது. விநோதினியின் முகத்தை நினைக்கப் பார்த்தான். அது மனதில் வரவே இல்லை. அவளுக்கும் அவன் முகம் நினைவில் இருக்கிறதோ என்னவோ. அதுதான் பெயர் அட்டையைக் காவியபடி நின்றான். யாராவது இளம் பெண் தனியாக வண்டி தள்ளிக்கொண்டு வந்தால் அவளை உற்றுப் பார்த்தான். அவள் தாண்டிப் போனதும் இன்னொரு பெண் ஜீன்ஸ் அணிந்து நீண்ட கைப்பையைத் தோளிலே தொங்கவிட்டபடி அசைந்து அசைந்து வந்தாள். நீண்டநேர பயணத்தில் வருபவள் போலவே இல்லை. மியூசியத்தைப் பார்க்க வந்தவள்போல இரண்டு பக்கமும் பார்த்தபடி சாவதானமாக நடந்து போனாள். இவன் அட்டையை அவள் பக்கம் திருப்பினான். அவளாக இருந்தால் நல்லாயிருக்கும். அவள் அப்படியே நகர்ந்து போய்விட்டாள்.

அவனுடைய மனைவியின் நடையை ஞாபகப்படுத்திப் பார்த்தான். கொஞ்சம் முன்சாய்ந்த நடை. சிலவேளை விழுந்து விடுவாளோ என்றுகூட அவன் நினைத்ததுண்டு. சற்றுக் குனிந்து மேல்கண்ணால் பார்த்துக் கதைப்பாள். என்ன சொன்னாலும் திருப்பி ஒன்றைச் சொல்லுவாள். 'கிக் கிக்' என்று பெரிதாகச் சத்தம் போட்டுச் சிரிப்பாள். அவள் இருக்கும் இடம் கலகலப்பாக இருக்கும். அவனுக்கு ஏற்றமாதிரி பெண்ணை சித்தப்பா தேர்வு செய்ததில் அவனுக்கு மகிழ்ச்சிதான். ஆனாலும் அவரை நினைக்க நினைக்கக் கோபமாக வந்தது. இப்படி ஏமாற்றிவிட்டார். திருமணப்படம் ஒன்றுகூட அவனிடம் இல்லாமல் போனது அவரால்தான். மனைவியின் முகத்தில் ஞாபகம் இருப்பது அவளுடைய கண்கள்தான். 'தீக்கோழி போல உனக்குப் பெரிய

கண்கள்' என்று சொல்லியிருக்கிறான். அவள் உடனே 'உங்களுக்குத் தெரியுமோ, தீக்கோழியின் மூளை அதன் கண்களிலும் பார்க்கச் சிறியது' என்றாள். அவள் சொன்னது உண்மைதான் என்று பின்னர் தெரிந்தது.

ஒன்றிரண்டு பழுப்புத் தோல் பெண்கள் வந்தார்கள். இவர்களில் யாராவது விநோதினியாக இருக்கலாம் என்று நினைத்தான். தூரத்தில் சேலையுடுத்திய பெண் ஒருத்தி வந்தாள். பக்கத்தில் ஒரு சிறுவனும் வந்ததால் அவளாக இருக்க முடியாது. மணமுடித்த மூன்றாவது நாள் அவன் புறப்படுமுன் மாடியில் அமர்ந்து அவளுடன் பேசிக்கொண்டிருந்தான். அவள் கேட்டாள் 'நீங்கள் CSISஇல் வேலை பார்க்கிறீர்கள். அப்படி என்றால் என்ன?' 'அமெரிக்காவில் சிஐஏ இருப்பதுபோல இந்தியாவில் ரோ இருப்பதுபோல கனடாவில் இதுதான் உளவுத்துறை.' 'அப்படியென்றால் நீங்கள் ஜேம்ஸ்பொண்ட் போல துப்பாக்கியுடன் நாடு நாடாகச் சென்று கொலை செய்வீர்களா?' 'அப்படியெல்லாம் இல்லை. முழுக்க முழுக்கக் கணினியின் முன் உட்கார்ந்து செய்யும் வேலைதான். குறியீட்டியல் படித்திருக்கிறேன். சங்கேத வார்த்தைகளில் பரிமாறப்படும் ராணுவ ரகஸ்யங்களை உடைத்துக் கொடுப்பதுதான் என் வேலை. 10 சதவீதம் மூளைக்கு வேலை; மீதியைக் கணினி செய்துவிடும்.' 'ஓ, நான் படித்திருக்கிறேன். ஜூலியஸ் சீசர்தான் முதன்முதலில் 2000 வருடங்களுக்கு முன்னரே யுத்த உத்தரவுகளைக் குறியீட்டு முறையில் அனுப்பினான் என்று. ஓர் எழுத்துக்குப் பதில் மூன்றாவது எழுத்தைப் பாவிப்பான். Aக்கு பதிலாக D; Bக்கு பதிலாக E என்று எழுதுவான்.' 'இந்தக் காலத்தில் இப்படி சங்கேத வார்த்தைகளில் தகவல் அனுப்பினால் அதை 10 வயது பள்ளி மாணவன் உடைத்துவிடுவான். இப்பொழுதெல்லாம் அதிநவீனக் குறியீட்டு முறைகளைப் பயன்படுத்துவதால் மனித மூளையால் அவற்றை உடைக்கவே முடியாது. அதிவேகமான கம்ப்யூட்டர்கள் உதவுகின்றன. அப்படியும் சில தகவல்களை முறிக்க இரண்டு மாதமாகி அவை பயனற்றதாகிவிடும்.'

'நான் உங்களுக்குக் கடிதங்களைக் குறியீட்டு முறையில் அனுப்பினால் அவற்றை அவிழ்த்துப் படிப்பீர்களா?' 'முயற்சி செய்கிறேன்' என்றான் அவன் சிரித்துக்கொண்டே. ஆனால் ஒரு குறியீட்டுக் கடிதம்கூட அவளிடமிருந்து வரவில்லை. எட்டாம் வகுப்பு மாணவி போலத்தான் எழுதினாள். 'எப்ப வருகிறீர்கள்? குளிக்கிறீர்களா? சாப்பிடுகிறீர்களா? உடம்பைப் பாருங்கள். உங்கள் நினைவாகவே இருக்கு. இங்கே வரும் சந்திரன்தான் அங்கேயும் வருவானா? 'நிலவுக்கு என் மேல் என்னடி கோபம் நெருப்பாய் எரிகிறது' என்ற கண்ணதாசனின் வரிகள் எனக்காகவே

எழுதப்பட்டவை என்று நினைக்கிறேன். காலண்டரில் ஒரு நாளைக்கு இரண்டு தாள்களாக கிழிக்கிறேன். அங்கே மாலை நாலு மணிக்கே இரவு வந்துவிடுமாம். நானும் உங்களைப் போல மாலையே தூங்கப் போய்விடுகிறேன். அப்பொழுதுதானே அடுத்தநாள் காலை சீக்கிரமாக விடியும்' இப்படியெல்லாம் எழுதுவாள்.

அவனுக்கு முன் ஒரு பெண் நின்றாள். அவன் நிமிர்ந்து பார்த்தபோது திடுக்கிட்டுவிட்டான். சேலையுடுத்தி அதற்குமேல் ஒரு மெல்லிய கோட் அணிந்திருந்தாள். சரோஜாதேவி போடுவது போல உயரமான கொண்டை. பழுப்பு நிறம். முடிவடையாத முகம். தள்ளுவண்டியில் இரண்டு பயணப்பெட்டிகள். அதற்குமேல் பயணப்பை. இவன் ஒன்றுமே பேசாமல் அவளுக்கு என்ன வேண்டும் என்பதுபோலப் பார்த்தான். 'தெரியவில்லையா? நான்தான் உங்கள் மனைவி வினோதினி ரத்தினராசா' என்று அவருடைய பெயரட்டையைச் சுட்டிக் காட்டினாள். தன்னை அவனுக்கு அடையாளம் தெரியவில்லையே என்பதில் ஏமாற்றமும் துயரமும் முகத்தில் தெரிந்தது. தண்ணீருக்கு அடியில் ஒருவர் சிரிப்பதுபோல அவனைப் பார்த்துச் சிரித்தாள்.

குறியீட்டியல் நிபுணரின் முகத்தில் அதிர்ச்சி. அவனால் நம்பமுடியவில்லை. அவன் பாவிக்கும் அதிவேகக் கணினிபோல மூளை வேலை செய்தது. இந்தப் பெண் ஓர் அங்குலம் கட்டையாகத் தெரிந்தாள். உடல் மெலிந்து அதே பருமனில் இருந்தாலும் அவளிடம் இருந்த மிடுக்கு இல்லை. முகத்தைப் பார்த்தபோது ஏதோ சதி நடந்துவிட்டது போன்ற உணர்வு. ஒரு பக்கம் முகம் பளிச்சென்று இருந்தது. மறு கன்னத்தில் சந்திரனில் இருப்பதுபோல திட்டுத் திட்டாகக் கறுப்பு. வசந்தகுமாரன் 'நீங்கள் தவறான இடத்தில் நிற்கிறீர்கள். நான் என்னுடைய மனைவிக்காகக் காத்திருக்கிறேன்.' 'அது நான்தான்.' அவள் குரல் தழுதழுக்க ஆரம்பித்தது. சுற்றிலும் நின்றவர்கள் திரும்பிப் பார்த்தார்கள். அவள் கைப்பைக்குள் கையைவிட்டு கடவுச்சீட்டை வெளியே எடுத்து நீட்டி 'பாருங்கள்' என்றாள். வினோதினி ரத்தினராசா. அவளுடைய படம்தான். அதில் பதிந்த கையெழுத்தும் அவளுடையதுதான். மாதத்துக்கு நாலு என்று வந்த அவளுடைய கடிதங்களில் காணப்பட்ட அதே கையொப்பம்தான்.

என்ன செய்வதென்று தெரியவில்லை. வண்டியைப் பிடுங்கி தானே தள்ளினான். அவள் பின்னே தலை குனிந்து பாவமாகத் தொடர்ந்தாள். போகும் வழியில் தரிப்பிடக் காசைக் கட்டிவிட்டு சாமான்களை காரில் ஏற்றி அவளுக்குக் கதவைத் திறந்துவிட்டான். காரில் ஏறியபின்னர், அவளுக்கு இருக்கை பெல்ட் கட்டத்

தெரியவில்லை. அதையும் சொல்லித் தந்தான். அடுத்த கணமே நெடுஞ்சாலையை நோக்கி வேகமாக காரைச் செலுத்தினான். அவள் பக்கத்தில் உட்கார்ந்து ஆகாயத்தையும் மரங்களையும் கட்டிடங்களையும் பார்த்தாள். ஒன்றைப் பார்த்து முடிவதற்குள் கார் வேகமாகக் கடந்துவிடுவதால் கழுத்தை வளைத்து வளைத்துப் பார்க்கவேண்டி வந்தது. தண்ணீர் கலந்ததுபோல சூரிய வெளிச்சம் பலகீனமாக விழுந்து கொண்டிருந்தது. கார்கள் ஏதோ இடிப்பதுபோல எதிர்திசையில் வேகமாக வருவதும் வெளிச்சம் ஒன்றையொன்று வெட்டிப்போவதும் கண்களை எடுக்காமல் அவளைப் பார்க்க வைத்தன.

யங் வீதியைத் தாண்டும் வரைக்கும் அவன் அவளுடன் ஒரு வார்த்தை பேசவில்லை. அதிர்ச்சியிலிருந்து மீள நேரம் தேவைப்பட்டது. போலரொய்ட் காமிராவில் எடுத்த படம் மெல்ல மெல்லத் துலங்குவதுபோல அவன் மூளை அப்போதுதான் மெதுவாக சமநிலைக்குத் திரும்பி வேலை செய்ய ஆரம்பித்தது. அவன் தாலி கட்டியதும் மூன்று நாள் சேர்ந்து வாழ்ந்ததும் இந்தப் பெண்ணல்ல என்பது அவனுக்கு நிச்சயமாகத் தெரிந்தது. ஆனால் எப்படி இவள் அதே பெயருடன் வந்து நிற்கிறாள்? அவனுடைய மனைவி என்று வாய்கூசாமல் சொல்கிறாளே! கனடிய உளவுப் பிரிவில் வேலை செய்யும் ஒருவனை அத்தனை சுலபமாக ஒரு கிராமத்துப் பெண்ணால் ஏமாற்றிவிட முடியுமா?

வீட்டுக்கு வந்தவுடன் அவள் மிரள மிரள விழித்தாள். எசமான் முகத்தை வேலைக்காரி பார்ப்பதுபோல உத்தரவுக்காகக் காத்து நின்றாள். அவளுக்குக் கனடா புதிது, வீடு புதிது. கணவன் புதிது. வசந்தகுமாரனுக்கு அவளைப் பார்க்க இரக்கமாக இருந்தது. சூழ்ச்சி செய்யும் ஒரு பெண் போலவே அவள் இல்லை. இதுவெல்லாம் சித்தப்பாவின் சதி. ஒரு பெண்ணுக்குத் தாலி கட்டவைத்து இன்னொரு பெண்ணை அனுப்பியிருக்கிறார். அவளுக்கு ஒரு படுக்கையைக் காட்ட அவள் படுத்துக்கொண்டாள். சித்தப்பாவைத் தொலைபேசியில் அழைத்துக் கடுமையாகத் திட்டினான். அவருக்கு கோபம் வந்தது. 'என்ன விசர்க் கதை கதைக்கிறாய். அதுதான் நீ தாலி கட்டிய பெண். உன்னை நம்பி வந்திருக்கிறாள். திருப்பி அனுப்பாதே. இது என்ன சுப்பர்மார்க்கெட்டில் வாங்கும் சாமானா?' அன்றிரவு முழுக்க அவன் உறங்கவில்லை.

அடுத்தநாள் காலை அவளுக்கு சமையலறை யந்திரங்களை எப்படி இயக்குவது என்று மூளைக் குறைபாடு உள்ள ஒருவருக்கு கற்பிப்பதுபோல மெதுவாகச் செய்து காட்டினான். என்ன பொருட்கள் எங்கே இருக்கின்றன, என்ன செய்ய வேண்டும், என்ன செய்யக்கூடாது என்பதையும் சொல்லிக்கொடுத்தான்.

அவளைக் கொடுமைப் படுத்தி என்ன பிரயோசனம்? அவன்தான் உண்மையைக் கண்டுபிடிக்கவேண்டும். அவளிடம் நேரிலேயே கேட்டான். 'அச்சுவேலிக் கிராமத்துக் கோயிலில் 1999ஆம் ஆண்டு மே மாதம் 20ஆம் தேதி நான் தாலி கட்டியது யார் கழுத்தில்?' 'அது நான்தான்' என்றாள். சட்ட ஆலோசகரிடம் யோசனை கேட்டான். 'நீங்கள் இந்தப் பெண்ணைத்தான் சட்டப்படி மணமுடித்திருக்கிறீர்கள். திருமணச் சான்றிதழில் அவள் பெயர்தான் காணப்படுகிறது. கடவுச் சீட்டில் அவள் படம், அத்துடன் கையொப்பம்கூட சரியாகத்தானே இருக்கிறது. நீங்கள் வேறு ஒரு பெண்ணின் கழுத்தில் தாலி கட்டியதற்கு என்ன அத்தாட்சி? ஒரு புகைப்படம்கூட இல்லையே. கோர்ட் இதை ஏற்காது. பெண் நல்லவராகத் தெரிகிறார் என்று வேறு சொல்கிறீர்கள். அப்ப என்ன பிரச்சினை?' என்றார்.

அப்படித்தான் வசந்தகுமாரன் சேர்ந்து வாழத் தொடங்கினான். வாழ்க்கையும் மகிழ்ச்சிகரமாகப் போனது. ஆனாலும் அவனுக்கு மனதின் அடியில் ஒரு நெருடல் இருந்துகொண்டே வந்தது. அவன் தாலி கட்டிய பெண் வெடுக் வெடுக் என்று பதில் கூறுவாள். நடக்கும்போது உடை மடிப்புகள் உரசும் சத்தம் எழும். எதையோ பார்த்து அதிர்ச்சியடைந்ததுபோல பெரிய கண்கள். அவளை அணுகும்போதெல்லாம் அவனுக்கு இதயத்தின் படபடப்பு நிமிடத்துக்கு நிமிடம் அதிகமாகும். அவள் 'பைபை' என்றோ 'டாட்டா' என்றோ சொல்லாமல் 'சீரியோ' என்றுதான் சொல்வாள். விமான நிலையத்துக்கு அவன் கிளம்பியபோது 'சீரியோ' என்றுதான் விடைகொடுத்தாள். விநோதினிக்கு அந்த வார்த்தையே தெரியவில்லை. ஒருநாள் சோதிப்பதற்காக அலுவலகத்துக்கு புறப்பட்டபோது 'சீரியோ' என்று சொல்லிப் பார்த்தான். அவள் 'சரி, போயிட்டு வாங்கோ' என்றாள்.

அவர்களுக்கு ஒரு குழந்தை பிறந்தபோது யுகேஷ் என்று பெயர் வைத்தார்கள். தனிமையில் இருக்கும்போது வசந்தகுமாரன் யோசிப்பான் இனி வாழ்க்கையில் என்ன வேண்டும் என்று. அவன் மேல் அத்தனை அன்பாக இருக்கும் மனைவி. கனடா வுக்கு வந்து இரண்டு ஆண்டுகளில் அவனுடன் ஒரு சின்னச் சண்டைகூட பிடித்ததில்லை. ஒருநாள் யுகேஷ் காலையும் கையையும் ஆட்டியபடி கிடப்பதைப் பார்த்து ரசித்தபடி இருந்தான். விநோதினி தேநீர்க் கோப்பையைக் கொண்டு வந்து அவன் முழங்காலுக்கு முன்னால் வைத்துவிட்டுப் பக்கத்தில் அமர்ந்தாள். யுகேஷ் நடுவிலே கிடந்தான். திடீரென்று யுகேஷ் திரும்பி வயிற்றிலே படுத்தான். இவர்களால் நம்பமுடியவில்லை. அவனை மறுபடியும் திருப்பிப் போட்டார்கள். கால்களையும் கைகளையும் போட்டு ஆட்டினான். கவிழ்த்துப்போட்ட கரப்பான்

பூச்சி கால்களை உதைப்பதுபோல உதைத்தான், பின்னர் திடீரென்று வயிற்றிலே போய் விழுந்தான். அந்தக் காட்சியைப் பார்த்து கணவனும் மனைவியும் விழுந்து விழுந்து சிரித்தார்கள். அதுதான் முதல் தடவை அவர்கள் ஒன்றாகச் சிரித்தது.

வசந்தகுமாரனின் அலுவலகத்தில் 1984ஆம் ஆண்டிலிருந்து சேகரிக்கப்பட்ட உடைக்க முடியாத சங்கேதத் தகவல்கள் ஒரு கோப்பில் கிடந்தன. அவற்றை அவ்வப்போது யாராவது பயிற்சிக்காக உடைக்க முயல்வார்கள். 'உடைக்கமுடியாத புதிர்கள் பட்டியல்' என அதற்குப் பெயர். ஒருநாள் அலுவலகத்தில் அதிமுக்கியமான தகவல் ஒன்று அவன் மேசைக்கு வந்தது. மேலாளர் அதை எப்படியும் சீக்கிரத்தில் உடைத்தே ஆகவேண்டும் என உத்தரவிட்டிருந்தார். அல்லது அதுவும் பட்டியலில் சேர்ந்து விடும். இரண்டு நாளாக அந்தப் புதிரை உடைக்க முயன்றான். தகவல் யாரிடமிருந்து யாருக்கு போனது, என்ன தேதி போன்ற விவரங்கள் மறைக்கப்பட்டிருந்தன. மறைமொழியில் இருந்ததை விடுத்து ஆங்கிலத்தில் எழுதினான். ஒரு வசனம் அவனுக்கு வியப்பை உண்டாக்கியது. 'பல சமயங்களில் உண்மை மோசமானது; பொய்தான் சுகமானது.' அவனுக்கு விநோதினியின் நினைப்பு வந்தது. வேலையை உடனே நிறுத்திவிட்டு அவளைப் பார்க்க ஒருவரிடமும் சொல்லிக்கொள்ளாமல் வீட்டுக்குப் புறப்பட்டான்.

பின்மதியம் 3 மணி. கள்ளம் செய்துவிட்ட சந்தோஷம் அவன் முகத்தில் தெரிந்தது. கதவு திறந்த சத்தத்தை கேட்டு மனைவி சமையலறையில் இருந்து ஓடிவந்தாள். பாதிரிமார் பைபிளை நெஞ்சோடு பிடிப்பதுபோல கரண்டியை நெஞ்சோடு அணைத்துக்கொண்டு அவன் முன்னால் இளைக்க இளைக்க நின்றாள். முகத்திலே பரவசம். எதற்காக இப்படி ஓடி வருகிறாள்? கழுத்தில் கொலர் வைத்து கால்மட்டும் நீண்ட வீட்டு உடை அணிந்திருந்தாள். முகத்து வியர்வையில் முன்மயிர் விழுந்து ஒட்டி யிருந்தது. கறுப்பு திட்டு கன்னம்கூட பளிச்சென்று மின்னியது. 'திரும்பிப் போகவேண்டுமா?' என்று கேட்டாள். அவன் இல்லை என்றதும் அப்படியே கரண்டியுடன் சேர்த்து அவனைக் கட்டிக் கொண்டாள். அவன் அவளுக்கு ஒன்றுமே செய்தது கிடையாது. ஆனால் அவனைக் கண்டதும் அவளுக்கு அத்தனை அன்பு பீறிட்டுக்கொண்டு வந்தது. அவர்கள் வாழ்க்கையில் புதிய அத்தியாயம் தொடங்கியது.

பனிக்காலம் வந்தது. 11ஆம் மாடியில் இருந்த அலுவலக யன்னல் வழியாக வசந்தகுமாரன் வெளியே பார்த்தான். ஆகாயம், மரம், நிலம் சகலதும் வெள்ளை மயம். அட்சரேகை, தீர்க்க ரேகை எல்லாமே மறைந்துவிட்டன. பனித்திவலைகள் மேலேயிருந்து கீழே கொட்டுகின்றனவா அல்லது நிலத்திலேயிருந்து உற்பத்தியாகி

மேலே பறக்கின்றனவா என்பது தெரியவில்லை. தொலைபேசி ஒலித்தது. இலங்கையிலிருந்து வந்த அழைப்பு ஆச்சரியத்தை கொடுத்தது. ஒரு பெண்குரல் 'நீங்கள் வசந்தகுமாரன்தானே?' என்றது. 'ஓம், நீங்கள் யார்?' என்றான். 'மூன்று நாட்கள் உங்களுடன் வாழ்ந்திருக்கிறேன்' என்றாள். வெலவெலத்துப்போய் ஒரு முழு நிமிடம் பேசாமல் நின்ற பின் 'உங்களுக்கு என்ன வேணும்? என்றான். 'ஒன்றுமே வேண்டாம். என்ரை கழுத்தில் நீங்கள் கட்டிய அம்மன் தாலி இன்னும் தொங்குகிறது. நான் அதைக் கழற்றமாட்டேன். ஒருவேளை என்னைத் தேடி நீங்கள் இங்கே வரலாம். வரவேண்டாம். நான் நிரந்திரமாக வெளிநாடு போகிறேன். அதைச் சொல்லத்தான் எடுத்தேன்.' 'எதற்காக அப்படிச் செய்தாய்? உனக்கு அது ஒரு தொழிலா?' 'சேவை என்றல்லவோ நான் நினைத்தேன்.' 'அந்தப் பெண் நீதான் என்று நான் எப்படி நம்புவது?' 'சீரியோ.' டெலிபோன் வைக்கப்பட்டது.

அவன் கைகள் வெகுநேரம் நடுங்கின. விநோதினியிடம் என்ன என்ன கேட்கவேண்டும், என்ன என்ன தன்னிடமே வைத்துக்கொள்ளவேண்டும் என்பதைத் திட்டமிட்டு முடிவு செய்தான். தொலைபேசி வந்த விசயத்தை அவளிடம் சொல்லவே கூடாது. எத்தனை பெரிய பொய்! அவன் பார்த்ததில் விநோதினிதான் ஆகப் பெரிய புதிர். மீன் நீந்தி வந்த பாதையைக் கண்டுபிடிக்கலாம் ஆனால் அவள் மூளை ஓடும் பாதையை கண்டுபிடிக்கவே முடியாது. சாவியை நுழைத்து வீட்டுக் கதவைத் திறந்ததும் சமையலறையிலிருந்து விநோதினி துள்ளியபடியே ஓடிவந்தாள். பத்து வருடம் காணாததுபோல முகத்திலே எத்தனை மகிழ்ச்சி. பரவசம். அவன் மேலங்கியைக் கழற்ற முன்னரே காலையில் யுகேஷ் என்ன செய்தான், என்ன விளையாடினான், என்ன புது வார்த்தை சொன்னான் என்று முழு விவரங்களையும் நிறுத்தாமல் ஒப்புவித்தாள். அவள் முகத்தில் ஓடிய பெரும் மகிழ்ச்சியை ஒரேயொரு கேள்வி துயரமாக மாற்றிவிடும்.

இரவு குழந்தையைத் தூங்கப்பண்ணிய பிறகு மெதுவாக வசந்தகுமாரன் பேச ஆரம்பித்தான். அவன் வாயைத் திறந்ததும் அவள் முகம் மாறியது. கண்களில் இருந்து நீர் கொட்டத் தொடங்கியது. 'எத்தனைதரம்தான் ஒரே கேள்வியைக் கேட்பீர்கள். மருந்துக்கடையில் வாங்கும் மருந்துக்குகூட முடிவு தேதி உண்டு. உங்கள் கேள்விக்கு முடிவு தேதி கிடையாதா? நான்தான் உங்கள் மனைவி. இதில் என்ன சந்தேகம். இவன் யுகேஷ், எங்களுக்குப் பிறந்தவன். இத்தனை வருடத்தில் அதை வாங்கித்தா இதை வாங்கித்தா என்று எப்பவாவது கேட்டேனா? நீங்கள் என்ன குற்றம் சாட்டினாலும் நான் என் நியாயத்தைச் சொல்ல முடியும். ஆனால் என் நேர்மையைச் சந்தேகித்தால் என்னால் என்ன செய்யமுடியும்?' அவள் விம்மத் தொடங்கினாள்.

'என்னுடைய அன்பு ஒன்றும் குறையாது. உண்மையை சொல்லும். நான் உமக்குக் கட்டியது அம்மன் தாலி. உம்முடைய கழுத்தில் இருப்பதோ பிள்ளையார் தாலி. இது எப்படி நடந்தது? உண்மையைச் சொன்னால் ஞாபகம் வைக்கவேண்டிய அவசியமே இல்லை.' 'நீங்கள் கட்டியது பிள்ளையார் தாலி. அதுதான் என் கழுத்தில் இருக்கிறது.' இப்படி உரக்கக் கத்தியபடியே விநோதினி அழத் தொடங்கினாள். அழுகை பெரிதாகி அவள் கேவத் தொடங்கியபோது குழந்தை எழும்பி விடுவானோ என்ற பயம் தோன்றியது. 'சரி, சரி. நிறுத்தும். எனக்கு பதில் வேண்டாம். எப்ப கேட்டாலும் இதேதான். எனக்குத் தெரியும் பொய் என்று. உமக்கும் தெரியும் பொய் என்று. அவசியமில்லாமல் எங்கள் வாழ்க்கை நரகமாகிக்கொண்டு வருகிறது.'

அவள் முழங்காலில் தலை வைத்து அழுதுகொண்டே இருந்தாள். வசந்தகுமாரனுக்குத் தெரியும் பிரி தேய்ந்த நட் சுழலுவதுபோல அவளிடம் இருந்து ஒரே பதில்தான் வரும் என்று. நேரம் முடிவில்லாமல் ஓடிக்கொண்டிருந்தது. கணினியில் மின்நுனி ஒளிர்ந்து ஒளிர்ந்து அடுத்த வசனத்துக்குக் காத்து நிற்பதுபோல காத்து நின்றான். அப்படியே சரிந்து தூங்கியும் விட்டான். இரவு இரண்டு மணி இருக்கும். திடீரென்று முழிப்பு வந்து தலையை நிமிர்த்திப் பார்த்தபோது அவன் அதிர்ச்சியடைந்தான். அவள் அந்த இடத்தைவிட்டு நகரவேயில்லை. தலைவாரி இழுத்து, முகத்தை கழுவி துடைத்து பளபளப்பாக ஆக்கிக்கொண்டு, அவனையே உற்றுப் பார்த்தவாறு உட்கார்ந்திருந்தாள். அவள் முகம் ஒரு பக்கம் பிரகாசமாகவும் மறுபக்கம் சந்திரனின் கறுப்புத் திட்டுப்போலவும் இருந்தது.

'நான் உங்களுக்கு உள்ளதைச் சொல்லப் போகிறேன். இந்த விசயத்தை இனிமேல் நீங்கள் என்னிடம் கேட்கக்கூடாது. இது எங்களுக்காகவும் எங்கள் குழந்தையின் எதிர்காலத்துக்காகவும்.' அந்தக் கணத்தில் அவன் மனம் உருகியது. 'எத்தனை கொடூரமாக நடந்துகொண்டேன்' என்று நினைத்தான். 'நீங்கள் சத்தியம் செய்து கொடுக்கவேண்டும்.' 'சத்தியம்' என்றான் வசந்தகுமாரன். 'நீங்கள் தாலி கட்டிய பெண் வேறு யாருமல்ல. அது நான்தான்' என்றாள் சிரித்துக்கொண்டே.

அலுவலகத்தின் உடைக்க முடியாத புதிர்கள் பட்டியலில் அதையும் சேர்க்கவேண்டும் என்று வசந்தகுமாரன் நினைத்துக் கொண்டான்.

~ ~

ஆதிப் பண்பு

படுக்கை அறை வாசலில் இருந்து நடுக்கூடத்து ஆசனத்துக்குத் தட்டுத்தடுமாறி நடந்து, இடையில் நாலுதரம் நின்று இளைப்பாறி, வந்து சேர்ந்த சார்லி அபேயசிங்க, என் நண்பனின் தகப்பன், அவருடைய 12 வயதில் ஒரு காட்டு யானையைத் தனியாகச் சுட்டு வீழ்த்தியவர். இதை எனக்குச் சொன்னது என்னுடன் பல்கலைக் கழகத்தில் படித்த ரோஹான், அவருடைய மகன். யானையைச் சார்லி சுட்டது நிக்க வெரட்டிய காட்டில். அந்தக் காடு எனக்குப் பழக்கமானது. ஏனென்றால் நான் கொழும்பில் டொக்டராக பாஸ் பண்ணியதும் எனக்கு அரசாங்கம் தந்த முதல் வேலை நிக்கவெரட்டிய ஆஸ்பத்திரியில்தான். ஆகவே ரோஹான் சொன்னதை உடனேயே நம்பினேன். அங்கே என்னிடம் வந்த நோயாளிகளிலும் பார்க்க யானை அடித்து வந்தவர்களே அதிகம். யானையைக் கொன்றவர்களுக்கு வைத்தியம் பார்த்திருக்கிறேன். யானை கொன்றவர்களையும் வெட்டிப் பிரேதப் பரிசோதனை செய்திருக்கிறேன்.

நிக்கவெரட்டியாவில் நடந்த ஒரு சம்பவம்தான் என்னை மேல்படிப்புக்காக நாட்டைவிட்டு விரட்டியது. ஒரு பிணம் காட்டினுள் கிடப்பதாக தகவல் வந்தது. காட்டினுள் சென்று பிணத்தைப் பரிசோதிக்கும்படி எனக்கு ஆணை கொழும்பிலிருந்து வந்தது. நானும் பொலீஸ்காரனும் பிணத்தைத் தேடி காட்டினுள்ளே சென்றோம். என்னுடைய வேலை பிணத்தைப் பரிசோதனை செய்வது மட்டுமே. வழக்கம்போல 'யானை அடித்து மரணம்' என்று எழுதுவதற்குத் தயாராக வந்திருந்தேன். சோதித்ததில்

கழுத்திலே வெட்டுக்காயம் இருந்தது. இது கொலைதான், ஆனால் யானை அடித்து மரணம் என்று பொலீஸ் தீர்மானிக்கவேண்டும் என்பதற்காக பிணத்தைக் காட்டுக்குள் வீசியிருந்தார்கள். பொலீஸ்காரன் சொன்னான்: 'சேர் சேர், யானை அடித்து மரணம் என்று எழுதிவிடுங்கள் சேர். கொலைகாரனைப் பிடிக்க முடியாது சேர். நீங்களும் நானும் கோர்ட்டுக்கு அலையவேண்டும் சேர். இரவிரவாக நான் இந்தக் காட்டில் பிணத்துக்கு காவல் காக்கவேண்டும் சேர், பிளீஸ்.'

நான் இங்கிலாந்துக்குப் போய் மகப்பேறு மருத்துவத்தில் விசேட படிப்புப் படித்தேன். என்னுடைய பெயருக்குப் பின்னால் *MRCOG* எழுத்துகள் சேர்ந்துகொண்டன. ஆனால் கொழும்பிலே எனக்கு வேலை செய்யப் பிடிக்கவில்லை. கனடாவில் இருந்து உடனே மருத்துவர் தேவை என்று கடிதம் வந்தபோது நான் கனடா வந்தேன். மருத்துவமனையை அப்போதுதான் புதிதாகக் கட்டி முடித்திருந்தார்கள். கனடா உலகத்திலேயே இரண்டாவது ஆகப் பெரிய தேசம் என்பதை நான் உணரவில்லை. அங்கே எந்தப் பகுதியில் வேலை என்ற சாதாரண கேள்வியைகூட நான் கேட்கத் தவறிவிட்டேன். எனக்கு கிடைத்தது நியூஃபவுண்லாண்ட். மிகவும் பின்தங்கிய பிரதேசம். அது ஒரு தீவு, அத்துடன் கனடாவின் பத்தாவது மாநிலம். இலங்கையிலும் பார்க்க 6 மடங்கு பெரியது. பனிக்காலத்தில் குளிர் –20, –30 சென்ரிகிரேட் வரைக்கும் இறங்கும். ஆர்க்டிக் வட்டம் 800 கி.மீட்டர் தூரத்தில் இருந்ததால் அங்கிருந்து காற்று வீசும்போது குளிர் –40க்கு இறங்கிவிடும். இதையெல்லாம் பின்னர்தான் தெரிந்துகொண்டேன்.

நியூஃபவுண்லாண்டின் தலைநகரம் சென்ற் ஜோன்ஸ். அங்கேதான் ரோஹான் எஞ்சினியராக வேலைபார்த்தான். தற்செயலாக அவனைச் சந்தித்தபோது நான் அடைந்த மகிழ்ச்சிக்கு அளவில்லை. உலகம் கவனிக்காத பனிப்பிரதேசத்தில் 10 வருடங்களுக்கு முன்னர் என்னுடன் பல்கலைக்கழகத்தில் ஒன்றாகப் படித்த நண்பனைப் பார்ப்பது எத்தனை அபூர்வம். சார்லியிடம் நான் பல வருடங்களாகக் கேட்க நினைத்த கேள்வியைக் கேட்டேன். 'எப்படி 12 வயதில் உங்களால் யானையைச் சுட முடிந்தது?' 'என் அப்பாவின் புத்திமதி இதுதான். உன் உயிரை உன் சம்மதமின்றி எதுவும் பறிக்கமுடியாது. பதற்றம் கூடாது. நம்பிக்கை இழக்காதே. நிதானம் மிகமிக அவசியம். வேட்டைக்குப் போனபோது திடீரென்று ஒரு யானை என் முன்னே தோன்றியது. அப்பா சுடு என்றார். நான் சுட்டேன். யானையின் மண்டை ஓட்டில் ஒரு விசித்திரம் உண்டு. தந்தங்களுக்கு மேலே நெற்றிக்கு கீழே ஓர் ஓட்டையுண்டு. என் அதிர்ஷ்டம் நான் சுட்ட குண்டு ஓட்டைக்குள் நுழைந்து மூளையை துளைத்தது. யானை ஒரு

நிமிடம் ஆடாது திகைத்து நின்று, பின்னர் பக்கவாட்டில் சரிந்து விழுந்தது. இப்பொழுதுகூட என் கனவுகளில் இந்தக் காட்சி அடிக்கடி வருகிறது' என்றார்.

நான் நியூஃபவுண்லாண்டுக்கு வந்து கிட்டத்தட்ட இரண்டு வருடமாகிறது. மருத்துவமனை அனுபவம் வித்தியாசமானது. அங்கே வேலை செய்யும்போது எனக்கு நிக்கவெரெட்டியா ஆஸ்பத்திரி நினைவுக்கு வரும். ஒருநாள் முழுக்க பயணித்து ஆட்கள் வருவார்கள். நிக்கவெரட்டியாவில் யானை அடித்துப் பிணங்கள் வருவதுபோல இங்கே அநேகமாக குளிரில் உறைந்து போன பிணங்கள் வரும். அதைப் பிரேதப் பரிசோதனைக்கு அனுப்புவோம். குளிரில் அரைகுறையாக உறைந்துபோன உடல்களும் வரும். முதலில் தாக்கப்படுவது உடலின் நுனிப் பாகங்கள்தான். கைவிரல்களும் கால்விரல்களும் விறைத்துச் செயலற்றதாகிவிடும். அவற்றை உடனுக்குடன் அகற்றவேண்டி நேரும். முழுக் கால்களை இழந்தவர்களும் உண்டு.

எங்கள் நாட்டிலே மூட நம்பிக்கைகள் இருந்தன. அவைக்கு நான் பழகிவிட்டேன். ஆனால் ஒரு வெள்ளைக்கார நாட்டில் மூடநம்பிக்கைகளை நான் எதிர்பார்க்கவில்லை. மிஸஸ் ஜேஸனுக்கு நடுத்தர வயது. இரண்டு முறை அவர் கருத்தரித்துப் பாதியிலேயே கரு கலைந்துவிட்டது. மூன்றாவது தடவையாக என்னிடம் வந்திருந்தார். கிரமமாக அவரைச் சோதித்தேன். அவரும் எச்சரிக்கையாகவே இருந்தார். ஒரு முறை சோதித்தபோது குழந்தை அவர் வயிற்றிலே எக்கச்சக்கமாக பெருத்துப்போய்க் கிடந்தது. ஆபத்து, சிசேரியன் மூலம் குழந்தையை வெளியே எடுக்கவேண்டும் என்று அடுத்த நாளைக் குறித்துக் கொடுத்தேன். அந்தநேரம் அவர் தன் கையுறையைத் தவறுதலாக நழுவ விட்டு விட்டார். உடனேயே மற்றக் கையுறையையும் கீழே எறிந்தார். 'இது கெட்ட சகுனம். இன்னொரு தேதி தரமுடியுமா?' என்றார். கொடுத்தேன். அவர் சிசேரியனுக்கு வந்தபோது உள்ளே குழந்தை செத்துவிட்டது. அவர் மனம் உடைந்து அழுதார். தன் மூடத்தனத்தை எண்ணி எண்ணி வருந்தினார். அவருக்கு ஆறுதல் சொன்னேன். தயங்கித் தயங்கி நின்றார். பின்னர் ஓர் அலை திரும்புவதுபோல என்னையே பார்த்தபடி பின்னகர்ந்தார்.

சில மாதங்கள் கழித்து மறுபடியும் கருவுற்று மிஸஸ் ஜேஸன் வந்தார். ஒவ்வொரு மாதமும் பரிசோதித்தேன். மறுபடியும் குழந்தை பெரிதாக வளர்ந்துவிட்டது. இரண்டு நாள் கழித்து காலைநேரம் அவருக்கு சிசேரியன் செய்ய நாள் குறித்துக் கொடுத்தேன். அவர் உடனேயே சரி என்றார். கையுறையை அவர் கையிலே இறுக்கிப் பிடித்தபடி இருந்ததால் ஒருவித

அசம்பாவிதமும் நேரவில்லை. எனக்கு தலைநகரில் வேலை இருந்தது. அதை முடித்துவிட்டு ரோஹானைச் சந்தித்தேன். அவன் 'ரம்யா எப்போது வருகிறார்?' என்றான். 'அவளை நான் காதலிப்பது அவனுக்குத் தெரியும். நான் கொழும்புபோய் அவளை அழைத்து வரவேண்டும். பனிக்காலம் முடிந்ததும் போகலாம் என்பது திட்டம்' என்றேன்.

மதிய உணவை முடித்துவிட்டுக் கிளம்பியபோது ரோஹான் 'இன்றே புறப்படப் போகிறாயா?' என்று கேட்டான். நான் 'ஆமாம்' என்றேன். 'நீ ஒரு மூடனா?' என்றான். ஏன் என்றேன். 'இன்று மிகப்பெரிய பனிப்புயல் வீசப்போகிறது. காலநிலை அறிவிப்பாளர் டிவியில் சொல்லிக் கொண்டிருக்கிறாரே' என்றான். 'எப்படிப் போகாமல் இருக்க முடியும்? மிஸஸ் ஜேஸனின் சிசேரியனுக்கு நாளை காலை எட்டு மணிக்கு நான் இருக்கவேண்டுமே' என்றேன். 'முட்டாள். நீ போகாவிட்டால் என்ன நடக்கும்?' 'சேய் மாத்திரமல்ல, தாயும் இறக்கலாம். என் கடமை' என்றேன். 'சரி, கவனமாகப் போ. அங்கே போய்ச் சேர்ந்ததும் எனக்கு டெலிபோனில் தகவல் சொல்' என்றான்.

என் எஞ்சிய வாழ்நாளில் நான் என்றென்றும் மறக்கமுடியாத இரவு தொடங்கியது. மிஸஸ் ஜேஸன் என்னிடம் சொன்னது நினைவுக்கு வந்தது. 'நீங்கள் கொழும்பில் படித்திருக்கிறீர்கள். லண்டனில் படித்து இருக்கிறீர்கள். கனடாவில் படித்து இருக்கிறீர்கள். உங்களிடம் மூன்று நாடுகளின் அறிவு உள்ளது. நீங்கள்தான் என்னுடைய சிசேரியனைச் செய்யவேண்டும்.' எப்படியும் நான் போய்ச் சேரவேண்டும். மருத்துவமனை மேரீஸ் டவுன் என்ற நகரத்தில் இருந்தது. சென்ற் ஜோன்ஸில் இருந்து அதன் தூரம் 300 கிலோ மீட்டர். சாதாரண நாளில் ஐந்து மணி நேரத்தில் கடந்துவிடலாம். நீண்ட சாலை; போக்குவரத்து குறைவு, ஆகவே நிம்மதியாகக் காரை ஓட்டலாம். மாலை ஆறு மணிக்குப் போய்ச் சேர்ந்துவிடலாம் என்று பட்டது. இரண்டு மணி நேரப் பயணம் ஒருவிதப் பிரச்சினையும் இன்றிக் கழிந்தது. பின்னர் பனிப்புயல் ஆரம்பமானது.

ஆறுமாதம் முன்புதான் புதுக் கார் வாங்கியிருந்தேன். பனிக்கால டயர் பூட்டிய ஃபோர்ட் கிரவுண் விக்டோரியா. 1992 டிசெம்பர் மாதம். ஆரம்பத்திலேயிருந்து வானம் சாம்பல் நிறத்திலே இருந்தது. சூரியன் அங்கே இருப்பதற்கான அறிகுறியே கிடையாது. வாகனத்தின் வேகத்தைக் குறைத்தேன். நாலு மணி ஆனபோது பாதி தூரத்தைக் கடந்திருந்தேன். திரும்ப முடியாது என்றபடியால் எப்படியும் எச்சரிக்கையாக ஓட்டிச் செல்வது என்று முடிவு செய்தேன். ஏழு மணி ஆனபோது மீதி தூரம்

100 கி.மீட்டர் இருந்தது. இந்தப் பாதையில் லைட் கம்பங்கள் இல்லாததால் வழியெல்லாம் இருட்டாக இருக்கும். பனியோ கொத்துக் கொத்தாகக் கொட்டியது. பார்க்கும் இடம் எல்லாம் வெண்பனியால் நிறைந்திருந்தது. ஒரே பனிப்பாலைவனம் என்று சொல்லலாம். இதைக் கனடாவில் வைட்டவுட் (Whiteout)என்று சொல்வார்கள். வீடுகள் இல்லை. மரங்கள் இல்லை. வேறு வாகனங்கள் இல்லை. ஒரே தனிமைதான். கார் கண்ணாடித் துடைப்பான் வேகமாக வேலை செய்தது. அப்படியும் பனி கொட்டியபடியே இருந்தது. எங்கே ரோட்டுப் போகிறது, எது என்னுடைய பக்கம், எது எதிர்ப்பக்கம் ஒன்றையுமே ஊகிக்க முடியவில்லை. கார் முகப்பு வெளிச்சம் பத்தடி தூரம் கூட பாயவில்லை.

காரிலே ஒரு ரேப் ஓடிக்கொண்டிருந்தது. கரகாட்டக்காரனில் வரும் பாடல். இளையராஜா இசை அமைத்து, அவரும் சித்ராவும் பாடியது. 'இந்த மான், உந்தன் சொந்த மான், பக்கம் வந்துதான் சிந்து பாடும்.' பாடலைக் கேட்டு கொஞ்சம் உற்சாகம் பிறந்தது. ரம்யாவுக்கு மிகவும் பிடித்த பாடல். அவளும் பக்கத்தில் இருந்தால் எவ்வளவு நல்லாய் இருக்கும். தண்ணீர் சூழ்வதுபோல என்னை அவள் சுற்றி அணைத்துக் கொள்வதை நினைத்தேன். பெரிய உதடுகளை நான் விரல்களால் பிடித்து இழுத்து விடும்போது அவை ரப்பர்போல ஆடும். இடையில் இருந்து தொங்குவதுபோல ஆரம்பித்த கால்களால் சேற்றிலே நடப்பதுபோல நடப்பாள். அவள் சாரி உடுப்பதும் ஒருவித அழகுதான். பார்த்திருக்கும்போதே அரை நிமிடத்தில் உடுத்தி முடிப்பாள். எஞ்சிய சேலையை உருட்டி வலக் கையிலே வைத்துக்கொண்டு இதை என்ன செய்வது என்பதுபோல யோசிப்பாள். பின்னர் சிறுமிகள் ரைட்டோ விளையாட்டில் கல் எறிவது போல தோளுக்கு மேலால் எறிந்துவிடுவாள். என்னுடன் காரிலே இப்போது ரம்யாவும் இளையராஜாவும் சித்ராவும் பயணம் செய்தார்கள்.

ரோட்டைப் பிரிக்கும் மஞ்சள் கோடோ, வெள்ளைக் கோடோ தெரியவில்லை. ஒரு மைல் நீளமான குளம் ஒன்று அந்தப் பாதையில் கிடந்தது. இந்த நேரம் அது உறைந்து போயிருக்கும். ஒருவேளை கார் எதிர்வரும் பாதையில் போகிறதோ என்று நினைப்பு வந்தது. அடுத்தகணம் கார் பள்ளத்தில் உருளத் தொடங்கியது. பத்து இருபது தடவை உருண்டு 50 அடி கீழே விழுந்து உறைந்துபோன குளத்தில் தலைகீழாகக் கிடந்தது. அத்தனை தரம் கார் புரண்டபோதும் எனக்கு நினைவு தப்பவே இல்லை. ரேப்பிலே ஓடிய பாட்டு தலை கீழாக ஒலித்துச் சடுதியாக நின்றது. பனி தொடர்ந்து காரை மூடியது.

முதலில் மனதில் நினைவுக்கு வந்தது உறைந்துபோன உடல்களை அவர்கள் தள்ளிக்கொண்டு ஆஸ்பத்திரிக்கு போகும் காட்சி. என்னுடைய உடலைக் கண்டுபிடிப்பார்களா? எத்தனையாவது நாள் என் உடலைத் தள்ளிக்கொண்டு போவார்கள். பனி காரை மூடுவதற்கு எத்தனை மணி நேரம் பிடிக்கும். சிலவேளை ரோஹான் ஆஸ்பத்திரியைக் கூப்பிட்டு விசாரிக்கக்கூடும். தொலைபேசி இந்தப் புயலில் வேலை செய்யுமா? மிஸஸ் ஜேஸன் வந்து காத்திருப்பார். அவருடைய சிசேரியனை யார் செய்வார்கள்? ரம்யாவுக்கு அறிவிப்பார்களா? எத்தனை நாள் கழித்து தகவல் போகும். அனலைதீவில் பிறந்து, நிக்கவெரட்டிய காடுகளில் அலைந்து, லண்டனில் படித்து, மேரீஸ்டவுன் பியூரின் மருத்துவமனையில் மகப்பேறு வைத்தியம் செய்யவந்த என் விதி இப்படி முடியவேண்டுமா? ஒருவித பேய் வேகத்தில் கார் சில்லுகளின் தடயத்தையும் என் வரலாற்றையும் பனிப்புயல் அழித்துக்கொண்டிருந்தது.

கதவை உடைத்து வெளியே வரமுடியாது. அது நெளிந்துபோய் கிடந்தது. உடலிலே எங்கேயாவது காயம் இருக்கிறதா என்று தடவிப் பார்த்தேன். கிடையாது. தலைகீழாகத் தொங்குவதை நேராக்க முடியுமா என்றால், அதுவும் முடியவில்லை. புவியீர்ப்பு மையம் நழுவியது. வெளியே போனால் இன்னும் நிலைமை மோசமாகிவிடும். உள்ளே இருப்பது பாதுகாப்பானது. என்னுடைய மருத்துவ அறிவைக்கொண்டு எத்தனை மணிநேரத்தில் சாவு வரும் என்று கணிக்க முயன்றேன். நாலு அடுக்கு உடை, தலையிலே தொப்பி, கையிலே கையுறை, காலிலே தடித்த காலுறையும், சப்பாத்தும், கழுத்தைச் சுற்றி கம்பளி ஸ்கார்ஃப். வெளியே –30 டிகிரி இருந்தது. உள்ளேயும் அதுதான். ஆர்க்டிக் காற்று அடிப்பதால் வெளியே சீக்கிரத்தில் –40 டிகிரி ஆகிவிடும்.

காரின் குளிர்நிலை ஒவ்வொரு நிமிடமும் ஒரு டிகிரி கீழே போய்க்கொண்டிருந்தது. முதலில் கை கால் விரல் நுனிகள் விறைக்கும். மூக்கு விறைக்கும். பின்னர் உடல் மரத்துப்போக ஆரம்பிக்கும். உதடுகள் காய்ந்து தன்பாட்டுக்கு துடித்தன. உணர்ச்சியே இல்லை. 'இந்த மான், உந்தன் சொந்த மான், பக்கம் வந்துதான், சிந்து பாடும்' என்று பாடினேன். வேறு வார்த்தைகள்தான் வெளியே வந்தன. இதுவே என்னுடைய கடைசிப் பாட்டாக அமையலாம். மரணத்துக்கு முன்னர் நினைவுக்கு வருவது பனிக்குளிரில் இறந்தவர்களுடைய கதைகள்தான். ஒருவருடைய கைவிரல்கள் விறைத்தபோது அவர் வளர்த்த நாயை குத்திக் கொன்று அதன் வெதுவெதுப்பான ரத்தத்துக்குள் விரல் களை நுழைத்து தன்னைக் காப்பாற்றியிருக்கிறார். டைட்டானிக் மூழ்கிய

இடத்தை ஏழு வருடங்களுக்கு முன்னர் கண்டு பிடித்தார்கள். சென்ற் ஜோன்ஸிலிருந்து அதன் தூரம் வெறும் 560 கி.மீட்டர்தான். அதிலே பயணித்தவர்களில் அநேகர் குளிரில் விறைத்துத்தான் இறந்துபோனார்கள்.

12 வயதில் யானையைச் சுட்டு வீழ்த்திய சார்லி சொன்னது நினைவுக்கு வந்தது. உன் சம்மதமின்றி உயிர் பிரியாது. பதற்றம் ஆகாது. நிதானம் தவறக்கூடாது. நம்பிக்கையை இழக்காதே. எந்த நேரமும் மூளை குழம்பிப் போகலாம். அதற்கு முன்னர் சிந்தித்துச் செயல்படவேண்டும். நீ ஒரு டொக்டர், டொக்டர் போல யோசி. கண்ணாடி வழியாக ஒரு சதுர பிரதேசம் இருளில் தெரிந்தது. உடல் இப்படியே தொங்கும். பின்னர் விறைப்பு நிலை மெள்ள மெள்ள அதிகமாகி ரத்தம் உறையும். ஆழ்ந்த நித்திரை உன்னை அணைக்கும். மனித உடல் அனுபவிக்கும் அதியற்புத உறக்கமாக அது இருக்கும்.

கார் யன்னலில் டக்டக் என்று தட்டும் சத்தம் கேட்டது. முதலில் ஏற்பட்டது பயம்தான். காதைக் கூர்மையாக்கினேன். மறுபடியும் அதே சத்தம். தொங்கிய நிலையில் உடலை வளைத்துத் திரும்பி பார்த்தேன். ஓர் உருவம் அசைந்தது. கையிலே டோர்ச் வெளிச்சம் அங்குமிங்கும் ஆடியது. வெள்ளை மனித முகம். கறுப்பு உடை மேலே வெளிச்ச ஆடை தரித்திருந்தது. இந்த மனிதன் என்னைக் காப்பாற்ற வந்தவன் என்று தோன்றவே இல்லை. விரோதி என்றே நினைத்தேன். என்னைக் கண்டு விட்டான். உயிர் இருக்கிறதா என்று கூர்ந்து பார்த்தான். நான் டக் டக் டக் என்று மூன்றுதரம் கண்ணாடியில் தட்டினேன்.

ஒரு விரலை வாயில் குறுக்காக வைத்துச் சைகை செய்தான். என்னைப் பேசவேண்டாம் என்கிறான். கைகளைச் சுழற்றினான். என்னுடைய கார் கண்ணாடி மின்சார இயக்கத்தில் வேலை செய்வது அல்ல. கைப்பிடியைத் தேடினேன். தலைகீழாகத் தொங்கியதால் அது மேலே இருந்தது. அதைப்பிடித்துச் சுழற்றினேன். குளிர்காற்றும் பனித்திவலைகளும் வேகமாக உள்ளே அடித்தன. அந்த மனிதன் வலுவான தன் கைகளால் என்னைப் பிடித்து இழுத்தான். 50 அடி தூரம் என்னை மேலே இழுத்துச் சென்றான். சில இடங்களில் சறுக்க மறுபடியும் இழுத்தான். அவனுடைய வாகனம் பனிக்காலத்தில் ஓடக்கூடிய கனரக வண்டி. அது இயங்கிக் கொண்டிருந்தது. அதன் கதகதப்பு என்னைச் சூழ்ந்தது. பிளாஸ்கில் இருந்து கொஞ்சம் கோப்பி ஊற்றித் தந்தான். நான் அவனை மாட்டுக் கன்று அதன் தாயைப் பார்ப்பதுபோலப் பார்த்தேன். மறுபடியும் விரலைக் குறுக்காக வைத்துப் பேசவேண்டாம் என்றான். வண்டி ஓடிக்கொண்டிருந்தது.

சிறிது நேரத்தில் என் உதடுகள் அசையக்கூடியதாக இருந்தன. 'மிக்க நன்றி' என்றேன். அவர் பேசவே இல்லை. 'எப்படி என்னைக் கண்டுபிடித்தீர்கள்?' அவர் சொன்னார், 'நான் வாகனத்தை ஓட்டிக்கொண்டு வந்தபோது கீழே காரிலிருந்து வெளிச்சம் தெரிந்தது. கார் தலைகீழாகத் தொங்கியதால் வெளிச்சம் மேல்நோக்கி அடித்தது. எனக்கு விபத்து என்று புரிந்துவிட்டது.' 'ஆபத்தான பள்ளத்தில் இறங்கிவந்து என்னைக் காப்பாற்றவேண்டும் என்று எப்படித் தோன்றியது?' அவர் உடனே பேசவில்லை. நீண்டநேரம் யோசித்துவிட்டு நான் என்றென்றைக்கும் மறக்கமுடியாத பதிலைச் சொன்னார். 'இன்றும் பலர் அமெரிக்காவைக் கண்டுபிடித்தது கொலம்பஸ் என்று நினைக்கிறார்கள். கொலம்பஸ் வருவதற்கு 500 வருடங்களுக்கு முன்னரே லெய்ஃப் எரிக்ஸன் என்ற நோர்வே நாட்டுக்காரன் அமெரிக்காவைக் கண்டுபிடித்ததும் அல்லாமல் குடியேற்றமும் செய்தான். அப்படிக் குடியேறிய 1000 வருடத்து சந்ததிச் சங்கிலியின் மீதி நாங்கள். தொடர்ந்து நாங்கள் உயிர் தரிக்கக் காரணம் ஒருவருக்கு ஒருவர் உதவி செய்வதுதான். அது கடமை. நடுக்கடலில் கப்பல்கள் ஒன்றுக்கொன்று உதவுவதுபோல. அப்படித்தான் இங்கே உயிர் வாழமுடியும். ஒருவர் பள்ளத்திலே விழுந்து கிடக்க அதைப் பார்த்துக்கொண்டு நான் போக முடியாது. இது எங்கள் ஆதிப் பண்பு.'

'ஆதியில் குடியேறியவர்கள் பயங்கரமாகப் பனிகொட்டும் இந்தப் பிரதேசத்தை ஏன் தேர்ந்தெடுத்தார்கள்?' 'ஐரோப்பாவில் இருந்து ஆகக் குறைந்த தூரத்தில் நியூஃபவுண்லாண்ட் இருக்கிறது. 3200 கி.மீட்டர் தூரம்தான். கடல் அடி கேபிள் இங்கிருந்துதான் அயர்லாந்துக்கு போடப்பட்டது. தெரியுமா, ஆப்பிரஹாம் லிங்கன் 1865இல் சுடப்பட்டு இறந்தபோது அந்தச் செய்தி ஐரோப்பாவுக்கு போய்ச்சேர 10 நாள் எடுத்தது. ஆனால் அடுத்த வருடம், 1866இல் செய்திகள் பத்து செக்கண்டிலே ஐரோப்பாவுக்கு போய்ச் சேர்ந்தன. காரணம் கடல் அடி கேபிள் போடப்பட்டுவிட்டது.'

என் இடம் வந்தது. நன்றிகூறி விடைபெற்றேன். அவருடைய முகம் இருட்டில் தெரியவில்லை. 'உங்கள் பெயரையாவது சொல்லுங்கள். நான் ஞாபகம் வைக்கவேண்டும்.' 'என் பெயரை ஞாபகத்தில் வைத்து என்ன செய்யப் போகிறீர்கள்? இந்தத் தீவின் ஆதிப் பண்பை நினைவில் இருத்துங்கள்' என்றார். பின்னர் மறைந்துவிட்டார். அன்றிரவு எனக்கு நல்ல தூக்கம் கிடைத்தது. காலையில் ரம்யாவுக்கும் ரோஹானுக்கும் சேமமாக வந்து சேர்ந்ததை டெலிபோனில் சொன்னேன். விபத்து பற்றி மூச்சு விடவில்லை. மிஸஸ் ஜேஸன் சிசேரியனுக்குத் தயாராக

இருந்தார். 11.8 றாத்தல் எடையுள்ள சிசுவை வெளியே எடுத்தேன். ஆண் குழந்தை.

அன்று மாலை வழக்கம்போல வார்டைச் சுற்றிப் பார்த்தேன். மிஸஸ் ஜேஸனின் படுக்கை வந்தபோது என்னையறியாமல் நின்றேன். கையிலே இருந்த குழந்தையைப் பார்த்து அவர் கண்கள் சிரித்தன. அடக்க முடியாத மகிழ்ச்சியில் காணப் பட்டார். உணர்ச்சி வேகத்தில் வாயைத் திறந்து ஏதோவெல்லாம் பிதற்றினார். முன்னுக்கு நின்ற ஆண் ஒரு விரலை உதட்டில் குறுக்காக வைத்து ஒன்றும் பேசவேண்டாம் என ஆறுதல் படுத்தினார்.

~ ~

பதினொரு பேய்கள்

ஆறு மாதம் சென்ற பின்னர்தான் தோழர் செல்வா சுப்பிரமணியத்துக்கு என்ன பிரச்சினை என்பது புரிய ஆரம்பித்தது. இயக்கத்தில் அவர் சேர்ந்து மூன்று வருடம் ஆகியிருந்தது. அவருடன் சேர்த்து செயல்குழுவில் 11 பேர் இருந்தனர். அவர்தான் யாழ்ப்பாணத்துக்குப் பொறுப்பாளர் என்று அறிவிப்பு வந்துவிட்டது. ஆனால் செயற்குழு கூட்டத்தில் செல்வன் கேட்ட கேள்வி அவரை யோசிக்க வைத்தது. அதில் இருந்த நியாயம் அவருக்கும் தெரியும். மற்றக் குழுக்காரர்கள் அவனை அவமானப் படுத்திவிட்டார்கள். எல்லோரிடமும் வாகனம் இருந்தது. துப்பாக்கி இருந்தது. அவர்களிடம் ஒன்றுமில்லை. தலைவர்கள் இந்தியாவில் சொகுசாக உட்கார்ந்துகொண்டு கட்டளைகள் பிறப்பித்தார்கள். எப்படிப் போராட முடியும்?

யாழ்ப்பாணத்தில் மாத்திரம் எட்டுக் குழுக்கள் இயங்கின. அவர்களுடைய குழுவை ஒருவருமே கணக்கில் எடுப்பதில்லை. யாழ்ப்பாண நூல் நிலையத்தை அரச படையினர் எரித்த அடுத்த மாதம் சுந்தரம் குழுவினர் ஆனைக்கோட்டை பொலீஸ் நிலையத்தை அடித்து நொறுக்கினர். அவர்கள் இயக்கம் என்ன செய்தது? வெலிக்கட சிறையில் 18 போராளிகளைச் சிங்கள அதிகாரம் கொன்றொழித்தது. அவர்கள் இயக்கம் என்ன செய்தது? வேறொரு இயக்கம் திருநெல்வேலியில் தாக்குதல் நடத்தி 13 ராணுவத்தினரை கொன்றது. ஆயுதமே இல்லாமல் எப்படி ராணுவத்தோடு போராடுவது? அவர்களைப் பார்த்துப் பின்னாலும் சிரித்தார்கள், முன்னாலும் சிரித்தார்கள்.

'நேற்று நான் உரும்பிராய் காவல் அரணைக் கடந்தபோது இயக்கக் காவல்காரர்கள் என்னிடம் அடையாள அட்டையைக் கேட்டார்கள். அவர்களுக்கு நான் இயக்கத்தில் வேலை செய்வது தெரியும். காட்டினேன். கால்சட்டை பொக்கற்றுகளைக் காட்டச் சொன்னார்கள். நான் இழுத்து வெளியே விட்டேன். அவை மாட்டு நாக்குகள்போலத் தொங்கின. வாகன இலக்கத்தைக் கேட்டார்கள். சைக்கிளுக்கு எங்கே இலக்கம் இருக்கு? எனக்கு வெட்கமாய்ப் போய்விட்டது. அவர்களிடம் துப்பாக்கி இருந்தது தோழர். நாங்களும் ஈழ விடுதலைக்காகத்தானே போராடுகிறோம். எங்களை மதிக்கிறார்கள் இல்லை.'

இதைக் கேட்டுக்கொண்டு நின்ற மற்றொரு தோழர் சொன்னார். 'இதுவாவது பரவாயில்லை. எனக்கு நடந்ததைக் கேளுங்கள். என்னுடைய இயக்கத்தின் பெயரைக் கேட்டார்கள். நான் சொன்னேன். ஐந்து எழுத்துக்களா என்று கேட்டார்கள். ஓம் என்றேன். ஆங்கிலத்தில் எத்தனை எழுத்துக்கள் என்று கேட்டார்கள். குத்துமதிப்பாக 26 என்று சொன்னேன். மிச்சம் 21 எழுத்துக்கள் சும்மாதானே இருக்கின்றன. அவற்றையும் சேர்ப்பதுதானே என்று ஒருவன் சொன்னான். மற்றவர்கள் சிரித்தார்கள். எல்லா இயக்கங்களுக்கும் சிரிப்புக் காட்டுவதற்காகத்தான் நாங்கள் இருக்கிறோம்.'

தோழர் செல்வாவுக்கு இது புதிதல்ல. அவரை ஒருமுறை சைக்கிளை உருட்டிக்கொண்டு ஒரு மைல்தூரம் நடக்க வைத்து வேடிக்கை பார்த்திருக்கிறார்கள். யாழ்ப்பாணத்துக்கு அவர் பொறுப்பாளர் என்பது அந்த இயக்கக்காரர்களுக்குத் தெரியும். அவர் காதுபட ஒருவன் மற்றவனுக்கு சொன்னான் 'அண்ணை, மூக்கிலே குறுக்காக எலும்பு சொருகிக்கொண்டு, கையிலே கம்பைச் சுழட்டி காட்டு நடனம் ஆடக்கூடத் தகுதியில்லாத ஆட்கள் எல்லாம் இயக்கம் நடத்தினம். கொஞ்சம் நடந்துபோனால் உடல் பயிற்சி கிடைக்கும்.' அந்த அவமானத்தை மறக்க முடியாது. அவர்கள் எல்லாம் வெட்கித் தலை குனிகிறமாதிரி பெரிசாக ஏதாவது செய்யவேண்டும்.

ஒரு வருடம் முன்னர் சொப்பனா இயக்கத்தில் சேர வந்தபோது தோழர் செல்வா மறுத்துவிட்டார். 'நான் எப்படி முடிவு செய்யமுடியும்? கமிட்டிதான் முடிவு செய்யும்' என்று சொல்லி கடத்தினார். பெண் விடுவதாயில்லை. 'என்ன கமிட்டி? நீங்கள்தானே கமிட்டி' என்று பிடிவாதம் பிடித்தாள். உடலை வளைத்து அவரை உற்றுப் பார்த்துக்கொண்டே நின்றாள். தோழர் செல்வா பார்த்தார். 'நல்ல அலங்காரம்தான். நெற்றியிலே பொட்டு. காலிலே கொலுசு. கூந்தலிலே மல்லிகைச் சரம். போர்க் கோலத்தில்தான் வந்திருக்கிறீர்.' அவள் முகம் சிறுத்துப்

போனது; ஆனாலும் பிரகாசம் குறையவில்லை. 'உங்கள் இடுப்பில் ஒரு துப்பாக்கிகூட இல்லை. எப்போது போர் துடங்கி நீங்கள் புறப்படுவீர்களோ அப்போது நானும் போர்க்கோலத்தில் வருவேன்.' தோழர் செல்வாவுக்கு வெட்கமாகப் போய்விட்டது. அவள் நினைவு பின்னர் அவருக்கு அடிக்கடி வந்து போனது.

இன்னொரு பிரச்சினை இருந்தது. இயக்கத் தோழர்களுக்கு புத்திஜீவிகளைப் பிடிக்காது. மூன்று வருடங்களுக்கு முன்னர் அரவிந்தன் இயக்கத்தில் சேர வந்தபோது எல்லோரும் அவனைத் துரத்திக் கேலி செய்தனர். காரணம் அவன் நடக்கும்போது இறகு பறப்பது போலிருக்கும். அப்படி மெலிந்து நீண்ட குச்சிபோல தேகம். 'ஏகே 47ஐ அவன் தோளில் தூக்கி வைக்க இன்னொருவர் தேவைப்படும்' என்று பகிடி செய்தார்கள். ஏ லெவல் சோதனையில் நாலு பாடங்களிலும் ஏ எடுத்தவன், படிப்பு வேண்டாமென்று இயக்கத்தில் சேர வந்திருந்தான். உடல் வலுவானவர்கள் போர் செய்ய ஒன்றையுமே கண்டு பிடித்ததில்லை. அவர்கள் உடலை நம்பியிருந்தார்கள். பலசாலியை வெற்றிகொள்ள ஆயுதம் கண்டு பிடித்தவன் புத்திசாலி. கல்லாயுதத்தை முறியடிக்க கத்தியைக் கண்டு பிடித்தவன் உடல் வலுவில்லாதவன்தான். கத்தியை வெற்றி கொள்ளத் துப்பாக்கியைக் கண்டுபிடித்தவனும் புத்திஜீவிதான். 'அவனைச் சேருங்கள், எங்களுக்குப் பலமாயிருப்பான்' என்று தோழர் செல்வா பரிந்துரை செய்தார்.

ஒன்றுமே செய்யாமல் இருந்தால் அவர்கள் இயக்கத்தைப் பற்றி எப்படி வெளியே தெரியவரும். வங்கியைக் கொள்ளை அடிக்கலாம் என்று ஒருவர் சொன்னார். தோழர் செல்வாவுக்கு அது விருப்பமில்லை. அப்படி முடிவெடுத்தாலும் எப்படி? அவர்களிடம் ஒரு கறள் பிடித்த துப்பாக்கிகூட இல்லையே. ஒரு துப்பாக்கி இடுப்பில் இருந்தால் ரகஸ்யக் குரலில் பேசினாலும் அது இடிமுழக்கம் போலக் கேட்கும். ஏ லெவல் அரவிந்தன் அருமையான யுத்தி ஒன்று சொன்னான். 'யாழ்ப்பாணம் கோர்ட்டிலே லைசென்ஸ் இல்லாததால் பொதுமக்களிடம் பறிமுதல் செய்த எட்டு வேட்டைத் துப்பாக்கிகள் உள்ளன. அதை பூட்டி வைத்திருக்கும் இடமும் எனக்குத் தெரியும். ஓர் இரவிலே அதைக் கொள்ளையடித்துவிடலாமே.'

அந்த இடத்துக்குக் காவலே இல்லை. மறுநாள் இரவு பூட்டை உடைத்து உள்ளே போய் எட்டு துவக்குகளையும் கைப்பற்றி விட்டார்கள். 'தோழர், தோட்டாக்கள் இல்லை. கொஞ்சம் கறள் பிடித்துப்போய் இருக்கு. என்ன செய்யலாம்?' 'அது பரவாயில்லை. குழலில் பாதியை வெட்டுங்கள். காவுவதற்கு வசதியாயிருக்கும். தோட்டா இல்லை என்பது எங்களுக்குத்தான்

தெரியும். துப்பாக்கிக்கும் தெரியும். குறிபார்க்கப்படும் ஆளுக்குத் தெரியாது அல்லவா?' என்றார் தோழர் செல்வா. 11 பேருக்கு எட்டு துப்பாக்கிகள். இதுதான் ஆரம்பம். உடனேயே செயற்குழுவைக் கூட்டினார்கள். மற்றக் குழுக்கள் எல்லாம் வியக்கும் வண்ணம் ரகஸ்யமாகக் காரியத்தில் இறங்கவேண்டும் என்று தீர்மானிக்கப் பட்டது.

'துப்பாக்கிதான் கிடைத்துவிட்டதே, வங்கியைக் கொள்ளை யடிப்போம்.' இவர் வங்கியைக் கொள்ளை அடிப்பதிலேயே குறியாய் இருந்தார். இன்னொருவர் 'சிறையை உடைப்போம். ஆறுமாதம் முன்பு மட்டக்களப்புச் சிறையை உடைத்து போராளிகள் வெளியேறினார்கள். அவர்கள் துணிச்சலில் பாதியாவது எங்களுக்கு வேணும்' என்றார். 'ராணுவ வாகனத்துடன் மோதுவோம்' என்றார் இன்னொரு தோழர். அவர் தோட்டா இல்லையென்பதை மறந்துவிட்டார். 'ராணுவத்துக்கு உதவும் தேசவிரோதிகளைப் பிடித்து வந்து அடைத்து வைப்போம்' என்றார் ஒருவர். அப்பொழுதுதான் தோழர் செல்வாவுக்கு புதிதாக மூளையிலே பொறி உண்டாகியது. 'நாங்கள் செய்வது உலகச் செய்தியாக வேண்டும். இலங்கை, இந்தியா, ஐரோப்பா, அமெரிக்கா எல்லாம் எங்களைத் திரும்பிப் பார்க்க வேண்டும். தோட்டா இல்லாத துப்பாக்கியால் செய்யக்கூடிய ஒரே காரியம் ஆட்களைக் கடத்துவதுதான். அமெரிக்காவிலிருந்து சுற்றுலா வரும் ஆளைக் கடத்தினால் உலகப் பிரபல்யம் உடனேயே கிடைத்துவிடும். என்ன கோரிக்கை என்பதைப் பிறகு தீர்மானிக்கலாம்' என்றார். எல்லோருக்கும் பிடித்துக் கொண்டது. ஜனாதிபதி ரேகன் டெலிபோனில் அவர்களை அழைத்துக் கெஞ்சுவது கண் முன்னே வந்தது. பாதிவெட்டிய துப்பாக்கிகளைத் தூக்கி தலைக்குமேலே பிடித்துக்கொண்டு எல்லோரும் நடனமாடினார்கள்.

இத்தனை சுலபமாகத் திட்டத்தைச் செயலாக்கலாம் என ஒருவருமே நினைக்கவில்லை. யாழ்ப்பாணத்தில் அமெரிக்காவைச் சேர்ந்த அலென் தம்பதிகள் வசித்தனர். ஒரு மாதம் முன்புதான் திருமணம் செய்து குடிநீர் ஆராய்ச்சி செய்வதற்காக வந்திருந்த ஸ்டான்லி அலெனுடன் புது மனைவி மேரியும் இருந்தார். இருவரும் அமெரிக்காவின் ஒஹையோ மாநிலத்தின் ரூஃலின் கம்பனிக்காக வேலைசெய்தனர். 'சுற்றுலாப் பயணிகளுக்காகக் காத்திருக்கத் தேவையில்லை, இவர்களையே கடத்தலாம்' என்று ஏ லெவல் அரவிந்தன் சொன்னான். அப்படியே முடிவும் எடுக்கப்பட்டது.

வியாழக்கிழமை, 10 மே 1984 அன்று மாலை ஆறுமணிக்கு இருவர் தம்பதிகள் வசித்த குருநகர், பீச் ரோட் 19ஆம் வீட்டுக் கதவைத் தட்டினார்கள். நூலகத்துக்கு நன்கொடை பெற வந்ததாகச் சொன்னதும் அலென் அடுத்தநாள் காலை வந்து சந்திக்கச் சொன்னார். மறுபடியும் இரவு 10 மணிக்குப் போய் கதவைத் தட்டினார்கள். அவர்கள் திறக்கவில்லை. தம்பதிகள் ஜேம்ஸ் பொண்ட் படம் ஒன்றைப் பார்த்துக் கொண்டிருந்தார்கள். ஒருவர் முன்கதவைத் தட்டிக்கொண்டிருக்க இருவர் பின் கதவை உடைத்து உள்ளே புகுந்தார்கள். துப்பாக்கிகளைக் கண்டதும் தம்பதிகள் வெலவெலத்து விட்டார்கள். அலென் கட்டை கால்சட்டையும் ஒரு பனியனும் அணிந்திருந்தார். மனைவி மெல்லிய வெள்ளை உடையில் காணப்பட்டார். இருவருடைய கண்களையும் கட்டி அவருடைய வாகனத்திலேயே அவர்களை ஏற்றிக் கடத்தினார்கள்.

மாறனுக்குக் காரோட்டத் தெரியும் ஆனால் லைசென்ஸ் கிடையாது. மைக்கேல் கொழும்புக்காரன். அவனிடம் லைசென்ஸ் இருந்தது, ஆனால் யாழ்ப்பாண வீதிகள் பழக்கமில்லை. மைக்கேல் ஓட்ட, மாறன் பக்கத்தில் இருந்து வழிசொல்லிக்கொண்டு வந்தான். போராளிகள் காரிலே முகமூடிகளைக் கழற்றினார்கள். மைக்கேல் சொன்னான். ‘நாங்கள் முகமூடி அணிந்தது வீண். இவர்கள் எங்களை அடையாளம் காணவே முடியாது. எல்லா முகங்களும் இவர்களுக்கு ஒன்றுதான்.’ மண்டை தீவு, மணல்வீதி 18ஆம் நம்பர் வீடு ஒரு தோழருடையது. அங்கே தம்பதிகளை அடைத்துவைத்தனர். இரண்டு காவலாளிகள் துவக்குகளுடன் வீட்டிலேயே தங்கினர். மற்ற இருவரும் வாகனத்தை ஓட்டிச்சென்று சேந்தன்குளம் கடற்கரையில் நிறுத்திவிட்டு மெதுவாக வீடு போய்ச் சேர்ந்தனர். மாறன் 200 றாத்தல் எடை இருப்பான். காலையும் மாலையும் உடற்பயிற்சி செய்து உடம்பை பயில்வான்போல முறுக்கி வளர்த்து வைத்திருப்பான். முதலைக் கண்ணீர் தெரியும். இவனுக்கு முதலைச் சிரிப்பு. சும்மா இருக்கும்போதே சிரிப்பது போன்ற முகம். கழுத்துக்கு மேலே அவன் உடம்பு வேலை செய்வதில்லை. ஆனால் அன்று அவன் கடற்கரையில் வாகனத்தை நிறுத்தியது அவன் வாழ்க்கையில் அபூர்வமாகப் புத்தியை உபயோகித்து செய்த முதல் காரியமாகும்.

அடுத்த நாள் காலை ஒன்பது மணிக்கு ஒரு பையன் யாழ்ப்பாண அரசாங்க அதிபரிடம் சென்று ஒரு கடிதத்தைக் கொடுத்துவிட்டு ஓடினான். அவர் கடிதத்தைத் திறந்து பார்த்ததும் நடுநடுங்கிவிட்டார். அது இலங்கை ஜனாதிபதி ஜே.ஆர். ஜெயவர்த்தனாவுக்கு எழுதப்பட்டிருந்தது. சொற்குற்றம்

பொருட்குற்றத்துடன் ஆங்கிலத்தில் எழுதப்பட்ட கடிதத்தில் சொல்லப்பட்ட விசயம் மட்டும் குற்றமற்றதாக இருந்தது. அதன் சுருக்கம் இதுதான்.

1. அமெரிக்க உளவுப்பிரிவைச் சேர்ந்த ஸ்டான்லி அலென் தம்பதியினரைக் கடத்தியிருக்கிறோம். அவர்களை விடுதலை செய்வதற்கான நிபந்தனைகள்:

2. மட்டக்களப்பு சிறையில் அடைத்து வைத்திருக்கும் 20 விடுதலைப் போராளிகளை உடனே விடுதலை செய்யவும். போராளிகளின் பட்டியல் இணைக்கப்பட்டிருக்கிறது.

3. இரண்டு மில்லியன் அமெரிக்க டொலர்களைக் காசாகவோ தங்கமாகவோ தமிழ்நாடு அரசின் வசம் எங்கள் சார்பில் ஒப்படைக்கவேண்டும்.

4. அவகாசம் 72 மணி நேரம் மட்டுமே. தவறினால் தம்பதிகள் சுட்டுக் கொல்லப்படுவர்.

இப்படிக்கு
மக்கள் விடுதலைப் படை

கடிதம் கொடுத்த சில மணி நேரங்களிலேயே விசயம் உலகச் செய்தியாகிவிட்டது. இலங்கைப் பத்திரிகைகள் எழுதின. ரேடியோக்கள் அலறின. திருச்சி வானொலி முதலில் செய்தியை அறிவித்தது. பிபிசி தமிழோசை தொடர்ந்தது. இங்கிலாந்து பத்திரிகைகள் எழுதின. நியூ யோர்க் டைம்ஸ் பத்திரிகை செய்தி வெளியிட்டதாக அமெரிக்காவிலிருந்து ஓர் அனுதாபி டெலிபோனில் தகவல் சொன்னார். இலங்கை பாதுகாப்பு அமைச்சராக இருந்த அதி புத்திசாலி லலித் அத்துலத்முதலி, நிருபர்கள் அவரைச் சூழ்ந்துகொண்டு கேட்ட கேள்விக்கு 'கடத்தல்காரர்களுக்கு என்னுடைய பதில் 'காதைப் பிளக்கும் மௌனம்' என்றார். பின்னர் அவருடைய புத்தி சாதுர்யத்தின் கனம் தாங்க முடியாமல் வாயைத் திறந்தார். 'கடத்தல்காரர்களின் வாகனம் சேந்தன்குளம் கடற்கரையில் கண்டுபிடிக்கப்பட்டுள்ளது. அவர்கள் அலென் தம்பதியினரை இந்தியாவுக்குக் கடத்திவிட்டார்கள். இங்கே தேடுவதில் என்ன பிரயோசனம்? இந்தியா கடத்தல்காரர்களுக்குத் துணைபோய்விட்டது' என முதல் கணையை ஏவினார்.

அமெரிக்க உபஜனாதிபதி ஜோர்ஜ் புஷ் இந்திரா காந்தியைச் சந்திப்பதற்காக டெல்லி வந்திருந்தார். 'தமிழ்நாடு அரசு கடத்தல் பணத்தை அவர்கள் சார்பாகப் பெறும்' என்று எழுதியது

இந்திரா காந்திக்கு அவமானகரமாக இருந்தது. இலங்கை ஜனாதிபதி ஜே.ஆர். ஜெயவர்த்தனா இந்தியத் தூதர் சாட்வாலை நெருக்கினார். உலகம் முழுக்க பரபரப்பாகியிருந்தது. ஆனால் ஒருவருக்கும் மண்டைதீவு, மணல்வீதி 18ஆம் நம்பர் வீட்டை சோதிக்கவேண்டும் என்று தோன்றவில்லை. அது மிக மிக அமைதியாக இருந்தது. உரும்பிராய் வேம்பன் ஒழுங்கையில் இருக்கும் கல்வீட்டைச் சோதிக்கலாம் என்றும் ஒருவருக்கும் தோன்றவில்லை. அங்கேதான் தோழர் செல்வா இருந்தார். அது கலகலப்பாகவும் கொண்டாட்டத்துடனும் இருந்தது. காரணம் ஒரு வருடம் முன்னர் இயக்கத்தில் சேர வந்த சொப்பனா வீட்டைவிட்டு வெளியேறி இயக்கத்தில் இணைந்துவிட்டார். திடீர் முடிவுக்கு என்ன காரணம் என்று தோழர் செல்வா கேட்டபோது 'போர் துடங்கிவிட்டதே' என்றார். திருச்சி வானொலியைக் கேட்டதிலிருந்து சொப்பனா வானிலிருந்து கீழே இறங்கவில்லை.

தோழர் செல்வா ரேடியோவை ஒரு காதில் வைத்தபடியே இருந்தார். துப்பாக்கிதாரிகள் கடத்தியதாக பிபிசி சொன்னது அவர் வாழ்நாளில் கிடைத்த பேறு. மூன்று நாள் முடியமுன்னரே அவர் நினைத்ததுபோல உலகப் புகழ் கிடைத்துவிட்டது. 'அது என்ன, சொப்பனா? உம்முடைய அப்பாவுக்கு வேறு பெயர் கிடைக்கவில்லையா?' இறுக்கமான அவர் முகத்தில் நிரந்தரப் புன்னகை வந்துவிட்டது. அவள் தலைகுனிந்தாள். 'பிடிக்கவில்லையா?' 'அப்படிச் சொல்லுவேனா? நல்ல பெயர்தான், பொருள் தெரியவில்லை.' 'சொப்பனம். சொப்பனம் என்றால் கனவு. கனவானவளே என்று அர்த்தம். கனவிலேதான் நான் ஒருத்தருக்குக் கிடைக்கக்கூடியவள். 'சொப்பன வாழ்வில் மகிழ்ந்து' என்ற பாடலைக் கேட்டதில்லையா? சிவகவி படத்தில் எம்.கே.தியாகராஜ பாகவதர் பாடியது. அந்தப் படத்தை அப்பா ஒன்பது தடவை பார்த்தாராம். அதுதான் சொப்பனா என்று வைத்திருக்கிறார்.' 'அப்பாடி, உம்முடைய பெயரில் இத்தனை விவரம் இருக்கா?' 'அடுத்த வரியில் உங்கட பெயர் வருகுது.' 'அது என்ன?' 'சுப்ரமண்ய ஸ்வாமி உனை மறந்தேன்.' அவரைக் கூர்ந்து பார்த்துக்கொண்டு 'என்னை மறப்பீர்களா?' என்றாள். எட்டுத் துப்பாக்கிகளையும் யாரோ பறித்துவிட்டதுபோல நிராயுதபாணியாக நின்று முத்தமே படாத அவள் முகத்தை ஆராய்ந்தார். எங்கே தொடங்கலாம் என்று தோழரால் முடிவுக்கு வரமுடியவில்லை.

ஞாயிறு பகல் முடிந்து இரவு தொடங்கியது. விடிந்தால் திங்கள் காலையாகிவிடும். 72 மணி நேரம் கெடு நெருங்கியது. பிணைக் கைதிகளைச் சுடவேண்டும் அல்லது விடுவிக்க வேண்டும்.

ஞாயிறு இரவு அலென் தம்பதியினரைப் பார்க்க தோழர் செல்வா போனார். மிகப் பரிதாபமான காட்சி. அவர்கள் இருவரும் நிலத்திலே உட்கார்ந்து ஐஸ்கிரீம் கூம்பை நக்கிக்கொண்டிருந்தனர். ஒரு போராளியின் மனைவி பக்கத்திலே நின்று சுளகினால் விசுக்கிக்கொண்டிருந்தார். அவர்கள் உடம்பிலே வியர்வை ஆறாக ஓடியது. பயமாக இருக்கலாம். தாங்கமுடியாத வெக்கையாகவும் இருக்கலாம். 'எல்லாம் வசதியாக இருக்கிறதா?' 'ஆமாம் இருக்கிறது. நன்றி!' என்றார்கள். இரண்டு நிமிடத்தில் 15 தடவை நன்றி சொன்னார்கள். ஐஸ்கிரீம்தான் அவர்களின் கடைசி உணவாக இருக்குமோ என்ற சந்தேகத்தில் ஒருவரை ஒருவர் பார்த்தபடியே சாப்பிட்டார்கள். தோழர் செல்வா சொன்னார். 'உங்களைக் கொல்லமாட்டோம். நாங்கள் காட்டுமிராண்டிகள் அல்ல. உரிமைக்காகப் போராடுகிறோம். ஒருகாலத்தில் ஜோர்ஜ் வாஷிங்டன் தலைமையில் பிட்டிஷ்காரரை எதிர்த்து உங்கள் தேசம் விடுதலைக்காகப் போராடினது அல்லவா? அதுபோலத்தான் இதுவும். பொறுத்துக்கொள்ளுங்கள்.'

அன்று இரவு இந்திரா காந்தி அமெரிக்கத் தம்பதிகளை மனிதாபிமான அடிப்படையில் விடுதலை செய்யும்படி வேண்டுகோள் விடுத்திருந்தார். எம்ஜிஆர் பொலீஸ் மா அதிபரை அழைத்து விவகாரத்தை உடனடியாக முடிவுக்குக் கொண்டுவரும்படி கட்டளையிட்டார். கே. மோகன்தாஸ் செயல்வீரர் என்று பெயர் எடுத்தவர். இயக்கத் தலைவரையும் உதவியாளர்களையும் கைது செய்து சென்னை ஹொட்டல் அறை ஒன்றில் அடைத்தார். 'அங்கே அலென் தம்பதிகள் கொலை செய்யப்படும் அதே நேரம் இங்கே நீங்கள் அனைவரும் கொல்லப்படுவீர்கள்' என்று கடைசி எச்சரிக்கை விடுத்தார். 'அலென் தம்பதிகள் விடுவிக்கப்பட்டுவிட்டனர்' என்று உத்தியோகபூர்வமாக ரேடியோவில் அறிவிப்பு வந்தது. சரித்திர முக்கியத்துவம் வாய்ந்த ஆள் கடத்தல் விவகாரம் முற்றுப்பெற்றது.

வேறு வழியில்லை. 14 மே 1984 திங்கள் இரவு சரியாக 8.45 மணிக்கு அலென் தம்பதிகளை யாழ்ப்பாணம் தேவாலயத்தின் ஆயரிடம் இயக்கத்தினர் ஒப்படைத்தனர். தம்பதிகளுக்கும் இயக்கத்தினருக்கும் ஆயர் இஞ்சிக் கோப்பி வழங்கிக் கொண்டாடி னார். அதே சமயம் உரும்பிராய் வேம்பன் ஒழுங்கை கல்வீட்டில் தோழர் செல்வா அளவுமீறிய உற்சாகத்தில் இருந்தார். இயக்கம் உலகச் செய்தியாக்கிவிட்டது. மூன்று நாட்களில் சொப்பனா தோழருடைய இரும்பு இதயத்தைப் பிளந்து உள்ளே நுழைந்து விட்டாள். கடத்தல் வெற்றிகரமான முடிவை எட்டியபோது அவரைக் கட்டிப்பிடித்து பெரிய முத்தம் ஒன்று கொடுத்தாள்.

சொப்பனாவின் கன்னமும், உதடுகளும் நெற்றிப் பொட்டும் ஒரே சிவப்பு நிறத்துக்கு மாறியிருந்தன. 'ஓ சொப்பனா, சொப்பனா' என்றார் தோழர் செல்வா. அவருக்கு அந்தப் பெயரைப் பல தடவை உச்சரிக்க வேண்டும்போலத் தோன்றியது. அவர் குனிந்து தன் கால் பெருவிரலைப் பிடித்தார். 'என்ன? என்ன?' என்று பதறினாள் சொப்பனா. நேற்று மதில் பாய்ந்தபோது காயம் என்றார். 'இங்கேயா?' என்று பெருவிரலைத் தடவினாள். 'ஓமோம்' என்று தலையாட்டினார். அங்கே முத்தம் பதித்தாள். 'இங்கே?" என்று கணுக்காலைத் தடவினாள். அவர் 'ஓமோம்" என்று சொல்ல அங்கே முத்தம் பதித்தாள். 'இங்கே?' முழங்காலைத் தடவினாள். 'ஓமோம்.' அங்கேயும் முத்தம் பதித்தாள். அவள் முத்தங்கள் மேல்நோக்கி ஏறின. உடம்பின் உறுப்பின் பெயர்களும் மாறியபடியே வந்தன.

புத்திஜீவிகளுக்கு ஒரு பழக்கம் உண்டு. சமய சந்தர்ப்பம் தெரியாது. ஏ லெவல் அரவிந்தன் பதற்றமாக உள்ளே நுழைந்தான். 'நீங்கள் ஆள் கடத்தல் வெற்றி என்று சொல்லிக் கொண்டாடுகிறீர்கள். இது முழுத்தோல்வி அல்லவா? வெளியிலே தலைகாட்ட முடியவில்லையே?'

'என்ன தோழர் இப்படிச் சொல்கிறீர்? எங்களுடைய வெற்றியைக் குறைவாக எடைபோடுகிறீர். இன்று நாங்கள் உலகச் செய்தி. இலங்கைப் பேப்பர்கள், இந்தியப் பேப்பர்கள், அமெரிக்க பேப்பர்களில் எல்லாம் இதே செய்திதான். பெருமைப்படும் நாள் இது.'

'பெருமை கிடக்கட்டும். நாங்கள் எதற்காகக் கடத்தினோம்? அந்தக் காரணம் நிறைவேறியதா? அதுவல்லவா முக்கியம் தோழர்.'

'அதிலென்ன சந்தேகம். உலக நாடுகள் எமது இயக்கத்தின் செயல்பாடுகளைக் கண்டு வியப்பு மேலிட்டு நிற்கின்றன. இது சாதனையல்லவா? ஆக 11 பேருடன், எட்டு வெட்டிய பாதித் துப்பாக்கிகளுடன், 12,400 ரூபாய் செலவில் உலக சாதனை படைத்திருக்கிறோம். தோழரே, நீர் ஒரு வரலாற்றுப் புள்ளியில் நிற்கிறீர்.'

தோழர் அரவிந்தன் கீழே பார்த்தார். அவருக்கு புள்ளி தெரியவில்லை. 'உங்களுக்கு புளிய மரத்துப் பேய்க் கதை தெரியுமா?' என்றார்.

'இது கதை பேசும் நேரமில்லை. கொண்டாடும் நேரம் தோழர். சுருக்கமாகச் சொல்லுங்கள்.'

'ஒரு வீட்டுக்காரர் முன் வளவில் இருந்த புளியமரத்தில் 10 பேய்கள் குடியிருந்தன. ஒருநாள் வீட்டுக்காரர் புளியமரத்தை வெட்டி எள் விதைக்கத் தீர்மானித்தார். அவருக்கு 10 மூட்டை எள் கிடைக்கும். இதைக் கேள்விப்பட்ட பேய்கள் அலறியடித்துக் கொண்டு அவரிடம் வந்தன. 'ஐயா, மரத்தை வெட்டவேண்டாம். நாங்கள் எங்கே போவோம்? உங்களுக்கு வருடத்துக்கு 10 மூட்டை எள் தந்துவிடுகிறோம்.' வீட்டுக்காரர் சம்மதித்தார். சில வருடங்கள் ஓடினதும் ஒரு புதுப்பேய் வந்து சேர்ந்தது. அது சொன்னது, 'இது கேவலம். மனிதன் அல்லவா பேய்க்குப் பயப்படவேண்டும். நான் அந்த மனிதப் பதரிடம் பேசுகிறேன்' என்று வீறாப்பாய்ப் போனது. வீட்டுக்காரர் மாட்டுக்கு சூடுபோட இரும்புக் கம்பியை நெருப்பில் பழுக்க காய்ச்சிக்கொண்டு இருந்தார். பேயைக் கண்டதும் அவர் கையில் சூட்டுக் கம்பியுடன் பேச வந்தார். பேய்க்கு நாக்குழறியது. 'நான் புதுப்பேய். நாங்கள் 11 பேய்கள். இனிமேல் 11 மூட்டை எள் – இல்லை, இல்லை – இனிமேல் 11 மூட்டை எள்ளை எண்ணெயாகவே தருகிறோம்.'

'என்ன சொல்ல வருகிறீர், தோழர்? விளக்கமாகச் சொல்லமாமே.'

'நாங்கள் கேட்ட பணயப் பணம் இரண்டு மில்லியன் டொலர். அது கிடைக்கவில்லை. சிறையில் இருந்து 20 போராளிகளை விடுவிக்கவேண்டும். அதுவும் நிறைவேறவில்லை. மாறாக சிறையில் அடைத்த போராளிகளின் தொகை 22 ஆக கூடியிருக்கிறது.'

'அது எப்படி?'

'நாங்கள் விடுதலை செய்யக் கோரியவர்களின் பட்டியலில் சிலர் ஏற்கனவே விடுதலையாகி வெளியே இருந்தனர். அவர்களையும் இன்னும் சிலரையும் பொலீஸ் மறுபடியும் பிடித்துச் சிறையில் அடைத்துவிட்டது. எதற்கு என்று கேட்டதற்கு அப்பொழுதுதானே உங்களை விடுதலை செய்யலாம். அதுதானே கோரிக்கை' என்றார்களாம். இப்பொழுது சிறையில் இருப்பவர்களின் எண்ணிக்கை 22.'

'அது இருக்கட்டும், தோழர். போரிலே ஒன்றிரண்டு பின்னடைவுகள் ஏற்படுவது இயற்கை. ஒரு நாட்டுக்காக இரவும் பகலும் போராடும் தோழர்களின் அர்ப்பணிப்பையும் தியாகத்தையும் குறைவாக மதிப்பிடக் கூடாது. இலங்கை சரித்திரத்தின் திசையை அல்லவா உடைத்திருக்கிறோம்.'

'ஓம் தலைவா.'

'இனிமேல் எங்கள் போராட்டம் உலகமயமாக்கப்பட்டுவிடும். நகர்வுகள் இல்லை. பாய்ச்சல்தான்.'

'ஓம் தலைவா.'

'புதிய பெண்கள் அணி துவங்கப்பட்டுவிட்டது. அதன் தலைவி இவர்தான், சொப்பனா.'

அவசரமாகத் தலையை ஒதுக்கி, சேலையை நேராக்கி, உதட்டுக் காயத்தை மறைத்தவாறு சொப்பனா உடம்பை விறைப்பாக வைத்துக்கொண்டு செருப்புக் காலில் நின்றார்.

'ஓம் தலைவா.'

~ ~

சின்னச் சம்பவம்

சின்னச் சம்பவம் என்று ஒன்றும் உலகத்தில் கிடையாது. வழக்கம்போல வாடகைக் கார் நிறுத்தத்தில் காரை நிறுத்தி வைத்துக்கொண்டு வாடிக்கையாளருக்குக் காத்திருந்தேன். எனக்கு முன்னால் இரண்டு கார்களும் பின்னால் நாலு கார்களும் நின்றன. பகல் பத்து மணி. மே மாதம் என்பதால் குளிரும் இருந்தது, வெப்பமும் இருந்தது. அன்று கொஞ்சம் வெப்பம் வெற்றிபெற்ற நாள். ரொறொன்ரோவின் அலுவலக அவசரம் முடிந்து விட்டதால் சிறிது அமைதி நிலவியது. ஒரு பெண் தூரத்திலே நடந்து வந்தாள். ரோஸ்டரில் வாட்டிய முழுக்கோதுமை ரொட்டியின் நிறம். கையிலே கைப்பை இல்லை. காலிலே ஓட்டக்காரர் அணியும் காலணி. மெலிந்த தேகம் ஆனால் எங்கேயெங்கே சதை வேணுமோ அங்கேயங்கே அது இருந்தது. தினம் தேகப்பயிற்சி செய்யும் உடம்பு. சமீபத்தில் வந்தபோது முகத்தைப் பார்த்தேன். பெரிய அழகி என்று சொல்ல முடியாது. தேனின் மேல் சூரிய ஒளி பட்டதுபோல கண்கள். எந்த ஓர் ஆணையும் வசப்படுத்தும் கவர்ச்சி இருந்தது. எனக்கு முன்னால் தரித்திருந்த கார்களை விலக்கிவிட்டு நேராக என்னிடம் வந்தாள். ஒரு கையை இடுப்பில் வைத்து சற்றுச் சாய்ந்து நின்று காலை வணக்கம் சொன்னாள். நானும் சொன்னேன். அவள் எங்கேயும் பயணம் போகப்போவதாக இல்லை. வழிகேட்பதற்காக இருக்கலாம்.

'ஒரு சிகரெட் இருக்குமா?' என்றாள்.

புத்திசாலியான பெண் என்று உடனேயே தெரிந்தது. அங்கே நின்ற ஏழு வாடகைக் கார்ச் சாரதிகளில் சிகரெட் குடிப்பவன் நான் மட்டுமே என்பதை எப்படியோ ஊகித்துக் கண்டுபிடித்து என்னிடம் நேரே வந்திருக்கிறாள். சிகரெட் பக்கெட்டை நீட்டினேன். ஒரு சிகரெட்டை மட்டும் உருவி எடுத்து உதட்டிலே பொருத்தி வைத்துக்கொண்டு நின்றாள். என்னுடைய லைட்டரால் பற்ற வைத்தேன். நன்றி என்றுவிட்டு நகராமல் அதே இடத்தில் நின்றாள். அவள் வந்த விசயம் முற்று பெறவில்லை என்று நினைக்கிறேன்.

‘உங்களிடம் இரண்டு டொலர் இருக்கிறதா?’ ஒரு பெண் முன்பின் தெரியாத ஒருவரிடம் இரண்டு டொலர் கேட்டால் அவருக்கு யாசிப்பவரிடம் கேள்வி கேட்கும் உரிமை கிடைத்துவிடுகிறது. ‘எதற்கு என்று சொன்னால் தருகிறேன்.’ ‘இரண்டு டொலரை வைத்து என்ன செய்யமுடியும்? கோப்பி குடிப்பதற்குத்தான்.’ ‘கோப்பிக்கடை தூரத்தில் அல்லவா இருக்கிறது. நான் உங்களை அங்கே கொண்டுபோய் விடுகிறேன்.’ ‘கோப்பிக்கு காசில்லை. டாக்சிக்கு கொடுக்க பணம் எங்கிருந்து வரும்?’

நான் அவளைப் பார்த்தேன். உடம்பை ஒட்டிப் பிடிக்கும் பழைய ஜீன்ஸ் அணிந்திருந்தாள். பழசாக்கப்பட்ட ஜீன்சை புதிதாகக் கடையில் வாங்கினாளா அல்லது திருப்பித் திருப்பி அணிந்து பழசாகினதா என்பதைக் கண்டுபிடிக்க முடியவில்லை. தவறான சலவையில் சிவப்பும் மஞ்சளும் கலந்ததுபோன்ற ஒரு நிறத்தில் தொளதொளவான ரீசேர்ட். அதிலே *TAIBU* என்ற வார்த்தை எழுதியிருந்தது. இரண்டு டொலர் காசைக் கொடுக்கமுன்னர் அதற்குப் பெறுமதியான விவரங்களை பெற்றுவிட வேண்டுமென்பது என் கொள்கை.

‘*TAIBU* என்றால் என்ன?’

‘ஓ, அதுவா?’ சிரித்தாள். முதல் முறையாக அவள் பற்கள் வெளியே தெரிந்து பளிச்சிட்டன. ‘என் கணவருடைய ரீசேர்ட். ஸ்வாஹிலி மொழியில் *TAIBU* என்றால் ‘உடல் நலம் பெறுக’ என்பதுபோல ஒரு வாழ்த்து. அவர் கென்யாக்காரர்’ என்றாள். ஒவ்வொரு விவரத்தையும் நான் பிடுங்கமுன்னர் அவளாகவே சொன்னாள். ஆரம்பத்திலிருந்து அடிமனதில் இருந்த கேள்வியைக் கேட்டேன். ‘நீங்கள் தமிழா?’ ‘நான் தமிழ்தான், கொஞ்சம் பேசவரும், சொல்வது முழுக்கப் புரியும். அப்படித்தான் அப்பாவுடன் சம்பாஷணை செய்வேன். இது என்ன வகுப்பறையா? கையைத் தூக்காமல் கேளுங்கள்.’ ‘இங்கே கனடாவில் பிறந்தீர்களா?’ ‘இங்கேதான். இன்னும் எத்தனை

கேள்விகளுக்கு பதில் சொன்னால் காசு கிடைக்கும்?' என்றாள். அவள் சிகரெட் எரிந்து கடைசி நிலையை எட்டியிருந்தது.

நான் இரண்டு டொலர் காசைக் கொடுத்துவிட்டு சொன்னேன். 'நீங்கள் ஏதோ பெரிய சங்கடத்தில் மாட்டியிருக்கிறீர்கள். எங்கே போகவேண்டுமோ அங்கே டாக்சியில் கொண்டுபோய் இறக்கி விடுவேன். பணம் வேண்டாம்.' அவள் என்னை நிமிர்ந்து நேராகப் பார்த்தாள். 'உங்கள் கருணையான உள்ளத்துக்கு நன்றி. இது நான் உண்டாக்கிய பிரச்சினை. நானே தீர்க்கவேண்டும். என் கணவர் என்னை வீட்டைவிட்டுத் துரத்திவிட்டார். இரவு முழுக்கச் சித்திரவதை செய்தார். எல்லோரையும் பொறாமைப்பட வைக்கும் அருமையான வேலை எனக்கு இருந்தது. அதைத் துறந்துவிட்டு அவருக்கு அடிமையாக வாழ்கிறேன். இது என் தேர்வு.' உடனே எது செய்யக்கூடாதோ அதைச் செய்ய ஆரம்பித்தேன். புத்திமதிகள் என் வாயை நிரப்பின. 'இது கனடா. உங்களை ஒருவர் தொடமுடியாது. பொலீஸைத் தயங்காமல் அழையுங்கள். அவர்கள் நிமிடத்தில் வந்து அவரைக் கைது செய்து போவார்கள்.' 'எனக்குத் தெரியும். இதற்கு முன்னரும் அவர் என்னைத் துரத்தியிருக்கிறார். இன்றிரவு வந்து என்னிடம் கெஞ்சுவார். நான் அவரை நேசிக்கிறேன். அளவுக்கு அதிகமாக நேசிக்கிறேன். நான் செத்துப்போவேன், ஆனால் அவரைப் பொலீஸில் பிடித்துக் கொடுக்கமாட்டேன்.' சம்பாஷணை முடிந்துவிட்டது என்பதுபோல சட்டென்று திரும்பி நடந்தாள். நான் கொடுத்த இரண்டு டொலரை எறிந்து எறிந்து ஏந்தினாள். அது சூரிய ஒளியில் மின்னியது.

பத்தடி தூரம் போனவள் எதையோ நினைத்து மறுபடியும் திரும்பினாள். 'இன்றிரவு நீங்கள் தூங்கச் செல்லும்போது 'அட பெயரைக் கேட்க மறந்துவிட்டோமே' என்று வருத்தப்படுவீர்கள். நீங்கள் நல்லவர். அந்த துக்கம் உங்களுக்கு வேண்டாம். என் பெயர் அல்கா' என்று சொல்லிக் கையை நீட்டினாள். குளிர்ந்த பூவைத் தொட்டதுபோல இருந்தது. 'அல்காவா? அப்படி ஒரு தமிழ் பெயரா?' என்றேன். 'என் அப்பாதான் இன்றைக்கும் அவர் வைத்த பெயரால் என்னைக் கூப்பிடுவார். வாயில் நுழையாத பெயர். அதன் சுருக்கம்தான் இது. உலகத்துக்கு நான் அல்கா.' இப்படிச் சொல்லிவிட்டு நடந்தாள். அவள் தலை மறைந்ததும் மற்ற டாக்சி ஓட்டுநர்கள் அத்தனை பேரும் என்னை வந்து சூழ்ந்து கொண்டார்கள்.

நான் 20 வருடமாக ரொறொன்ரோவில் டாக்சி ஓட்டுகிறேன். 25வது வயதில் ஆரம்பித்த வேலை இன்றும் தொடர்கிறது. இந்த இருபது வருடத்தில் எத்தனையோ அனுபவங்கள்

கிடைத்திருந்தாலும் இன்றைக்கும் ஆச்சரியமேற்படுத்தும் சம்பவங்கள் நடந்த வண்ணம்தான் இருக்கின்றன. சில அதிர்ச்சியைத் தரும். சில சொல்லமுடியாத நிறைவைத் தரும். துக்கம் தந்தவையும் இருக்கின்றன. ஆனால் அவ்வப்போது ஏற்படும் புதிர்களும் மர்மங்களும் என் வேலையைச் சுவாரஸ்யமாக்கி யிருக்கின்றன.

எங்கள் கம்பனியில் 96 டாக்சி ஓட்டுநர்கள் வேலை செய்தார்கள். வெள்ளையர், கறுப்பர், இந்தியர், சீனாக்காரர், பிலிப்பினோக்காரர், பாகிஸ்தானியர் என்று பல நாடுகளிலிருந்து வந்தவர்கள். தமிழர்கள் நாலே நாலு பேர். வாடிக்கையாளர்கள் டெலிபோனில் கம்பனியை அழைப்பார்கள். கம்பனியிலிருந்து எங்களுக்கு ரேடியோத் தகவல் வந்ததும் நாங்கள் குறிப்பிட்ட முகவரிக்குப் போவோம். முதல் நாளைப்போல அடுத்த நாள் இருக்காது. ஆனால் அவ்வப்போது நடக்கும் சில சம்பவங்கள் ஆச்சரியத்தைக் கொடுக்கும். நேற்றிரவு நடந்ததும் புதுமையான அனுபவம். ரேடியோவில் தகவல் வந்தபோது இரவு 11 மணி. ஒரு விலாசத்தைத் தந்து அங்கு போகச் சொன்னார்கள். ஆனால் அந்த வீட்டுக்காரர் பாதையில் வாகனத்தை நிற்பாட்டாமல் வெளியே ரோட்டில் நிறுத்தவேண்டும் என்பது கட்டளை. இப்படியான சமயங்களில் எச்சரிக்கையாக இருக்கவேண்டும். ஒரு வீட்டு நம்பரைக் கொடுத்து இன்னொருவர் அழைக்கிறார் என்பதால் எந்த வீட்டிலிருந்து அழைத்தவர் வருவார் என்பது தெரியாது. எஞ்சினை ஓடவிட்டபடியே காத்திருந்தேன். இருட்டான இடம். வீட்டின் முன்னே உயரமான செடிகள் வளர்ந்திருந்தன. செடிகள் அசைந்த அடுத்த கணம் ஓர் உருவம் சட்டென்று காருக்குள் ஏறி உட்கார்ந்து ‘ஓடு, ஓடு’ என்றது. ‘எங்கே போகவேண்டும்?’ ‘நேரே போ. நேரே போ. வேகம், வேகம்.’ சில மைல்கள் தூரம் போனதும் திரும்பிப் பார்த்தேன். பள்ளி மாணவி. சீனப் பெண், மகத்தான பூவாகப் பூக்க ஆரம்பித்திருந்தாள். ‘எங்கே போகிறீர்கள்?’ அவளுடைய வகுப்பு தோழிகள் பியர் பார்ட்டி வைக்கிறார்கள். அதில் கலந்துகொள்ளப் பெற்றோருக்குத் தெரியாமல் போகிறாள். சட்டப்படி நான் சவாரியை மறுக்கலாம். அவள் முகத்தில் காணப்பட்ட குதூகலத்தைக் கெடுக்க விரும்பவில்லை. கள்ள நோட்டு கொடுத்து சாமான் வாங்கியதுபோல மகிழ்ச்சி கிடைத்தது; குற்றவுணர்ச்சியாகவும் இருந்தது. ‘எப்படி வீட்டுக்குத் திரும்புவீர்கள்?’ அவள் பதில் பேசவில்லை. செல்போனில் மூழ்கிக் கிடந்தாள். அவளுடைய பெற்றோர்கள் வீட்டிலே ஒன்றும் அறியாமல் தூங்கிக்கொண்டிருந்தார்கள்.

வாடகைக்கார் ஓட்ட வந்த முதல் நாள் நடந்த சம்பவத்தை நினைக்கும்போது இப்போது சிரிப்பு வந்தது. மற்றைய சாரதிகள்

எச்சரிக்கையாக இருக்க வேண்டுமென எனக்கு நிறையப் புத்திமதி சொல்லியிருந்தனர். என்னுடைய முதல் சவாரி ஓர் இளைஞன். காரில் ஏறியவுடனேயே நான் கேட்டுக்கொண்டிருந்த ரேடியோ சானலை மாற்றச் சொன்னான். மாற்றினேன். பின்னர் இன்னொரு சானலுக்கு மாற்றச் சொன்னான். அதையும் செய்தேன். அதுவும் பிடிக்கவில்லை. தானே திருக வந்தான். 'நான் உங்கள் சாரதி, உங்களுக்கு ரேடியோ போடுபவர் அல்ல. எங்கே போகவேண்டும். அதைச் சொல்லுங்கள்' என்றேன். அவன் சொல்லவில்லை. 'நேரே போ, வலது பக்கம் போ, இடது பக்கம் போ' என்று என்னை அதிகாரம் செய்தான். பல இடங்களில் என்னை நிறுத்தி, நிறுத்தி ஓடவைத்தான். இறுதியில் ஒரு பெட்ரோல் ஸ்டேசனில் இறங்கப் போவதாகச் சொன்னான். நிறுத்தியதும் கதவைத் திறந்து குதித்து குறுக்குப் பாதையால் ஓடினான். நான் திகைத்துப்போய் பார்த்துக்கொண்டு நிற்க மறைந்துவிட்டான். வேலை தொடங்கிய முதல் நாள் நட்டம் 140 டொலர்.

டாக்சிக்காரருக்கு எல்லோரும் டிப் தருவதில்லை. சிலர் தாராளமாகத் தந்திருக்கிறார்கள், ஆனால் நான் டிப் கொடுத்த சம்பவங்கள் பல உள்ளன. பனிக்காலம் வந்தால் மதியம் முடிந்தவுடனேயே இரவு தொடங்கிவிடும். 12 மணிநேரம் வேலை செய்த களைப்பில் கென்னடி – எக்லிண்டன் சந்திப்பில் காரை ஓட்டிக் கொண்டிருந்தேன். பனியகற்றும் வாகனங்கள் உர்ரென்று சத்தமிட்டுக்கொண்டு நகர்ந்தன. பனி கொத்துக்கொத்தாக நிற்காமல் கொட்டியது. 'இடரினும் தளரினும் எனதுறுநோய் தொடரினும்' வேலை செய்தால்தான் பணம். ஒரு வெள்ளைக்காரப் பெண் கைகாட்டி நிறுத்தினாள். கையுறை இல்லை. தொப்பி இல்லை. நீண்ட ஓவர்கோட் அணிந்திருந்தாள். அந்த இடம் பாதுகாப்பானது அல்ல. எதற்காக அங்கே தன்னந்தனியாக நிற்கிறாள்? நான் காரை நிறுத்தியதும் அதைக் கட்டிப் பிடிப்பதுபோல அணுகி அதன் வெப்பத்தில் குளிர் காய்ந்தாள். 'என்னிடம் காசில்லை' என்றாள். அடுத்த நிமிடம் அவள் கண்களிலே பொலபொலவென்று நீர் கொட்டியது. இரண்டு பக்கமும் பார்த்தேன். ஏதாவது தந்திரமாக இருக்கும் என்று பட்டது. ஆனால் அவள் பாசாங்கு செய்யவில்லை, நிசமாகத்தான் அழுதாள். 'என்ன பிரச்சினை? இது ஆபத்தான இடம்' என்றேன். 'என் அப்பா என்னை வீட்டைவிட்டுத் துரத்திவிட்டார். அம்மா அழுது கொண்டிருக்கிறார். எனக்கு இரவு தங்க இடமில்லை.'

அவளுக்கு 17, 18 வயதுதான் இருக்கும். மேல் பள்ளியில் படிக்கிறாள் என்று ஊகிக்க முடிந்தது. என்ன உதவிசெய்வது என்று என்னால் முடிவெடுக்க முடியவில்லை. என் வாழ்க்கையில் என்றென்றும் மறக்கமுடியாத ஒரு வாசகத்தை அந்தப் பெண்

அப்போது சொன்னாள். 'இந்த மோசமான குளிரில் என்னை விட்டுவிட்டுப் போகவேண்டாம். நான் செத்துப்போவேன். எப்படி வேண்டுமென்றாலும் என்னை உபயோகித்துக் கொள்ளலாம். ஓர் இரவு மட்டும் தங்க ஏற்பாடு செய்யுங்கள்.' பச்சைக் கண்களுக்கு பக்கத்தில் அத்தனை சிவப்பு உதடுகளை நான் கண்டதே கிடையாது. இந்தப் பெண் என்னைப் பெரும் சிக்கலில் மாட்டிவிடக்கூடும். உதவி செய்யாவிட்டால் இன்னும் மோசமாக ஏதாவது அவளுக்கு நடக்கலாம். ஒரு ஹொட்டலில் அன்றிரவு தங்க ஏற்பாடு செய்வதாகச் சொன்னேன். அவள் நன்றி சொல்லிக்கொண்டு சடக்கென்று காரில் ஏறினாள்.

'என்ன காரணத்துக்காக அப்பா உங்களை வீட்டைவிட்டுத் துரத்தினார்? காதல் விவகாரமா?' 'இல்லை. இல்லை. காதல் விவகாரம் என்றால் அவர்கள் சந்தோசப்படுவார்கள்.' 'பரீட்சையில் தோற்றுவிட்டீர்களா?' 'அதற்கு வாய்ப்பே இல்லை. நான் தொடர்ந்து A எடுக்கும் மாணவி.' 'நடுநிசியில் ஒரு தகப்பன் தன் மகளை எதற்காக வீட்டைவிட்டு துரத்தினார்?' 'நிலவறைத் திறப்பைக் கைமறதியாக வைத்துவிட்டேன்.' 'அதற்காகவா? எதற்கு நிலவறைத் திறப்பு உங்களுக்குத் தேவைப்பட்டது?' 'ஏணியை எடுப்பதற்கு.' 'ஏணி எதற்கு?' 'அப்பதானே சீலிங்குக்குள் போய் தேட முடியும்.' 'எதற்கு சீலிங்குக்குள் நுழைந்து தேடுகிறீர்கள்?' 'அங்கேதானே போதை மருந்து ஊசி கிடக்கிறது.'

டாக்சி ஓட்டுநர் கூட்டத்திலே எங்கள் தொழிலின் மேன்மைகள் விவாதிக்கப்படும். ஏற்றத் தாழ்வில்லாமல் சம உரிமை கொடுத்து நடத்தும் தொழில் இது. முதல் நாள் உலகப் புகழ் விஞ்ஞானி ஒருவர் உங்கள் டாக்சியில் பயணம் செய்வார். அடுத்தநாள் அதே இருக்கையில் செக்ஸ் தொழில் செய்யும் பெண் உட்கார்ந்திருப்பார். இருவரையும் நாங்கள் சமமாகத்தான் நடத்துவோம். ஏறக்குறைய ஒரே வயது ஆண்கள் கூட்டமாக ஏற முயற்சித்தால் அந்தச் சவாரியை நான் தவிர்த்துவிடுவேன். அதுவும் இரவு நேரமென்றால் எச்சரிக்கை தேவை. அன்று டண்டாஸ் ரோட்டில் போய்க் கொண்டிருந்தபோது இரவு பதினொரு மணி. இரண்டு இளைஞர்கள் கைகாட்டி நிறுத்த ஒருவர் முன் சீட்டில் பாய்ந்து ஏறினார், மற்றவர் பின் சீட்டில் அமர்ந்தார், ஆனால் கதவைச் சாத்தவில்லை. சட்டென்று எங்கிருந்தோ இன்னும் இரண்டு பேர் உண்டாகி காரில் ஏறிவிட்டார்கள். இதெல்லாம் முன்னேற்பாடு என்பது எனக்குத் தெரியவில்லை. கெட்ட சம்பவம் நடப்பதற்குக் காத்திருந்தது. 'எங்கே போகவேண்டும்?' நடுக்கம் தெரியாமல் இருக்க உரத்துப் பேசினேன். 'இந்த ரோட்டு போகும் இடத்துக்கு.' கார் எஞ்சின் சத்தத்துக்குப் போட்டியாக நெஞ்சு அடித்தது. தப்பிப்பதற்கான உத்திகளை மனம் உற்பத்தி

செய்தது. ஒரு பழைய கட்டிடத்துக்கு பின்னே காரை விடச் சொன்னார்கள். ஒருவன் கத்தியை எடுத்து கழுத்தில் வைத்து என்னிடம் இருந்த அத்தனை காசையும் பிடுங்கினான். ரப்பர் பாய்க்குக் கீழே தேடினார்கள். கால் சப்பாத்தை கழற்றி உதறிப் பார்த்த பின்னர் 'போ' என்று என்னைத் துரத்திவிட்டார்கள். எனக்கு ஆச்சரியம் தாங்க முடியவில்லை. கார்ச் சாவியை கொடுப்பதற்குத் தயாராக இருந்தேன். அவர்களுக்கு தேவை காசு மட்டுமே. என் அதிர்ஷ்டத்தை நம்பமுடியாமல் அதி மகிழ்ச்சியுடன் வீடு வந்து சேர்ந்தேன். என் மனைவி நினைத்தார் அன்று எனக்கு அதிக வரும்படி என்று. அவருக்குத் தெரியாது அன்றைய பெரிய வருமானம் என்னுடைய உயிர் என்பது.

விடுக்கமுடியாத புதிர்போல என் மூளைக்கு அப்பால்பட்ட சில சம்பவங்களும் அவ்வப்போது நடக்கும். பெரிய அளவில் செக்ஸ் பெண்களை வைத்து தொழில் நடத்தும் ஒருவர் என் வாடிக்கையாளர். இவர் ரேடியோவில் அழைக்காமல் நேரடியாக என் செல்போனில் தொடர்புகொள்வார். எந்தப் பெண்ணை எங்கே அழைத்துச் செல்லவேண்டும், எத்தனை மணிக்கு மீண்டும் திரும்ப வேண்டும் போன்ற விவரங்களைத் தருவார். அவருடைய கண்ட்ராக் கிடைத்தால் அன்று வேறு வேலை செய்யக்கூடாது. என்னுடைய சன்மானம் இரண்டு மடங்காக இருக்கும். பல வருடப் பழக்கம் என்பதால் என்மீது ஒருவிதமான நம்பிக்கை அவருக்கு இருந்தது.

ஒருநாள் அவரிடமிருந்து அழைப்பு வந்தது. 60 மைல் தூர ஹொட்டலில் இருந்த பெண்ணை அழைத்துச் சென்று விமானத்தில் ஏற்றிவிடவேண்டும். அதிகாலையே போய் அவளுக்காகக் காத்திருந்தேன். சுழலும் கதவில் விடுபட்டு தேவதைபோல் தோன்றிய ஒரு பல்கலைக்கழக மாணவிதான் வெளியே வந்தாள். இப்படித் தொழில் செய்யும் பெண் என்று எனக்குத் தோன்றவே இல்லை. எத்தனையோ பெண்களை என்னுடைய காரிலே ஏற்றியிருக்கிறேன். இந்தப் பெண்ணின் சௌந்தர்யம் அபூர்வமானதாக இருந்தது. ஒடுங்கிய இடையை மேலும் சிறுக்கவைத்த நீண்ட ஸ்கர்ட். குதிவைத்த காலணிகள். எத்தியோப்பியாவில் இருந்து படிக்க வந்தவள் என்று பின்னால் அறிந்தேன். பைபிள் கதையில் சோலமன் அரசனை மயக்கிய எத்தியோப்பிய அழகி இப்படித்தான் இருந்திருப்பாள். கருகருவென்று சுருண்டு வளர்ந்திருந்த முடியை இழுத்து நேராக்கி சிறு சிறு பின்னல்களாகக் கட்டியிருந்தாள். கரிய பெரிய கண்களும், மினுங்கிய உடம்பும் அவளுக்கு விலைமதிக்கமுடியாத வசீகரத்தை கொடுத்திருந்தது. காரில் ஏறியவுடனேயே இதற்கு முன்னர் பலதடவை சந்தித்தவள்போல கலகலவென்று பேசத்

தொடங்கினாள். அவள் வார்த்தைகளால் கார் நிரம்பியது. ஒருவருடமாக ரொறொன்ரோ பல்கலைக்கழகத்தில் சமூக மானிடவியல் துறையில் முனைவர் பட்டம் படிப்பதாகச் சொன்னாள்.

'கோடை காலம் முழுக்க உங்கள் திட்டம் போடப்பட்டு விட்டதா?' என்று கேட்டேன். வெளிநாட்டு எழுத்தாளர்கள் புத்தகச் சுற்றுக்கு வரும்போது அவர்களைக் காரில் ஏற்றி வேறு வேறு இடங்களுக்கு அழைத்துச் சென்றிருக்கிறேன். ஒவ்வொரு மாகாணமாகச் சென்று புத்தகங்களைக் கையெழுத்திட்டு விற்பனை செய்வார்கள். இந்தப் பெண்ணுக்கும் பத்து மாகாணங்களுக்கும் மூன்று பிரதேசங்களுக்கும் திட்டம் போட்டுவிட்டார்கள். மூன்று மாத காலம் விடுமுறையில் அவள் நகரம் நகரமாகச் சுற்றுவாள். இன்ன தேதி இன்ன இடம் இன்ன நபர் இன்ன தொலைபேசி என்ற சகல விவரங்களும் அவள் கைப்பையில் இருந்தன. சுற்றுலா வுக்குப் புறப்பட்டதுபோல அவள் உடம்பிலிருந்து மகிழ்ச்சி வீசி காரை ஓட்டிய என்னையும் தாக்கியது.

'உங்கள் பெற்றோருக்கு நீங்கள் என்ன செய்கிறீர்கள் என்று தெரியுமா?' 'ஆண்டவனே, அம்மாவுக்குத் தெரியாது. அப்பா இல்லை. அம்மா கிராமத்து சேர்ச்களில் போய் என் வெற்றிக்காக மன்றாடுகிறாள்.' 'உங்களுடைய ரேட் என்ன?' என்று கேட்டேன். இப்படியான பெண்களுக்கு டாக்சி சாரதிகளின் நட்பு முக்கியம். அவர்கள் ஒன்றையும் மறைக்கமாட்டார்கள். 'ஓர் இரவுக்கு 1500 டொலர். இரவும் பகலும் என்றால் 2000 டொலர்.' 'உங்கள் பங்கு என்ன?' 'நாளுக்கு 1000 டொலருக்குக் குறையாமல் கிடைக்கும்.' 'இந்தத் தொழிலை விரும்பிச் செய்கிறீர்களா?' 'இது என்ன கேள்வி. விருப்பமில்லாமல் ஒரு தொழில் செய்தால் அடுத்த வாடிக்கையாளர் கிடைப்பாரா?' 'எத்தியோப்பியாவில் இருந்து புறப்பட்டபோதே இப்படி உழைக்கவேண்டும் என்று திட்டமிட்டீர்களா?' அவள் அதற்குப் பதில் பேசவில்லை. சிறிது நேரம் பழைய நினைவில் இருந்தாள். பின்னர் தானாகப் பேசினாள்.

'அடிஸ் அபபா புனித மேரி பெண்கள் பள்ளிக்கூடத்தில் படித்தேன். நான் மிகவும் ஏழ்மையான குடும்பத்திலிருந்து வந்தவள். ஆனால் வகுப்பில் முதலாக வருவேன். ஒருநாள் ஆசிரியை கூம்பு வடிவத்தின் கொள்ளளவை எப்படிக் கண்டுபிடிப்பது என்று கேட்டார். நானாக யோசித்து விடை சொன்னேன். அவர் எனக்கு ஒரு கைக்கடிகாரம் பரிசு தந்தார். அதுதான் முதன்முதலாக சொந்தமாகக் கிடைத்த பரிசு. அதன் பின்னர் யோசித்தேன். என் வழியை நானே கண்டுபிடிக்க வேண்டும்; வேறு ஒருவர் எனக்காக

உருவாக்க முடியாது.' 'இந்தப் பணத்தை என்ன செய்வதாக உத்தேசம்?' என்று கேட்டேன். 'பட்டப்படிப்புக் கட்டணம் கட்டுவேன்' என்று சொல்லுவாள் என எதிர்பார்த்தேன். 'ஓ, நான் ஒரு எஸ் கிளாஸ் மெர்சிடிஸ் பென்ஸ் கார் வாங்குவேன்' என்றாள் தயங்காமல். 'அது 100,000 டொலர் அல்லவா?' 'அதற்கென்ன. பென்ஸ் கம்பனித் தலைவர்கூட என் வாடிக்கையாளர்தான்' என்றுவிட்டு மர்மமாகச் சிரித்தாள்.

'பென்ஸ் கார் வாங்கவேண்டும் என்பது என் வாழ்நாள் ஆசை. அது இத்தனை இலகுவாக ரொறொன்ரோவில் கைகூடும் என்று நான் எதிர்பார்க்கவில்லை.' 'ஒரு மாணவியாக இருந்துகொண்டு பென்ஸ் காரில் போய் இறங்கும்போது உங்களுக்குச் சங்கடமாக இருக்காதா?' 'விருந்துக்கு போனால் எப்படிக் கார் வாங்கினாய் என்று ஒருவரும் கேட்கமாட்டார்கள். என்னை ஒருமுறை அதில் ஏற்றிப்போவாயா என்றுதான் கேட்பார்கள்.' 'உங்கள் பட்டப் படிப்புக்கு என்ன நடக்கும்?' 'ஒன்றுமே நடக்காது. என் விடுமுறையில்தானே இதைச் செய்கிறேன். ஓர் அனுகூலம் உண்டு. பேராசிரியர் என்னுடைய எஸ் கிளாஸ் மெர்சிடிஸ் பென்ஸ் காரைப் பார்த்தபிறகு வாழ்க்கையில் வெற்றிபெற என்ன என்ன செய்யவேண்டும் என்று போதிப்பதை நிறுத்திவிடுவார்.' அவள் பெரிதாக வாய்விட்டுச் சிரித்தாள். பியர்ஸன் விமான நிலையத்தில் நீண்ட கைப்பை தோளிலே தொங்க, சில்லு வைத்த பயணப்பெட்டியை நேராக உருட்டிக்கொண்டு கயிற்றுப் பாலத்தில் நடப்பதுபோல மெதுவாக நடந்து கடைசித் தூரத்தை ஓடிக் கடந்தாள். திடீரென்று நினைவுக்கு வந்து 'உங்கள் தொலைபேசி எண்?' என்று கத்தினேன். அவளுக்குக் கேட்கவில்லை. படம் எடுத்த பின்னர் சிரித்ததுபோல எனக்கு ஏமாற்றமாகிவிட்டது. இது நடந்து நாலு வருடங்கள் ஓடிவிட்டன. இன்றுவரை அவளைத் தேடுகிறேன். எஸ் கிளாஸ் மெர்சிடிஸ் பென்ஸ் காரை ஓட்டும் சமூக மானிடவியல் துறை பேராசிரியரை ஒருநாள் நான் சந்திப்பேன்.

இத்தனை அனுபவங்கள் என் வாழ்க்கையில் கிடைத்திருந்தாலும் கடந்த ஆண்டு டிசம்பர் மாத ஆரம்பத்தில் நடந்த சம்பவத்துக்கு அவை என்னைத் தயாராக்கவில்லை. ஒரு வீட்டுக்குப் போகச் சொல்லி ரேடியோவில் எனக்குத் தகவல் வந்தது. அந்த மனிதர் தமிழ் பேசும் சாரதி வேண்டும் என்று கேட்டிருந்தார். தாறுமாறாக உடையணிந்த 65 வயது ஆள் எனக்காகக் காத்துக் கொண்டு பழைய கட்டிடத் தொகுதி ஒன்றின் முன் தோள்மூட்டில் கிழிந்த மேலங்கியுடன் நின்றார். ஒரு கட்டடம் அதன் மேலேயே விழுவதுபோல அவர் உடம்பு உடைந்து கொண்டிருந்தது. மூச்சுவிட எடுக்கும் உழைப்புக்கான பிராண வாயு அவர்

இழுக்கும் சுவாசத்தில் கிடைக்கவில்லை என்று நினைக்கிறேன். கைகள் இரண்டையும் மடித்து நெஞ்சுக்கு முன்னால் ஒரு பையைப் பிடிப்பது போலப் பிடித்திருந்தார். மெல்லிதாக விரல்கள் நடுங்கின. 'நீங்கள்தானா தமிழ் பேசும் டிரைவரைக் கேட்டது?' 'ஓம் நான்தான்.' 'என்ன விசயம்?' 'நான் பொலீஸ் ஸ்டேசனுக்குப் போய் ஒரு முறைப்பாடு கொடுக்கவேண்டும். நீங்கள் மொழிபெயர்க்கவேண்டும்.' மனிதரைப் பார்க்க பாவமாக இருந்தது. 'சரி' என்றேன்.

ஒரு வாரமாக சவரம் செய்யாத முகம். முன்னுக்கு நீண்ட தாடை. அவர் கதைக்கும்போது கழன்று விழுந்துவிடுமோ என்று அச்சம் தோன்றும்விதமாக ஆடியது. கண்ணாடியில் பார்த்தேன். பின் சீட்டில் பெரும் யோசனையோடு அமர்ந்திருந்தார். மனதை என்னவோ செய்தது. 'தனியாகவா இருக்கிறீர்கள்?' 'எனக்கு ஒரு மகள் இருக்கிறார். பெரிய உத்தியோகம். அடிக்கடி பயணம் செய்வார். எங்கே நின்றாலும் தொலைபேசியில் அழைப்பார். மூன்று நாட்களாகத் தகவல் இல்லை. எனக்கு வேறு ஒருவரும் இல்லை.' மனிதர் விக்கி அழத்தொடங்கினார். 'கவலைப்படாதீர்கள். அவர் எங்கோ பிஸியாக இருக்கிறார். உங்களுக்கு நல்ல சேதி வரும்' என்று ஆறுதல் கூறினேன்.

இதற்கிடையில் பொலீஸ் ஸ்டேசன் வந்துவிட்டது. வரவேற்பு யன்னலில் இரண்டு பொலீஸ்காரர்கள் கறுப்பு உடையில் அமர்ந்திருந்தார்கள். அவர்களிடம் விசயத்தைச் சொன்னேன். முதியவரிடம் பெயரைக் கேட்டார்கள். அவர் 'சந்திரசேகரம்' என்று சொன்னார். 'உள்ளே போய் அமருங்கள். உங்கள் கேசை விசாரிக்கும் பொலீஸ்காரர் உங்களிடம் வந்து பேசுவார்.' நாங்கள் உள்ளே போனோம். அங்கே இன்னும் சிலரும் காத்திருந்தார்கள். இருக்கை ஊத்தையாகிவிடும் என்பதுபோல பாதி சோபாவில் பாதி பிருட்டத்தை வைத்து உட்கார்ந்தார். நான் பக்கத்தில் அமர்ந்தேன். நடுவில் அச்சம் கிடந்தது. இரண்டு பக்கமும் திரும்பித் திரும்பிப் பதற்றத்துடன் கிழவர் பார்த்தார். அவருடைய நடுக்கம் சற்று அதிகமானது.

எங்களுக்கு முன்னே இருந்த சுவரில் 'காணாமல்போனவர்கள்' என்ற தலைப்பின் கீழ் பல படங்கள் ஒட்டியிருந்தன. பெரியவர் உட்கார்ந்தவாறே அவற்றைப் பார்வையிட்டுக்கொண்டு வந்தார். 'உங்கள் மகளின் பெயர் என்ன?' என்று கேட்டேன். 'அழகுராணி. நான்தான் அழகுராணி அழகுராணி என்று அழைப்பேன். அவளுக்கு பிடிக்காது. அதைச் சுருக்கி 'அல்கா' என்று பெயர் வைத்திருந்தாள்.' 'அல்காவா?' பெரியவர் பதில் சொல்லவில்லை. திடீரென்று எழுந்து நின்று ஒரு படத்தை உன்னிப்பாகப்

பார்த்தார். நானும் எழுந்து நின்றேன். படத்தின் கீழே 'அல்கா கென்யாட்டா' என்று எழுதியிருந்தது. பெண்ணின் டீசேர்ட்டில் *TAIBU* என்ற வார்த்தை காணப்பட்டது. மூன்று நாட்களுக்கு முன்னரே கணவன் அவள் தொலைந்து போனதாக முறைப்பாடு செய்திருந்தான்.

'மிஸ்டர் சந்திரசேகரம், மிஸ்டர் சந்திரசேகரம்' என அழைத்தபடி ஒரு பொலீஸ்காரர் எங்களை நோக்கி வந்தார். பெரியவர் திரும்பியும் பார்க்கவில்லை. நெஞ்சுக்கு கிட்டப் பிடித்த அவருடைய கைவிரல்கள் கட்டுமீறி ஆடத் தொடங்கின.

~ ~

மண்ணெண்ணெய் கார்காரன்

என்ன நடந்ததென்றால், ஒருநாள் ஜெகன் சத்தம் படபடவென்று அடிக்க ஒரு காரை ஓட்டிவந்தான். அது A 40 கார். 100 அடி தூரத்திலும் கார் எஞ்சின் சத்தத்தை வைத்து நான் என்ன கார் என்று சொல்லிவிடுவேன். அன்று என்னால் சொல்ல முடியவில்லை. ஜெகன் பெற்றோலில் ஓடும் காரை மண்ணெண்ணெயில் ஓடுவதுபோல திருத்தி அமைத்திருந்தான். அது அவ்வளவு வெற்றிகரமாக அமையவில்லை. ஆனால் அப்படிச் செய்யலாம் என்ற ஊக்கம் என் மூளைக்குள் வந்துவிட்டது.

யாழ்ப்பாணத்தில் 1990களில் பெற்றோல் கிடையாது. சனங்கள் அவசரத்துக்குப் போவதென்றால் வாகனமே இல்லை. நான் தீர்மானித்துவிட்டேன். இரண்டரை லட்சம் கொடுத்து ஒரு மொரிஸ் ஒக்ஸ்ஃபோர்ட் பழைய கார் வாங்கினேன். கார் எல்லாம் அப்ப நல்ல மலிவு. பெற்றோல் இல்லாத தால் ஓடாமல் துருப்பிடித்துப்போய்க் கிடந்தன. மொரிஸ் ஒக்ஸ்ஃபோர்ட் காரின் எந்த உதிரிப் பாகத்தையும் யாழ்ப்பாணத்தில் கடைந்து எடுக்கலாம். மண்ணெண்ணெயில் ஓடுவதென்றால் எஞ்சின் அழுத்தம் எகிறி அடிக்கும். நாலு காஸ்கட் போட வேண்டும். மானிஃபோல்டை பெரிசாக்கவேண்டும். மண்ணெண்ணெய்க்கு ஒரு டாங்க். பெற்றோலுக்கு ஒரு குட்டி டாங்க். ஒரு துளி பெற்றோலில் காரைக் கிளப்பிவிட்டால் அது தன் பாட்டுக்கு மண்ணெண்ணெயில் ஓடும். அரியாலையில் என்னுடைய ஒரு கார்தான் அப்போது ஓடியது. கல்யாண வீடுகளுக்கும் பிள்ளைப்பேறுகளுக்கும்

என்னுடைய கார்தான். 22 பிள்ளைப் பேறுகளுக்கு ஆஸ்பத்திரிக்குக் காரை ஓட்டியிருக்கிறேன்.

ஒரு டொக்டரின் வேலை என்ன? நோய் என்று அவரிடம் வருபவர்களைக் குணமாக்குவதுதானே. நீ சிங்களவனா தமிழனா போராளியா துரோகியா என்றெல்லாம் கேட்க முடியாது. அவர்களுக்குச் சிகிச்சை அளிப்பதுதான் முக்கியம். அதுபோலத்தான். நான் ஒரு மெக்கானிக். என்னிடம் வாகனங் களைப் பழுதுபார்க்கக் கொண்டுவருவார்கள். நான் திருத்திக் கொடுப்பேன். இயக்கக்காரர்களும் வருவார்கள். நான் திருத்திக் கொடுக்க முடியாது என்று சொல்ல மாட்டேன். எப்படியும் புதிதாக உதிரி பாகங்கள் செய்து திருத்திவிடுவேன்.

ஒருநாள் அதிகாலை நான் தூங்கிக்கொண்டு இருந்தபோது நாய் குலைத்தது. ஆடுகள் அவிழ்த்துக்கொண்டு ஓடின. சிங்களத்தில் பேசும் சத்தம் கேட்டுத் திடுக்கிட்டு விழித்தேன். இரண்டு துப்பாக்கிகள் என் முகத்துக்கு நேராக இருந்தன. சிங்கள ராணுவம் என்னைப் பிடித்துப் போனது. பிடரியில் அடித்த அடியில் ரத்தம் ஓடி, சாகக் கிடந்ததால் என்னை ஆஸ்பத்திரியில் சேர்த்தார்கள். அங்கிருந்துதான் தப்பினேன். இப்படித் தப்புகிறவர்கள் போகும் ஒரே இடம் தாய்லாந்துதான். அந்த ஒருநாட்டுக்கு விசா தேவை இல்லை. என்னுடைய மனைவியின் அண்ணன் ஜெர்மனியில் இருந்தார். அவர் என்னை எப்படியும் ஒரு வெளிநாட்டுக்குக் கடத்திவிடுவதாகச் சொல்லியிருந்தார். அந்த நம்பிக்கையில் காத்திருந்தேன்.

மண்ணெண்ணெய்ப் புகையைச் சுவாசித்த எனக்கு தாய்லாந்தில் கிடைத்த பெற்றோல் மணம் சொர்க்கத்தைத் திறந்ததுபோல இருந்தது. 10 வருடங்களாக அங்கே வசித்த தமிழர் ஒருவரைச் சந்தித்தேன். 'எல்லோரும் என்னை மறந்துவிட்டார்கள். உன்னுடைய கதியும் இதுதான்' என்று அவர் சொன்னபோது எனக்குக் கிலி பிடித்தது. ஆனால் என் விதி வேறு மாதிரி எழுதப்பட்டிருந்தது. 2009 ஆகஸ்ட் முதலாம் தேதி இரவு என்னை மீன்பிடிப் படகு ஒன்றில் கொண்டுபோய் நடுக்கடலில் 'Ocean Lady' என்னும் கப்பலில் ஏற்றிவிட்டார்கள். என்னுடன் இன்னும் எட்டுப் பேர் ஏறினார்கள். எங்களையும் சேர்த்து கப்பலில் 76 பேர் இருந்தோம். எல்லோரும் ஆண்கள்; வயது 18இல் இருந்து 45 வரைக்கும் என்று சொல்லலாம். கப்பல் எங்கே போகிறது? ஒருவருக்கும் தெரியவில்லை. யார் காப்டன்? அதுவும் தெரியாது.

அன்று படுத்து அடுத்தநாள் எழும்பியவுடன் ஒருவரை ஒருவர் அறிமுகப்படுத்திக் கொண்டோம். என்னை அங்கே ஒன்றிரண்டு பேருக்கு ஏற்கனவே தெரிந்திருந்தது. என்னுடைய

கார் அச்சுவேலி, கிளாலி, சாவகச்சேரி என்று ஓடியிருக்கிறது. இயக்கம் என்னுடைய காருக்கு நம்பரும் தந்திருந்தது. த.ஈ 1244. எனக்கு அதனால் கப்பலில் கொஞ்சம் மரியாதை கிடைத்தது. ஆரம்பத்தில் கப்பலில் பயணித்த அத்தனை பேருக்கும் ஏறக்குறைய ஒரே அனுபவம்தான். வயிற்றைப் பிடித்து வாந்தி எடுத்தார்கள் அல்லது சுருண்டுபோய்ப் படுத்தார்கள். செல்வரத்தினம் மாஸ்ரர் அரியாலையில் சயன்ஸ் படிப்பித்தவர். அவர்தான் முதலில் தேறினார். காலையில் எழும்பித் தேநீர் தயாரித்து எல்லோருக்கும் வழங்கினார். நாங்கள் உயிர் தரித்தது அப்படித்தான்.

மூன்றாம் நாள் மெள்ள மெள்ள எல்லோரும் எழும்பி விட்டார்கள். அந்தக் கப்பல் மர்மமான முறையில் ஓடியது. யார் கப்பல் தலைவன், முடிவுகளை யார் எடுப்பது, எங்கேயிருந்து உணவு வருகிறது என எல்லாமே புதிர்தான். சீருடையில் ஒருவருமே இல்லை. ஆனாலும் கப்பல் ஓடியது. சமையலறையில் சகலரும் உதவி செய்தார்கள். சமையல் முடிந்ததும் ஒன்றாக அமர்ந்து சாப்பிட்டோம். வேலைகளை அனைவரும் பங்குபோட்டுக் கொண்டோம். சமையல் வேலை, துப்புரவாக்கும் வேலை, எஞ்சின் வேலை இப்படி முறைவைத்து நடந்தது.

குலசேகரத்துக்கு 40 வயதிருக்கும். அவருக்கு அதிர்ச்சியான முகத்தோற்றம். இப்போதுதான் நீண்ட நேரமாக அழுது முடித்திருக்கிறார் என்று தோன்றும். இவருடைய கதை பரிதாபமானது. முள்ளிவாய்க்கால் இறுதிப் போரில் இவரும் மனைவியும் இரட்டைப் பிள்ளைகளும் அகப்பட்டுவிட்டனர். ஒரு குழந்தைக்குச் சன்னம் ஏறி காயம் பட்டதால் இவர் தூக்கிக்கொண்டு ஆஸ்பத்திரிக்கு ஓட, மனைவி மற்றக்குழந்தையை எடுத்துக்கொண்டு ராணுவப் பக்கம் தப்பினார். குழந்தைக்குக் கட்டுப்போட்டு இவர் திரும்பியபோது செல் அடிபட்டு மனைவியும் குழந்தையும் இறந்து கிடந்ததைப் பார்த்தார். ஓ என்று தலை தலையாக அடித்துக்கொண்டார். கைக்குழந்தையை வைத்து இவர் என்ன செய்வார். தங்கையிடம் ஒப்படைத்துவிட்டு இவர் மட்டும் தப்பி வெளியே வந்துவிட்டார். அந்தக் குற்றவுணர்வு அவருக்கு இருந்தது. ஒவ்வொரு தடவையும் சாப்பிடும்போது கண்ணீர் விட்டுக்கொண்டே சாப்பிட்டார்.

அந்தக் கப்பலுக்குள் கொஞ்சம் வித்தியாசமாக இருந்தவன் பார்த்திபன்தான். எல்லோரிடம் தானாகப் போய் கதைத்தான்; சீக்கிரம் ஒரு நாடு கிடைத்துவிடும் என்று உற்சாகமூட்டினான். இவனுடையது பெரிய கதை. இறுதிப் போர் நடந்தபோது வயிற்றிலே குண்டு பாய்ந்து இவன் ஆஸ்பத்திரியில் கிடந்தான். கடைசி நாட்களில் ஆஸ்பத்திரியை மூடிவிட்டார்கள். சேலயின்

உடம்பில் ஏறிக்கொண்டிருந்தது. ஒரு கையில் சேலயின் போத்தலையும், மறுகையில் மூத்திரப் பையையும் காவிக்கொண்டு ஒருமைல் தூரம் நடந்தான். கண் விழித்துப் பார்த்தபோது அவன் பாதுகாப்புப் பிரதேசத்துக்குள் வந்துவிட்டான். இவனிடம் ஒரு ரகஸ்ய துக்கம் இருந்து அதை என்னிடம் சொன்னான். சாண்டில்யனின் யவன ராணியை பாதி படித்து முடிக்காமல் விட்டு வந்ததுதான் மிகப்பெரிய குறை.

கப்பலில் எங்களுக்கு ஆகக்கூடிய பிரச்சினை குளிர்தான். எத்தனை உடுப்பு அணிந்தாலும் எத்தனை போர்வையால் போர்த்தினாலும் குளிர் உதறி எடுத்தது. எஞ்சின் அறையில் எப்போதும் சூடு இருப்பதால் கதகதப்பாக இருந்தது. முறை வைத்துக்கொண்டு பத்துப் பத்து பேராக எஞ்சின் ரூமுக்குள் போய் குளிர் காய்ந்தோம். இதற்கு பொறுப்பாயிருந்தவன் ஒரு கரிய பையன். எஞ்சின் புகைபட்டு அப்படி ஆகியிருந்தான் என்று நினைக்கிறேன். அவன் தூங்கியதை ஒருவருமே காணவில்லை. முழங்கை வரை நீண்ட மஞ்சள் கையுறை அணிந்து எதையாவது ஒன்றைச் சுத்தமாக்கியபடியே இருந்தான்..

திடீரென்று ஒருநாள் இரவு எல்லாமே மாறியது. தனித்தனியாக துயரங்கள் இருந்தாலும் ஒரு பொதுக் காரியத்தில் ஒன்று சேரும்போது பெரும் உற்சாகம் பிய்த்துக்கொண்டு வரும். மேலே ஆரவாரமும் சத்தமும் கேட்டு எல்லோரும் ஓடினார்கள். நானும் போனேன். பாரமான லைட்டுகளைக் கீழே தொங்கவிட்டபடி கப்பல் ஓடிக்கொண்டிருந்தது. வாயை ஆவென்று விரித்துக் கொண்டு பெரிய பெரிய மீன்கள் வெளிச்சத்தை நோக்கி வந்தன. நாலுபேர் வலையை வீசி இழுத்தபோது மீன்கள் சுலபமாகச் சிக்கின. அன்று இரவு முழுக்கக் கொண்டாட்டம்தான். தொடர்ந்து இரண்டு நாட்கள் மீன் குழம்பு, மீன் பொரியல், மீன் வறுவல், மீன் சாண்ட்விச்தான். ஆனால் இப்படி மீன்கள் ஒவ்வொரு முறையும் வந்து சிக்குவது கிடையாது. கூட்டம் கூட்டமாக மீன் ஓடும் பாதையில் கப்பல் குறுக்கிடும்போதுதான் இப்படி நடக்கும் என்று பேசிக்கொண்டார்கள்.

இரண்டு மூன்று தடவை புயல் அடித்து கப்பல் ஆட்டம் போட்டது பழகிவிட்டது. கடல் நடுவில் புயலில் சிக்கி இறப்பதற்கா இத்தனை கஷ்டப்பட்டுப் புறப்பட்டோம். சிங்கள ராணுவத்தின் துப்பாக்கியில் இறந்துபோயிருக்கலாமே என்று ஒவ்வொரு முறையும் தோன்றும். ஒரு தடவை புயல் அமைதி அடைந்த பின்னர் முழு நிலவைப் பார்த்தேன். பசிபிக் சமுத்திரத்தின் மேலே வட்டமான சந்திரன் தெரிய அலைகளில் அவன் துண்டு துண்டாகச் சிதறிக் கிடந்தான். அன்று வலையை வீசியபோது

பிள்ளை கடத்தல்காரன்

ஒரு மீன் சிக்கியது, கூடவே ஒரு பறவையும் வந்தது. பறவை உயிருடன் துடித்ததுதான் ஆச்சரியம். செல்வரத்தினம் மாஸ்ரர் பார்த்த உடனே சொல்லிவிட்டார் அது அல்பாட்ரஸ் என்று. பறக்கும் பறவைகளில் உலகத்தில் அதுதான் ஆகப் பெரியது. மஞ்சள் கழுத்து, ஊதாக்கலர் சொண்டு, வெள்ளை கறுப்பு செட்டைகள். அதனுடைய செட்டை பார்க்கச் சாதாரணமாக இருந்தாலும் பறக்கும்போது செட்டை நுனிகளின் நீளம் 8 – 10 அடி இருக்கும் என்றார்கள். மாலுமிகள் இதைப் பார்த்துப் பயப்படுவார்களாம். சாபம் விடுக்கும் பறவை என்பது நம்பிக்கை. அதைப் பற்றி ஓர் ஆங்கிலப் பாடல்கூட உள்ளது. இது எல்லாம் செல்வரத்தினம் மாஸ்ரர் சொன்னதுதான்.

அல்பாட்ரஸ் இறந்தால் கெட்ட சகுனம் என்று மாஸ்ரர் சொன்னதினால் பறவைக்கு அதி கவனத்துடன் சிகிச்சை அளிக்கப்பட்டது. பார்த்திபன்தான் பொறுப்பு. காயத்துக்கு மருந்து போட்டுக் கட்டினான். அதன் உணவுக்குப் போதிய மீன் இருந்தது. அதற்கு ஒரு பெயர் வைக்கலாம் என்று நினைத்தோம். எங்கள் கப்பலின் பெயரையே தமிழில் சூட்டினோம். Ocean Lady. கடல் கன்னி. சாண்டில்யனின் நாவல் தலைப்புபோல இருக்கிறதென்று ஒருவர் சொன்னார். அந்தப் பெயரைச் சொன்னதே சாண்டில்ய பக்தரான பார்த்திபன்தான். மூன்றாம் நாள் மேல்தளத்துக்குக் கடல் கன்னியை கொண்டுபோய் ஆகாயத்தைக் காட்டினோம். அது செட்டையை விரித்து அடித்தது. நடுக்கடலில் எங்களைப் பார்க்க வந்த ஒரே ஜீவன் அதுதான். விமானம் ஓடுவதுபோல தரையில் ஓடி எம்பி செட்டை மடிப்பை எட்டு அடி தூரம் விரித்து ஆகாயத்தை நோக்கி எழும்பி ஒரு வட்டம் அடித்துப் புள்ளியாகப் போய் மறைந்தது.

கப்பலில் எங்களுடன் மயூரன் என்று ஒரு பையன் பயணம் செய்தான். ஆரம்பத்தில் இருந்தே இவன் புதிரானவன். 18 வயது முகம். 14 வயது உடம்பு. அவன் கதை என்னவென்று ஒருவருக்கும் தெரியாது. ஒரு வார்த்தை பேசமாட்டான். முகத்தில் இரண்டு கண்கள் ஆழமாகப் பதிந்துபோய் வைரம்போல ஜொலிக்கும். பெரும் பசிக்காரன். சாப்பாட்டுக்குத் தட்டை நீட்டுவான். குலசேகரம் உணவைப் போடுவார். அவன் உணவைப் பார்ப்பான். பின்னர் குலசேகரத்தின் முகத்தைப் பார்ப்பான். மீண்டும் உணவைப் பார்ப்பான். பேசமாட்டான். குலசேகரம் இன்னொரு அகப்பை உணவைத் தட்டிலே போடுவார். பறவை வந்து கப்பல் முழுக்க ஆரவாரம் நடந்தபோது ஒன்றுமே பேசாமல் ஒரு மூலையில் அமர்ந்து சாப்பிட்டுக் கொண்டிருந்தான்.

பறவை போன மறுநாள் பெரும் புயலடிக்கத் தொடங்கியது. இப்பொழுது எங்கள் எல்லோருக்கும் புயல் பழகிவிட்டது.

ஆனால் இந்தப் புயல் வேறு வகையானது. கப்பலைத் தூக்கித் தூக்கி எறிந்தது. ஒவ்வொரு முறையும் அப்படி மேலே போய் கீழே விழும்போது அதுதான் கடைசி என்று நினைத்தோம். கப்பல் சரியும்போது உருண்டு உருண்டு ஒரு பக்கம் போனோம். மறுபடியும் மற்றப் பக்கம். இதுதான் முடிவு என்று என் மனதிலே பட்டுவிட்டது. அல்பாட்ரஸ் சாபமிட்டிருக்கலாம் என்று சயன்ஸ் மாஸ்ரர் சொன்னது கொஞ்சம் அதிர்ச்சிதான். எல்லோரும் ஒன்றாக ஓர் இடத்தில் குழுமிவிட்டோம்.

மைக்கேல் என்ற கிறிஸ்தவப் பையன் எங்களுடன் இருந்தான். வளருவதை இன்னும் நிறுத்தாத இளைஞன். தினமும் முகச்சவரம் செய்து, நடு உச்சி பிரித்து தலை வாரி இழுத்து, யாரோ மினுக்கி விட்டதுபோல பளிச்சென்று இருப்பான். குடை பிடிப்பதுபோல எப்பொழுதும் அவன் வலது கையில் தோள்மூட்டுக்குக் கிட்ட ஒரு பைபிள் இருக்கும். 'ஸ்தோத்திரம், ஸ்தோத்திரம்' என்று சத்தமிட்டான். முழங்காலில் உட்கார்ந்தபோது அவனுடைய பெரிய நிழலும் சுவரில் முழங்காலில் உட்கார்ந்தது. 'கர்த்தரே, பீட்டருக்கு படகு நிறைய மீன் அளித்ததுபோல எங்களுக்கு வலை கொள்ளாமல் மீன் தந்து பசியிலிருந்து மீட்டது புயலிலே சாவதற்குத்தானா?' என்று கத்தினான். பின்னர் கண்களை மூடி பைபிளின் ஒரு பக்கத்தைத் திறந்து பிரார்த்திக்க ஆரம்பித்தான்.

'நீர் என்னை உமது இதயத்தின் மேலே முத்திரையைப் போலவும், உமது புயத்தின் மேலே முத்திரையைப் போலவும் வைத்துக்கொள்ளும். நேசம் மரணத்தைப்போல வலிது; நேச வைராக்கியம் பாதாளத்தைப்போல கொடிதாயிருக்கிறது. அதின் தழல் அக்கினித் தழலும் அதின் சுவாலை கடும் சுவாலையுமாயிருக்கிறது.' நாங்கள் 'ஆமென்' என்று சொல்லி முடித்தோம்.

குலசேகரம் சுந்தரருடைய தேவாரம் ஒன்றைச் சொல்ல நாங்களும் சேர்ந்து பாடினோம்.

கரையும் கடலும் மாலையும் காலையும் எல்லாம்
உரையில் விரவி வருவான் ஒருவன் உருத்திர லோகன்.

புயல் வேகம் இன்னும் அதிகமானது. ஒருவர் கையை ஒருவர் பற்றிக் கொண்டோம். மயூரன் வட்டத்துக்குள் வரவே இல்லை. அவன் பாட்டுக்கு ஒதுங்கியிருந்தான். திடீரென்று அவன் எழுந்து இருபக்கமும் கைகளை நீட்டி சிலுவைபோல அசையாது நின்றான். பின்னர் இனிமையான மெல்லிய குரலில் பாடத் தொடங்கினான். அந்தப் புயலிலும் மனதை உருக்குவதுபோல ஒரு பாட்டு. அதைத் தொடர்ந்து கைகள் இரண்டையும் அசைத்து

உடம்பை வளைத்துக் கால்களை மெல்ல மெல்லத் தட்டி அபூர்வமான ஆட்டம் ஒன்றை ஆரம்பித்தான்.

கானக் கரிசலிலே
களையெடுக்கும் பெண்மயிலே
நீலக் கருங்குயிலே
நிக்கட்டுமா போகட்டுமா

மஞ்சள் புடவைக்காரி
மாதுளம்பூ கூடைக்காரி
நெஞ்சைப் பிடுங்கிவிட்டாய்
நிக்கட்டுமா போகட்டுமா

கடைசி வரியை மூன்று தடவை பாடினான். அவனுடைய ஆட்டமும் பாட்டும் எங்களை ஈர்த்தது. எல்லோரும் பாடிக்கொண்டே ஆடினோம். புயலை மறந்தோம். அந்த நேரம் கப்பல் அப்படியே கீழே போயிருந்தாலும் ஒரே மகிழ்ச்சிதான். ஆனால் புயல் நின்றுவிட்டது. அது தெரியாமல் எல்லோரும் ஆடிக்கொண்டிருந்தோம்.

நான் மெதுவாக மேலே ஏறிப்போய் எஞ்சின் ரூமை எட்டிப் பார்த்தேன். அங்கே ஒருவருமே இல்லை. எஞ்சின் நின்றுவிட்டது. மேல் தளத்திலும் ஆட்கள் இல்லை. பசிபிக் மகா சமுத்திரத்தின் எங்கோ ஒரு புள்ளியில் கப்பல் ஆடாமல் அசையாமல் நின்றது. எஞ்சின் ரூமில் இருக்கும் கரிய பையனைக் காணவில்லை. அவன் ட்ரோலர் கப்பல்களில் வேலை பார்த்தவன். கப்பலைப் பற்றி அதிகம் தெரிந்தவன் அவன் ஒருவன்தான். மேல்தளத்தில் கடலை உற்றுப் பார்த்துக்கொண்டு தனிய நின்றான். நான் அவன் கைகளைத் தொட்டேன். மீனைத் தொட்டதுபோல வழுவழுப்பாக குளிர்ந்துபோய் இருந்தது. 'அண்ணை, நீங்கள் பெற்றோல் காரை மண்ணெண்ணெய் காராக மாற்றியவர். உங்களுக்கு மெக்கானிக் வேலை தெரியும். ஒருக்கா எஞ்சினை வந்து பாருங்கோ.' எனக்கு நெஞ்சு படபடவென்று அடித்தது. எஞ்சின் பிரம்மாண்டமானதாக இருந்தது. எங்கே தொடங்கி எங்கே முடிகிறது என்றே தெரியவில்லை. ஒவ்வொரு பகுதியாக ஆராய்ந்தேன். 'இதோ' என்றான். நான் திரும்பிப் பார்ப்பதற்குள் கடலுக்குள் குதித்துவிட்டான். கீழேபோய் என்னவோ செய்து விட்டு மறுபடியும் மேலே வந்து பிழையைக் கண்டுபிடித்துச் சரி செய்தான். கப்பல் மறுபடியும் ஓடத் தொடங்கியது. 'உனக்காவது கப்பல் எங்கே போகிறது என்று தெரியுமா?' என்று கேட்டேன். 'அண்ணை, நாலு நாள் முன்பு நாங்கள் சர்வதேச தேதிக் கோட்டைத் தாண்டிவிட்டோம். கப்பல் எங்களை அமெரிக்கா

கொண்டு போகும் அல்லது கனடாதான். தேசம் எங்களைக் கண்டு பிடிக்காது. நாங்கள்தான் அதைக் கண்டுபிடிக்க வேண்டும்.'

'அது என்ன சர்வதேச தேதிக்கோடு?' 'தாய்லாந்தில் இருந்து பசிபிக் சமுத்திரம் வழியாக அமெரிக்கா போகும் போது சர்வதேச தேதிக்கோட்டைத் தாண்டவேண்டியிருக்கும். அப்படித் தாண்டும்போது ஒரு முழுநாள் மறைந்துவிடும். புதன்கிழமை மறுபடியும் செவ்வாய்க்கிழமையாக மாறிவிடும். நீங்கள் ஒருநாளை இரண்டு தடவை வாழலாம்.' இப்படி அவன் சொல்லிக் கொண்டிருக்கும்போதே ஒரு மஞ்சள் கலர் விமானம் தாழ்வாகப் பறந்து எங்களைச் சுற்றத்தொடங்கியது. அதன் பக்கவாட்டில் ஒரு கொடி வரைந்திருந்தது. இரண்டு சிவப்புக்கோடு. நடுவிலே வெள்ளை. அதிலே சிவப்பு இலை. 'அண்ணை, கனடா. கை காட்டுங்கோ. கனடா' என்று கத்தினான். நாங்கள் இருவரும் துள்ளித்துள்ளி கை காட்டினோம். ஒரு முழு வசனத்தை ஆங்கிலத்தில் பேசிவிட்டதுபோல என் இருதயம் மகிழ்ச்சியால் நிறைந்தது. எஞ்சின் பையன் தேசம் எங்களைக் கண்டுபிடிக்காது என்று சொன்னான். அது முழுப் பிழை. கனடா எங்களைக் கண்டு பிடித்துவிட்டது.

அடுத்த நாள் இரண்டு கனடிய ரோந்துக் கடற்படைக் கப்பல்கள் வழிகாட்டிக்கொண்டு போக எங்கள் கப்பல் கனடாவின் விக்டோரியா துறைமுகத்தை நோக்கிப் போனது. 45 நாட்கள் எங்கே போகிறோம் என்பது தெரியாமல் கடலில் அலைந்திருந்தோம். கப்பலில் தண்ணீர் முடிந்துவிட்டது. உணவும் ஒரு நாளைக்குத்தான் போதும். நாளைக்கு என்ன நடக்கும் என்ற அவதியில் நாங்கள் இருந்தபோது விமானம் தோன்றியது எத்தனை அதிர்ஷ்டம். நாளை காலை எங்கள் கால்கள் கனடிய மண்ணில் பதியும். ஒருநாளும் இல்லாத உவகையுடனும் நிம்மதியுடனும் அன்று உறங்கப் போனோம்.

அத்தனை நாட்களிலும் ஆழ்ந்த தூக்கம் கிடைத்தது அன்று இரவுதான். அடுத்த நாள் காலை பெரும் அதிர்ச்சி காத்திருக்கும் என்பது தெரியாது. காலை எழும்பியபோது இரண்டு துப்பாக்கிகள் என்னை நோக்கிக் குறிவைக்கப்பட்டு இருந்தன. பூட்ஸ் கால்களின் ஓசை கப்பலின் நாலு திசைகளிலும் ஒலித்தது. புதன்கிழமை செவ்வாய்க்கிழமை ஆனதுபோல நான் யாழ்ப்பாணத்துக்கு மறுபடியும் திரும்பிவிட்டேனோ என்று ஒரு கணம் நடுங்கிவிட்டேன். முன்னே நீட்டிக்கொண்டு நிற்பது சிங்களத் துப்பாக்கி அல்ல. கனேடியத் துப்பாக்கி என்பது இன்னும் புதிராக இருந்தது. நான் என்ன குற்றம் செய்தேன் என்று எனக்குப் புரியவில்லை.

கைகளிலும் கால்களிலும் விலங்கு பூட்டி எங்களை அழைத்துப் போனார்கள். 'நீ பயங்கரவாதியா?' 'இல்லை ஐயா இல்லை. நான் நாடில்லாதவன். மண்ணெண்ணெய் கார்க்காரன்.' 'மண்ணெண்ணெய் என்றால்? அப்ப நீ பயங்கரவாதியா?' 'மண்ணெண்ணெயில் ஓடும் காரின் சாரதி.' கனடிய மண்ணில் முதல் தடவையாக கால் வைத்தபோது கப்பல் அசைவதுபோல கால்கள் ஆடி ஆடி நடந்தன. வழக்கை விசாரித்த நீதிபதியும் என்னிடம் மண்ணெண்ணெய் என்றால் என்ன என்று கேட்டார். ஏறக்குறைய ஐந்து வருடங்கள் கடந்து 18 ஜூலை 2014 வெள்ளிக் கிழமை அன்று நான் கனடாவில் அகதியாக அனுமதிக்கப்பட்டேன். அத்தனை காலம் எடுத்தது அவர்களுக்கு நான் பயங்கரவாதி இல்லை, அகதி என்று கண்டுபிடிப்பதற்கு. மண்ணெண்ணெய் என்றால் என்ன என்று அவர்கள் கண்டுபிடிக்கவே இல்லை.

~ ~

குறிப்பு: தாய்லாந்தில் இருந்து 1 ஆகஸ்ட் 2009 சனிக்கிழமை புறப்பட்ட Ocean Lady கப்பல் 76 இலங்கை அகதிகளை ஏற்றிக்கொண்டு கனடாவின் விக்டோரியா துறைமுகத்தை 45 நாட்களுக்கு பின்னர், 14 அக்டோபர் 2009 புதன்கிழமை அடைந்தது. ஐந்து வருடங்கள் கழித்து 14 அக்டோபர் 2014 செவ்வாய்க்கிழமை அன்று. 76 பேர்களின் விவரம் கீழ்வருமாறு:

30 பேர் – அகதிகளாக ஏற்கப்பட்டனர்.

27 பேர் – நிராகரிக்கப்பட்டனர்

7 பேர் – திருப்பி அனுப்பப்பட்டனர்.

12 பேர் – முடிவு இன்னும் இல்லை.

~ ~

ஒன்றைக் கடன்வாங்கு

ஓட்டு வளையத்தைத் தொட்டுக் கொண்டிருந்தால் கார் தானாகவே ஓடும் என்று நினைக்கும் வயது எனக்கு. எட்டு அல்லது ஒன்பது இருக்கலாம். ஓர் ஐஸ்கிரீமுக்காக உலகத்தில் எதையும் செய்வேன். ஒரு வட்டக் கிளாஸில் ஐஸ்கிரீமை நிரப்பி அதற்குமேல் மென்சிவப்பு பழம் ஒன்றை வைத்துத் தரும்போது அலங்காரமாக இருக்கும்; ருசியும் அதிகமாகும். பொய்யும் அப்படித்தான். அதைச் சொல்லும்போது உண்மைத் துளி ஒன்றையும் கலந்துவிட வேண்டும். சிறந்தபொய் அப்படித்தான் உண்டாக்கப்படுகிறது. இந்த உண்மை எனக்கு நாலு வயதிலேயே தெரிந்துவிட்டது. ஒரு பொய் சொல்வதில் ஏற்படும் திரில்லும் வேடிக்கையும் விளையாட்டும் மகிழ்ச்சியும் எனக்கு வேறு எதிலும் கிடைப்பதில்லை.

எங்கள் வீட்டு விதிகள் குழப்பமானவை. வாய்க்கு ருசி இல்லாதது ஒன்று இருந்தால் அது உடம்புக்கு நல்லது. வேப்பெண்ணெய் நல்லது. பாவக்காய் நல்லது. வல்லாரைக் கீரை மிகவும் நல்லது. ஆனால் இவற்றை வாயில் வைக்கமுடியாது. ஐஸ்கிரீம் நல்ல ருசியாக இருக்கும். சொக்கலட் சுவையானது. சீனி முறுக்கைச் சாப்பிட்டால் நிறுத்தவே முடியாது. ஆனால் இவற்றுக்கெல்லாம் தடை. வீட்டிலே செய்யும் சீனிமுறுக்கு உயரத்திலே டின்னிலே அடைத்துப் பாதுகாக்கப்படும். ஆனால் எண்ணிக்கை குறைந்துகொண்டே வரும். நான் களவாடிச் சாப்பிடும் வேகத்தைப் பார்த்து தம்பி சொல்வான் ‘மெதுவாகச் சாப்பிடு, இந்த ஸ்பீடில்

முறுக்கு மூளைக்குள் போய்விடும்.' பிடிபட்டால் கைவசம் என்னிடம் பொய் இருந்தது.

பொய்களைச் சோடிப்பதில் ஒரு முறை உண்டு. பள்ளிக்கூட வகுப்பு வாத்தியாரிடமும் நிறைய பொய்கள் சொல்வேன். பெரிய திட்டமெல்லாம் போடுவது கிடையாது. அவர் ஏதாவது கேட்டு நான் வாய் திறந்ததும் பொய்யாகவே வரும். இயற்கையாக அது நடந்தது. மிக அரிதாகப் பிடிபட்டு அடி விழுந்ததும் உண்டு. ஆனால் பிடிபடாத சமயங்களில் அது கொடுக்கும் திரில்லும் வேடிக்கையும் மகிழ்ச்சியும் தொடர்ந்து பொய் பேசத் தூண்டியது. 'ஏண்டா வீட்டுப் பாடம் செய்யவில்லை?' என்பார் வாத்தியார். 'ஆடு சாப்பிட்டுவிட்டது.' நம்பிவிடுவார். வீட்டிலே அம்மா கேட்பார். 'ஏன் இவ்வளவு பிந்தி வாறாய்? உன் தம்பி அப்போதே வந்துவிட்டானே.' '12 மணி பூசையின்போது பத்மநாப குருக்கள் மயங்கி விழுந்துவிட்டார்.' நான் சொன்னதில் '12 மணி' என்பது மட்டும்தான் உண்மை.

என் வாழ்க்கையில் பல முக்கியமான விடயங்கள் என் ஒன்பது வயதில்தான் நடந்தன. ஒருநாள் காலை அம்மா வயிற்று வலியில் துடித்தார். அப்பா இடி முழக்கக் குரலில் என்னைக் கூப்பிட்டார். அவ்வப்போது அவர் கத்தும்போது எதிரொலிகூட கேட்பதுண்டு. 'ஓடு. மருத்துவச்சி வீட்டுக்குப் போய் அவளைக் கையோடு கூட்டி வா' என்று கட்டளையிட்டார். பள்ளி உடை, வீட்டு உடை, வெளி உடை, இரவு உடை எல்லாமே ஒன்றுதான் என்பதால் அப்படியே புறப்பட்டேன். வீட்டில் இருக்கும்போதுதான் நான் சோம்பேறி. வெளியே புறப்பட்டால் ஓட்டம்தான். போகும் வழியெல்லாம் புளியமரங்கள் இரண்டு பக்கமும் காய்த்து நின்றன. கைக்கு எட்டிய புளியங்காய்களை பறித்துச் சாப்பிட்டேன். கறையான் புற்றுகள் வேலியோரத்தில் என்னிலும் பார்க்க உயரமாக வளர்ந்து கிடந்தன. முந்தாநாள் பாம்பு ஒன்று வெளியே வந்ததை பார்த்திருந்தேன். வேகமாக அந்த இடத்தை கடந்த நான் சட்டென்று நிற்கவேண்டி நேர்ந்தது. ஒரு சொறிநாய் நிலத்தை முகர்ந்தபடி நின்றது. அந்த வீதி அதற்குச் சொந்தமானது. பல தடவை என்னைத் துரத்தியிருக்கிறது. மேல் கண்களால் என்னைப் பார்த்து 'உர்'ரென்றது. ஓடினால் நிச்சயம் துரத்தும். உயரமான கிழவர் ஒருவர் கையில் கோழி ஒன்றைத் தலைகீழாகத் தூக்கியபடி அந்தப் பக்கம் வந்தார். நான் அவருடைய மற்றக் கையைப் பிடித்துக்கொண்டு நடந்தேன். நாய் பகையை மறந்துவிட்டுத் தன்னை நக்கியபடி போய் படுத்தது.

கிழவர் என்னைக் குனிந்து பார்த்தார். கழுத்தை முறித்து பின்னுக்கு வளைத்து ஒரு விமானத்தைப் பார்ப்பதுபோல நான்

அவரைப் பார்த்தேன். வெகுதூரத்தில் தெரிந்தார். அவர் உதடுகள் அசைந்து நிறுத்திய பிறகுதான் வார்த்தைகள் என்னிடம் வந்தன. 'உனக்கு என்ன வயசு?' என்றார். வழக்கமாக எல்லோரும் பெயரைத்தான் கேட்பார்கள். நான் 'பன்னிரெண்டு' என்று சொன்னேன். அவர் அதிசயப்படாததால் நம்பிவிட்டார் என்றே நினைக்கிறேன். 'உங்களுக்கு என்ன வயது?' என்றேன். 'என்னிடம் மூன்று வேட்டி இருக்கிறது. ஒரு சட்டை, இரண்டு சால்வைகள். ஒரு உத்தரீயம். ஒரு மாடு, நாலு ஆடுகள், ஒரு சோடிச் செருப்பு. ஒரு குடை. இவைதான் கணக்கு. யாராவது திருடினால் உடனே எனக்குத் தெரிந்துவிடும். வயதைக் கணக்கு வைப்ப தில்லை. அதை யார் திருடப் போகிறார்கள்?' கைத்தட்டலுக்கு நிறுத்துவதுபோல பேச்சை நிறுத்திவிட்டு என்னைப் பார்த்தார். இப்படி ஏமாற்றிவிட்டாரே! இனிமேல் நானும் என் வயதைச் சொல்லக்கூடாது. 'நீ யாருடைய மகன்?' 'வினாசித்தம்பி' என்றேன். அந்தப் பெயர்தான் உதட்டிலே அந்தக்கணம் உதித்தது. 'வினாசித்தம்பியா? அப்படி ஒருவரும் இங்கே இல்லையே?' அவர் குரல் சன்னமாக ஒலித்தது. நான் நூறு அடி தூரத்தில் ஓடிக்கொண்டிருந்தேன்.

என்னுடைய அதிர்ஷ்டம் ரயில் கேட் மூடியிருந்தது. ரயிலில் நான் பயணம் செய்தது கிடையாது. பறவை பறப்பதிலும் பார்க்க வேகமாக அது ஓடும் என்று கேள்விப்பட்டிருந்தேன். ஓர் ஊர்வலத்தைப் பார்ப்பதுபோல எந்தக் காலநிலையிலும் எந்த நேரத்திலும் ரயில்வண்டியைப் பார்த்துக்கொண்டே நிற்கலாம். இந்தப் பக்கமும் அந்தப்பக்கமும் ரயிலைப் பார்ப்பதற்காகச் சனங்கள் கூடி நின்றார்கள். 'கூ' என்ற சத்தம் கேட்டது. தூரத்து வளைவில் புகை எழும்பி ஆகாயத்துக்குப் போனது. ஒவ்வொரு பெட்டியும் நகர்ந்து முன்னேயும் பின்னேயும் அசைய பெரும் ஒலி எழுப்பியபடி ரயில் ஸ்டேசனுக்குள் நுழைந்தது. பாதி ரயில் வெளியே தள்ளிக்கொண்டு நிற்க, ஒரேயொரு ஆள் உமலில் பெரிய மீனைக் கட்டிக்கொண்டு கீழே இறங்கினார். ஒருவரும் ஏறவில்லை. ஓர் ஆளுக்காகவும், மீனுக்காகவும், உமலுக்காகவும் அந்த பிரம்மாண்டமான ரயில், சின்ன கிராமத்து ஸ்டேசனில் நின்றுவிட்டு மறுபடியும் புறப்பட்டது. ரயில் மணம் போய் மீன் மணம் சூழ்ந்தது.

ஸ்டேசனை ஒட்டிய கடையில், வெளியே கிடந்த உடைந்த வாங்கில் மீசை வைத்த ஓர் இளைஞன் அமர்ந்திருந்தான். அவன் தலைக்கு மேலே ஒரு பலகையில் 'இங்கே துப்பக்கூடாது' என்று எழுதியிருந்தது. அவனுக்கு 30 வயது இருக்கலாம். வெள்ளை நீளக்கை சேர்ட், வெள்ளை வேட்டி. சேர்ட்டின் கொலரில் பச்சை கைலேஞ்சி. முதுகில் யாரோ கத்தியை நீட்டியதுபோல

நேராக உட்கார்ந்து டீ குடித்துக் கொண்டிருந்தான். அவனைச் சுற்றி நின்றவர்கள் கொஞ்சம் குனிந்து மரியாதையாக அவனிடம் பேசினர். அவன் உட்கார்ந்திருந்த விதம் ஓர் அரசனின் தோரணையாகவே இருந்தது. அவன்தான் சண்டியன் சண்முகம் என்பது நினைவுக்கு வந்தது. தேநீர் குடித்து முடிந்ததும் கடை முதலாளி கீழே இறங்கிவந்து கிளாஸை எடுத்துப் போனார்.

சிகரெட் என்றான். திரீரோஸஸ் சிகரெட் ஒன்றை எடுத்து அவனிடம் நீட்டினார். எரிந்து கொண்டிருந்த நீளக் கயிற்றில் அதைப் பற்றவைத்து இழுத்தான். அவன் இழுத்த விதமும் புகையை ஊதியவிதமும் ஸ்டைலாக இருந்தது. என் பக்கத்தில் மாயமாகத் தோன்றிய வீரசிங்கம் மெல்ல முழங்கையால் இடித்தான். என்னுடன் படிப்பவன், எப்படி அங்கே வந்தான் என்று தெரியாது. 'மூன்று கொலை செய்தவன். இன்று ஒன்று விழும் பார்' என்றான் ரகஸ்யக் குரலில். 'எப்படித் தெரியும்?' 'அதற்குத்தான் ஏதோ திட்டம் போடுகிறார்கள்' என்றான். சண்டியனின் இடதுகை மடிக்காமல் நீளமாகத் தொங்கியது. அதற்குள்தான் வாள் இருக்கும். திடீரென்று சண்டியன் எழுந்து நடக்க அவனுடைய இரண்டு எடுபிடிகளும் பின்னால் போனார்கள். அவர்களில் ஒருவன் சொன்னான். 'இந்த ஊரின் சனக்கணக்கு ஒன்று குறையப் போகுது.' மற்றவன் சிரித்தான். அவர்கள் போனபோது அசைந்த காற்று என்னையும் தொட்டது. நான் கூசிக்கொண்டு நின்றேன்.

வீரசிங்கம் சைக்கிள் வாடகைக்கு எடுக்க வந்திருந்தான். என்னிலும் இரண்டு வயது கூடியவன். வாய்க்குள் எதையோ வைத்திருப்பதுபோல முகம். நல்ல ஓட்டக்காரன். நெஞ்சில் நாடா தொட்ட பிறகும் ஓட்டத்தை நிறுத்த மாட்டான். ஆனால் அவனால் சைக்கிள் ஓட்ட முடியாது. கடைக்காரர் அவனுக்கு பழக்கம் என்பதால் வாடகைக்கு தருவார். வீரசிங்கம் சைக்கிளை சாய்வாகப் பிடித்து, சீட்டுக்கு மேலே உட்காராமல் பாருக்கு கீழே காலை நுழைத்து பெடலை மிதித்து ஓட்டினான். பிரேக் இல்லாத சைக்கிள் அது; குதிக்காலால்தான் போடவேண்டும். அப்படியே வட்டம்போட்டு என்னிடம் வந்தான். கையினால் என் முகத்தைப் பிடித்துத் திருப்பி 'நீயும் ஓட்டிப்பார். சீட்டில் இருந்து ஓட்டாததால் வாடகை பாதிதான். காசு தரவேண்டாம்' என்றான். சைக்கிள் சின்னதாக வேண்டும்; அல்லது நான் கொஞ்சம் பெரிசாக வேண்டும். 'இந்தச் சைக்கிள் சரியில்லை. எனக்கு புதுச் சைக்கிள் கொழும்பில் இருந்து வருகிறது' என்றேன். வீரசிங்கம் நம்பிவிட்டான்.

புது மாப்பிளையும் பொம்பிளையும் மணமுடித்துக் கோயிலுக்குப் போனார்கள். ஒரு கூட்டம் அவர்கள் பின்னே போனது. அன்று காலைதான் கல்யாணம் நடந்திருக்க வேண்டும். பொம்பிளையின் தலை நெஞ்சோடு ஒட்டிக் குனிந்திருந்தது. தலையிலே கழுத்திலே கையிலே சூடியிருந்த நகைகள் எல்லாம் வெயிலில் பளிச்சிட்டன. கழுத்தில் வட்டமாக தாலி கிடந்தது. பின்னலில்கூட நீளமாக ஒரு நகை பூட்டியிருந்தது. கோயிலிலே அவர்களுக்காக விசேட பூஜை ஒன்று நடந்தது. கோயில் மணியை ஒருவன் மணிக்கூட்டுச் சுவரில் பாதிதூரம் ஏறி பின்னர் கீழே விழுந்து அடித்தான். புதுத்தம்பதிகளுக்குச் சர்க்கரைப் பொங்கல் வழங்கப்பட்டது. அதை விநியோகித்தவர் என்னைப் பார்த்து 'பசிக்கிறதா?' என்று கேட்டார். பசியைக் கண்டுபிடித்தவன் நான். அது அவருக்குத் தெரியாது. சதுரமான ஐந்து சதக் குற்றியை துணியிலே சுருட்டி என் மணிக்கட்டில் கோயிலுக்கு நேர்ந்து அம்மா கட்டியிருந்தார். வாத்தியாரிடம் பிரம்படி வாங்க நீட்டுவதுபோல நான் அந்தக் கையை நீட்டினேன். உள்ளங்கையில் ஒரு துளி பொங்கல் விழுந்தது. கையைப் பார்த்தேன். அதிலே போதிய இடம் மீதி இருந்தது.

திடீரென்று பசித்தது. அத்தனை நேரமும் பசி ஞாபகம் வரவில்லை. ஒரு பயம் பிடித்தது. நேரம் பிந்திப் போனால் தம்பி என் பங்கு சாப்பாட்டைச் சாப்பிட்டுவிடுவான். ஒருநாள் நான் போனபோது என்னுடைய நீலப்பூ போட்ட கோப்பையில் சாப்பிட்டுக்கொண்டிருந்தான். அவனுடையது சிவப்புப்பூ போட்ட தட்டு. 'என்னுடைய பிளேட்டில் நீ ஏன் சாப்பிடுகிறாய்?' என்று அவன் மேல் பாய்ந்தேன். சாப்பிட்டு முடித்த அவனுடைய சிவப்பு எச்சில் கோப்பை பக்கத்திலேயே கிடந்தது. நான் சாப்பாட்டுக்கு வர பிந்தியதால் அவன் என்னுடைய உணவையும் சாப்பிட்டு விட்டான். 'ஏண்டா என்னுடையதைச் சாப்பிட்டாய்?' மகா புத்திசாலியான அவன் சொன்னான், 'உன்னுடைய சாப்பாடா? அதிலே உன்ரை பேர் எழுதியிருக்கா?' நான் திகைத்துப்போய் நின்றேன். 'சாப்பாட்டுக்காக மனிதன் காத்திருக்கலாம். ஆனால் மனிதனுக்காகச் சாப்பாடு காத்திருக்கக் கூடாது.'

கோயிலை ஒட்டிய வீதியில் வெயில் ஏறி மணல் மின்னியது. கடுதாசி ஓரங்கள் எரிவதுபோல ஆகாயம் எரிந்துகொண்டு வந்தது. மரங்களே இல்லாத தெரு வெகுதூரம் நீண்டுபோய்க் கிடந்தது. வேலிப் பக்கமாக கால்களின் ஓரத்தால் மெதுவாக நடந்தேன். என்னுடைய நிழல் வரவரச் சிறுத்துப்போய் என் கால்களுக்குள் சிக்கியது. தூரத்தே ஒரு கறுப்பு மாடு அசைந்து வந்தது. பின்னர் பார்த்தால் ஒரு மனிதன் கறுப்பாக ஒன்றைச்

சுமந்து கொண்டிருந்தான். இன்னும் கொஞ்சம் கிட்ட வந்ததும் அது கணக்குப் படிப்பிக்கும் லலிதா டீச்சர் என்று தெரிந்தது. காலிலே செருப்பு; கையிலே கறுப்புக் குடை. இயற்கைக் காட்சிகளை ரசிப்பதுபோல மெதுவாக வந்துகொண்டிருந்தார். மஞ்சள் கரை வைத்த சேலை சுழன்று சுழன்று அவர் காலை அடித்தது. அவரை எனக்குப் பிடிக்கும். கண் மருத்துவருடைய பலகையில் மேலே பெரிய எழுத்துக்களும் கீழே சிறிய எழுத்துக்களுமாக இருப்பதுபோல அவர் கரும்பலகையில் மேலே பெரிய எழுத்தில் எழுதத் தொடங்கி கீழே வரவர சிறிய எழுத்தில் முடிப்பார்.

கறுப்பு வெள்ளைப் படத்துக்கு வர்ணம் தீட்டி கலர் படமாக்குவதுபோல டீச்சர் கறுப்பு முகத்தில் பவுடர் அப்பி ஒப்பனை செய்திருந்தார். 'நாலில் இருந்து ஐந்தைக் கழிக்க என்ன செய்ய வேண்டும்?' 'தெரியாது டீச்சர்.' 'நாலில் ஐந்து போகுமோ?' 'போகாது.' 'உன்னிடம் இல்லாவிட்டால் பக்கத்தில் ஒன்றைக் கடன் வாங்கு' என்றார். எனக்கு ஒரே குழப்பம். அப்பாவைத் தேடிக் கடன்காரர் வருவார்கள். கணக்குப் பாடத்தில் கடன் வாங்கச் சொல்லித் தருகிறாரே! டீச்சர் கண்களைச் சுருக்கி 'நீ இங்கே என்ன செய்கிறாய்?' என்றார். ஒருமுறை யாரோ செத்தார்கள் என்று பள்ளிக்கூடக் கொடியை அரைக் கம்பத்தில் பறக்க விட்டார்கள். பள்ளிக்கூடம் விடுமுறை என்றால் எங்களுக்கு கொண்டாட்டம், ஆனால் டீச்சர் அழுததை அன்று பார்த்தேன். 'என்ன?' என்றார் மறுபடியும். 'கணக்குப் புத்தகம் இரவல் வாங்க வந்தனான்.' 'யாரிடம்?' எடை சமமான இரண்டு பொய்கள் சட்டென்று மூளையில் தோன்றின. ஒன்றைச் சொன்னேன். 'சரி, சரி. இந்த வெயிலை தாங்கமாட்டாய். வீட்டுக்கு ஓடு' என்று என்னைத் துரத்திவிட்டுக் குடையைச் சரித்துப் பிடித்துக்கொண்டு அவசரமின்றி நடந்தார்.

புளிய மரத்தடியில் என்னை இடித்துக்கொண்டு இரண்டு பெண்கள் முன்னேறினார்கள். 'இந்த உலகத்தில் அதிகபட்ச அற்புதம் ஓர் உயிரிலிருந்து இன்னொரு உயிர் பிரிந்து இரண்டாகும் அந்தத் தருணம்தான்' என்றார் ஒருவர். 'உலகம் தோன்றிய நாளில் இருந்து நடப்பதால் அதை அற்புதமாக ஒருவருமே நினைப்பதில்லை. ஊர் சனத்தொகை ஒன்று கூடும் என்றே எண்ணுகிறார்கள்' என்றார் மற்றவர். சண்டியன் சண்முகத்தின் எடுபிடி ஊர் சனத்தொகை ஒன்று குறையும் என்று சொன்னது நினைவுக்கு வந்தது. அப்பாவுடன் இரண்டு பேர் மரத்தின் கீழ் நின்று பேசினார்கள். அப்பாவின் குரலில் சிரிப்பு இருந்தது. வீட்டின் உள்ளே குழந்தையின் அழுகைச் சத்தம் கேட்டது. மருத்துவச்சி ஒரு பேசினில் தண்ணீர் கொண்டுவந்து வெளியே ஊற்றினார்.

அப்பா 'எங்கேடா இவ்வளவு நேரம்?' என்றார். படுத்திருந்த வீட்டு நாய் விறுக்கென்று எழும்பி ஓடியது. சம்பவங்கள் பின்னிருந்து முன்னால் நிரையில் தோன்றின. இரண்டு பெண்கள், டீச்சர், கோயில், புதுமணத் தம்பதிகள். வீரசிங்கம், சண்டியன் சண்முகம், ரயில், கிழவர், நாய், புளியங்காய். அப்பா பதிலை எதிர்பார்த்து நின்றார். கொஞ்சம் காற்றை இழுத்து சுவாசப்பையை நிரப்பினேன். போன தடவை அப்பா அடித்தபோது அவருடைய கைரேகை கன்னத்தில் பதிந்தது நினைவுக்கு வந்தது. என் வாயில் நிமிடத்தில் பல பொய்கள் உண்டாகும். அன்று மூளையில் ஒன்றுமே இல்லை. 'உன்னிடம் இல்லாவிட்டால் ஒன்றைக் கடன் வாங்கு.' அதைத்தான் செய்ய வேண்டும்.

~ ~

லூக்கா 22:34

(ஏசு அவனை நோக்கி: பேதுருவே, இன்றைக்கு சேவல் கூவுகிறதற்கு முன்னே நீ என்னை அறிந்திருக்கிறதை மூன்றுதரம் மறுதலிப்பாய் என்று உனக்குச் சொல்லுகிறேன் என்றார்.)

ஆரம்பத்தில் ஒரு துவக்கு இருந்தால் நல்லாயிருக்கும் என்ற எண்ணம் மார்செலாவுக்கு எழவே இல்லை. கனடாவில் அவளுடைய திருமண வாழ்க்கை மகிழ்ச்சியாகத்தான் ஆரம்பித்தது. ஒரு முடி திருத்தகத்துக்குப் போனால்கூட முதலில் உங்கள் உயரத்துக்கு ஏற்ப நாற்காலியை ஏற்றி இறக்குவார்கள். திருமணத்தில் அப்படி ஒன்றும் செய்வதில்லை. முதல் ஆறு மாதம் சுமுகமாகப் போனது. அதன் பின்னர்தான் தொடங்கியது. காலையில்தான் அவளுக்கு அடி விழும். மற்ற வீடுகளில் நடப்பதுபோல மாலையில் கணவன் குடித்துவிட்டு வந்து அடிப்பதில்லை. அலுவலகத்துக்குப் புறப்படும் அவசரத்தில் அவர் அடித்துவிடுவார். பின்னர் அலுவலகத்திலிருந்து மன்னிப்பு கேட்டுத் தொலைபேசி வரும். போகப் போக அதுவும் நின்றுவிட்டது. ஆனால் அடி விழுவது தொடர்ந்தது.

அடி என்றால் கோபத்தில் வன்மத்துடன் அடிக்கும் அடி இல்லை. வலி இராது. ஆனால் சமீபத்தில் அவர் வார்த்தைகள் வலிக்கத் தொடங்கி யிருந்தன. 'தின்று தின்று கொழுத்துப்போய் இருக்கிறாய்' என்று சொல்லிவிடுகிறார். அன்று காலையில் அவளுடைய உருவத்தைக் கண்ணாடியில் பார்த்தபோது அவளுக்கே கொஞ்சம் அருவருப் பாகத்தான் இருந்தது. பத்து வருடத்துக்கு முன்னர் அவள் கனடாவுக்கு வந்தபோது ஒல்லியாகத்தான்

இருந்தாள். அவள் கண்கள் கூராகக் காதுக்கு கிட்டப்போய் முடியும். படிக்கும் காலத்தில் கண்களைப் பார்த்து மயங்கியவர்கள் பலர் இருந்தார்கள். அவளுடன் படித்த காப்ரியல் அந்தோனிப்பிள்ளை அவள்மேல் பைத்தியமாக இருந்தான். அவள் பிறப்பதற்கு முன்னர் ஓடிய படம் ஒன்றில் ஏ.எம்.ராஜாவும் பி.பானுமதியும் பாடிய பாடல் ஒன்று பிரபலமாகியிருந்தது. அதன் வரிகள் ‘மாசிலா உண்மைக் காதலே! மாறுமோ செல்வம் வந்த போதிலே!’ என்றிருக்கும். அந்தோனிப்பிள்ளை அந்த வரிகளை மாற்றி அவளைக் காணும்போதெல்லாம் இப்படிப் பாடுவான்:

மார்செலா என்னைக் காதலி
மறக்குமோ ஓ ஓ உந்தன் கூர்விழி.

அவன் இப்பொழுது அவளை மறந்துபோயிருப்பான். ஆனால் அவளைக் கூர்விழி என்று அவன் வர்ணித்ததை அவளால் இன்றைக்கும் மறக்க முடியவில்லை.

மேற்படிப்பு படிக்கவேண்டும் என்று இருந்தவளைப் பாதியில் நிற்பாட்டி கனடாவுக்கு அனுப்பிவிட்டார்கள். அவளுக்குக் கணவராகப் போகிறவர் மிஸிஸாகாவில் உரிமம் பெற்ற ‘வீடு விற்பனை முகவர்’ என்று சொன்னார்கள். மிஸிஸாகா என்றாலோ, உரிமம் என்றாலோ, வீடு விற்பனை முகவர் என்றாலோ என்னவென்று அவளுக்குத் தெரியாது. பெரிய அரசாங்க உத்தியோகமாக இருக்கும் என்று மார்செலா நினைத்தாள். அவர் 15,000 டொலர் ஏஜண்டுக்கு கட்டி அவளைக் கள்ள விசாவில் எடுப்பித்திருந்தார். கொழும்பில் விமானம் ஏறியபோது கனடாவைப் பற்றிய கற்பனைகள் எக்கச்சக்கமாக இருந்தன. எச்சில் பூசாமல் தபால்தலை ஒட்டலாம் என்று சொன்னார்கள். இரவு வந்த பின்னரும் அங்கே சூரியன் மறைவதில்லை என்றும் கேள்விப்பட்டிருந்தாள். அது பெரிய பிரச்சினையாக இராது. ஆனால் இங்கே வந்து இறங்கிய பின்னர் அவள் வெறும் வேலைக்காரிதான் என்பதை வெகு சீக்கிரத்திலேயே கண்டுபிடித்துவிட்டாள். கணவர் அவளுக்கு நேரம் ஒதுக்கவில்லை. மாதத்தில் மூன்று நான்கு வீடுகள் எப்படியும் விற்று விடவேண்டும் என்று அலைந்துகொண்டிருந்தார். வீடு விற்பனை முகவர் என்றால் வேறு ஒன்றுமில்லை, வீட்டு புரோக்கர்தான் என்பது புரிந்தது.

அவர் கொஞ்சம் உயரமாகச் சற்று வளைந்து இருந்ததைப் பற்றி அவள் கவலைப் படவில்லை. ஆனால் அவர் கோபப்படும்போதும் சிந்திக்கும்போதும் துயரப்படும்போதும் முகத்தில் பெரிய வித்தியாசம் தெரியாது. சிரித்ததை அவள் பார்த்ததே கிடையாது. அவர் வாய் திறந்தால் அது அநேகமாக ஒரு கேள்விக்காகத்தான்

இருக்கும். 'ஊதா நிற ஓர்கிட் பூத்துக்கிடக்கிறது.' 'உடம்பிலும் பார்க்க நீண்ட அலகு கொண்ட பறவை ஒன்றை இன்று பார்த்தேன்.' இப்படியெல்லாம் பேசியதே கிடையாது. இவள் சிலசமயம் சம்பாஷணையைத் தொடங்குவாள். 'யேசுவுக்கு நல்ல வழக்கறிஞர் கிடைக்கவில்லை. கிடைத்திருந்தால் சிலுவையில் அறைந்திருப்பார்களா?' பதில் இல்லை. முன்கோபத்தை முந்திய அவசரக்காரராக இருப்பதுதான் அவர் லட்சியம். ஓர் ஆணியைக் கண்டெடுத்தால் 'கூர் பிழையான பக்கம் இருக்கிறது' என்று சொல்லி எறிந்துவிடுவார்.

அவர்களுடைய வீடு 19வது மாடியில் சகல வசதிகளுடனும் இருந்தது. இரவில் யன்னல் வழியாக எட்டிப் பார்க்கும்போது மின் விளக்குகளால் அலங்கரிக்கப்பட்ட பிரம்மாண்டமான ஒரு நகரம் அவள் காலடியில் கிடப்பது போலத் தோன்றும். கணவனின் அலுவலம் இருப்பது எட்டாவது மாடி என்று சொல்லியிருக்கிறார். அவர்கூட அவளுடைய காலுக்குக் கீழேதான். வீடு ஒரு சந்தியில் இருந்ததால் இரண்டு பக்க ரோடும் வழுவழுவென்று சறுக்கிக்கொண்டு நெடுந்தூரம் போவது தெரியும். இப்படியே போனால் இந்த ரோடு எங்கே முடிகிறது என்று ஒருநாள் கணவரிடம் கேட்டாள். வீடு விற்பனை முகவர் புத்திசாலி முகத்தை வெளியே கொண்டுவந்து அபூர்வமாகப் பதில் சொன்னார். 'ரோடுகள் முடிவதில்லை. முடியும் இடத்தில் அவை மீண்டும் தொடங்குகின்றன.'

அலுவலகம் போக முன்னர் அன்று என்ன உணவு சமைக்க வேண்டும் என்று கணவர் உத்தரவு கொடுத்துவிட்டுத்தான் புறப்படுவார். எந்த அவசரமென்றாலும் அதை மறப்பதில்லை. அவர் போன பின்னர் வேண்டிய சமையல் சாமான்களை சுப்பர் மார்க்கெட் போய் மார்செலா வாங்கி வருவாள். அது பக்கத்தில்தான் இருந்தது. திரும்பும் வழியில் சிலவேளை தேவாலயத்துக்குச் சென்று பிரார்த்தனை செய்வதுண்டு. அவள் கிராமத்தில் வரும் சம்மனசுகள் இங்கே கனடாவில் வருவார்களா என்பது அவளுக்குத் தெரியாது. வழக்கமாக தேவாலயத்தில் அந்நேரம் ஒருவரும் இருக்க மாட்டார்கள். அன்று ஓர் இளம் பெண் மண்டியிட்டு ஏதோ வேண்டியபடி இருந்தாள். சின்னப் பெண். இரண்டு கண்கள், ஒரு வாய் இவற்றுக்கு மட்டுமே போதுமான அளவு முகம். கண்கள் மூடியிருந்தாலும் கண்ணீர் வழிந்தது. உலகத்தில் துயரம் இல்லாதவர்கள் யார் என நினைத்தாள். அவளுக்குப் பக்கத்தில் மண்டியிட்டு இருவருக்காகவும் பிரார்த்தித்தாள்.

தேவனே, எனக்கு முன்னே போகாதீர்.
எனக்கு பின்னேயும் வராதீர்.

என் பக்கத்திலே வாரும்.
எனது மன்றாட்டைக் கேளும்
இறைப்பிரசன்னம் பெற
எம்மை ஆசீர்வதியும்.

அவர்கள் வீட்டில் நாலே நாலு புத்தகங்கள் இருந்தன. டெலிபோன் புத்தகம், பைபிள், ஆங்கில அகராதி, நாலாவதாக *The Good Earth* என்ற ஆங்கில நாவல். இந்தப் புத்தகத்தை அவள் கணவன் காசு கொடுத்து வாங்கவில்லை. வீட்டில் முன்பு இருந்தவர்கள் மறந்துபோய் விட்டுவிட்டுப் போனது. மார்செலா அந்தப் புத்தகத்தை முழுவதுமாக ஒரு தடவை அகராதியைப் பக்கத்தில் வைத்துக்கொண்டு படித்து முடித்துவிட்டாள். இப்பொழுது இரண்டாவது தடவையாகப் படித்தாள். அவளுக்கு அது நோபல் பரிசு பெற்ற பெரிய இலக்கியம் என்பது தெரியாது. வாங்லங் என்ற ஏழைக் கிராமவாசி ஓலாங் என்ற அடிமைப் பெண்ணை விலைக்கு வாங்கி மணமுடிப்பான். படிப்படியாக அவன் உயர்ந்து பெரிய பணக்காரன் ஆகிறான். ஆனாலும் மனைவியை அடிமையாகவே நடத்தினான். ஒருநாள் மனைவியிடம் 'உன்னுடைய பாதங்கள் உருண்டையாக இல்லாமல் பெரிதாக நீட்டிக்கொண்டு அசிங்கமாக இருக்கின்றன' என்று சொல்லிவிடுவான். அவள் அழுவாள். பல இடங்களில் மார்செலாவுக்கு தன்னுடைய சொந்தக் கதையைப் படிப்பதுபோலவே இருக்கும்.

இதுவரை 'நீ மகிழ்ச்சியாக இருக்கிறாயா?' என்று யாரும் மார்செலாவிடம் கேட்டதில்லை. கேட்டால் சொல்லியிருப்பாள். வாழ்க்கையில் அவள் ஆகச் சந்தோசமாக இருந்தது எட்டு மாதங்கள்தான். அவள் கொழும்பிலிருந்து கனடாவுக்கு பயணம் செய்ய எடுத்துக்கொண்ட கால அவகாசம் அது. அவள் சிறையிலிருந்தாள், முதுகில் அடி வாங்கினாள், பட்டினி கிடந்தாள், அமெரிக்காவில் காலையும் கையையும் சங்கிலியால் பிணைத்து இழுத்துச் சென்றார்கள். ஆனால் சுதந்திரமாக இருந்தாள். ஒவ்வொரு முடிவையும் அவள்தான் எடுத்தாள். அவள் வாழ்க்கையை அவள் தீர்மானித்தாள். இலங்கையில் அப்பா முடிவுகளை எடுத்ததுபோல கனடாவில் அவள் கணவர் எடுத்தார். என்ன கார் வாங்குவது? அவர் முடிவெடுத்தார். சமையலறைக்கு என்ன கலர் பூசுவது? அவள் கணவருக்குத் தெரியும். மத்தியானம் என்ன கறி சமைப்பது? அவள் கணவர் சொல்வார். சுதந்திரமாக இருப்பதென்றால் என்ன? முடிவெடுக்கும் உரிமைதானே?

வழக்கமாகக் கணவர் மாலை ஏழு மணிக்கு வீடு திரும்புவார். ஏதாவது பெரிய விற்பனை நடந்தால் பத்து மணிகூட ஆகலாம். அவள் அவருக்கு விருப்பமான உணவு வகையைச் சமைத்து வைத்திருப்பாள். அவர் சுவைத்து உண்ணும்போதே நிறைய

தொலைபேசி அழைப்புகள் வந்தபடி இருக்கும். ஒன்றையும் தவறவிடமாட்டார். ஒன்றை அலட்சியப்படுத்தினால் அந்த விற்பனை வேறு ஒருவருக்குப் போய்விடும். ஒன்றிரண்டு முறை அவருடைய கவனயீனத்தினால் பெரிய தொகையை இழந்திருக் கிறார். அவர் சொல்வார்: 'ஒரு வாடிக்கையாளரை தயார் செய்ய ஒன்பது வருடம் ஆகலாம். அவரை இழக்க ஒரு நிமிடம்கூட ஆகாது.'

ஒருமுறை கணவர் நெடுஞ்சாலையில் வேகமாகப் பயணித்துக் கொண்டிருந்தபோது ஓர் அழைப்பு வந்தது. ஆனால் அழைத்தவர் பேசியது புரியவில்லை. செல்பேசியை அணைத்துவிட்டு இவரே அரைமணி நேரம் கழித்து அவரைக் கூப்பிட்டார். ஆனால் விற்பனை வேறு ஒரு முகவர் பேரில் முடிந்து, இவருக்குக் கிடைக்கவேண்டிய 9,000 டொலர் பணம் இன்னொருவருக்குப் போய்விட்டது. எப்பொழுதும் எந்த நேரமும் செல்பேசி அழைப்பை ஏற்கத் தயாராக இருக்கவேண்டும். இதை பல தடவை அவளிடம் சொல்லியிருக்கிறார்.

அவள் கணவர் குடிகாரர் இல்லை. எப்போதாவது நல்ல விற்பனை ஒன்று படிந்தால் அதில் சம்பந்தப்பட்டவர்களோடு குடித்துக் கொண்டாடுவதுண்டு. குடித்துவிட்டு வரும் நாட்களில் சாதுவாகப் பதுங்கியபடி வந்து படுத்துத் தூங்கிவிடுவார். அடுத்த நாள் காலை ஒன்றுமே நினைவில் இராது. அன்றும் அப்படித்தான். இரவு நேரம் 11 மணியாகிவிட்டது, ஒரு தகவலும் இல்லை. அழைக்கலாமா என்று யோசித்தாள். முக்கியமான கூட்டத்தில் இருக்கும்போது அழைப்பது பிடிக்காது. அவளுக்கு அவருடைய எண் மட்டுமே தெரியும். அலுவலக எண்கூடத் தெரியாது. அவர் நண்பர்களும் பரிச்சயமில்லை. என்ன செய்வதென்று தெரியாமல் திகைத்து நின்றபோது மின்தூக்கி 19ஆம் மாடியில் வந்து நிற்கும் சத்தம் கேட்டது. வாசலுக்கு ஓடினாள். புருசன் தள்ளாடித் தள்ளாடி நடந்து வந்தார். நிறையக் குடித்திருந்தார். இந்த நிலையில் எப்படி கார் ஓட்டினாரோ தெரியவில்லை. பொலீஸில் பிடிபட்டிருந்தால் லைசென்ஸை பிடுங்கியிருப்பார்கள். செல்பேசியை வழக்கமாக மின்னேற்றியில் செருகுவார். அதைக்கூடச் செய்யாமல் படுக்கையில் அப்படியே உடுப்பைக் கழற்றாமல் விழுந்தார். அவள் ஒன்றுமே பேசவில்லை. சாப்பிடுங்கள் என்று தொந்திரவு செய்யாமல் அவருடைய கோட்டைக் கழற்றி, சப்பாத்தை அகற்றிப் படுக்க வைத்தாள். அவள் சமைத்த சாப்பாடெல்லாம் மேசையில் இருந்தது. அவளும் சாப்பிடவில்லை. அவற்றை எடுத்து ஒவ்வொன்றாகக் குளிர்பெட்டியில் அடுக்கினாள்.

மார்செலா கனடாவுக்கு வந்த புதிதில் எல்லோரையும்போல குழம்பிப்போனாள். தூரத்தை கி.மீட்டரில் சொன்னார்கள்.

ஆனால் காலநிலை வெப்பத்தை சென்டிகிரேட்டில் அளந்தார்கள். வீட்டு அளவைச் சதுர அடி என்றார்கள். மணமுடித்த முதல்நாள் கிலோ கணக்கில் வாங்கிய அரிசியைச் சோறாக்கி நல்ல கறியும் சமைத்து மேசையில் பரிமாறினாள். அவர் உடனே சாப்பிட ஆரம்பித்தபோது இவள் 'ஸ்தோத்திரம், ஸ்தோத்திரம்' என்று கத்தினாள். அவர் கவனிக்காமலே சாப்பிட்டு முடித்துவிட்டார். இவள் அதிர்ச்சியில் வாயைத் திறந்து வைத்துக்கொண்டு நின்றாள். அவர் 'என்ன, சற்பிரசாதத்துக்காகவா வாயை திறந்து வைத்திருக்கிறீர்? மூடும்' என்றார். பின்னர் அவள் தன்னுடைய சாப்பாட்டை பிளேட்டில் போட்டு சமையலறைத் தரையில் அமர்ந்து பிரார்த்தித்துவிட்டு உண்ணத் தொடங்கினாள். கணவனுக்கு அது பிடிக்கவில்லை. 'இவ்வளவு விலை கொடுத்து சிவப்பு ஓக் மேசை வாங்கி வைத்திருக்கிறேன். அதிலிருந்து சாப்பிடும்' என்றார். அவருக்காக மேசையில் அமர்ந்து உண்ட போது சாப்பிட்டது போலவே இல்லை.

காலை வேளைகளில் அவளுக்கு நடுக்கம் தொடங்கும். அவர் தொலைப்பதைத் தேடி எடுத்துக்கொடுப்பதுதான் வேலை. கார்சாவி, கண்ணாடி, செல்பேசி, அலுவலகக் கோப்பு, கைப்பெட்டி இப்படியாகத் தேடி எடுக்கவேண்டும். ஒருநாள் செல்பேசியைத் தொலைத்ததற்காக அவள் தலையில் அகராதியால் அடித்துவிட்டார். 40,000 வார்த்தைகளின் கனத்தால் தலைக்கு ஓடிய ரத்தம் அப்படியே நின்று திரும்பிவிட்டது. அப்போது பார்த்து அவர் கோட்டுப் பையினுள் இருந்து செல்பேசி அடித்தது. அவளிடம் மன்னிப்புக் கேட்காமல் அழைத்தவருடன் பேசினார். செல்பேசியில் குறுஞ்செய்திகளும் ரகஸ்யம் ரகஸ்யமாக வந்து அமர்ந்துகொள்ளும். இத்தனைக்கும் இடையில் முகச்சவரம் செய்து, குளித்து, உடை மாற்றி அவசரமாகப் புறப்படுவார். அந்தச் சமயங்களில் 19ஆம் மாடி சுழல்வதுபோல இருக்கும். அவருக்குப் பின்னால் ஓடியபடியே இருப்பது நாளடைவில் பழகிவிட்டது.

முதன்முதல் துப்பாக்கி பற்றி அவள் எண்ணியது ஒருநாள் காலை வேளையில்தான். இவர் குளித்துக்கொண்டிருந்தார். செல்பேசியில் யாரோ அழைத்தார்கள். இவள் செல்பேசியைத் தொட்டுவிட்டாள். அதற்குத்தான் அடி. எந்தக் காரணம் கொண்டும் அவள் செல்பேசியைத் தொடக்கூடாது. ரேடியோவில் திருப்பித் திருப்பி ஒரே விளம்பரம் வருவதுபோல பலதடவை சொல்லி ஞாபகமூட்டியிருக்கிறார். எதற்காக என்று கேட்டு அவருடன் வாக்குவாதம் செய்யமுடியாது. கடந்த நாலு வருடங்களில் அவர் ஆறு செல்பேசி மாறிவிட்டார். மற்றவர் சொல்வதைக் கேட்கும் வழக்கம் என்பது அவரிடம் கிடையாது,

பிள்ளை கடத்தல்காரன்

விவாதம் என்று வந்தால் அவர் சொல்வதுதான் சரி என்று ஆரம்பத்திலேயே முடிவாகிவிடும். அப்போதுதான் அவளுக்கு அந்த எண்ணம் தோன்றியது.

அவள் கிராமத்திலிருந்து ஒரு போராளிப் பெண் இயக்கத்தில் சேர்ந்தாள். மாலதி அக்கா என்று மார்செலா அவளைக் கூப்பிடுவாள். இந்திய ராணுவம் போன பின்னர் ஒருநாள் வந்தாள். அவள் மாங்குளம் போரில் பங்கெடுத்து வெற்றி யீட்டிய கதையை அம்மாவுக்குச் சொல்லிக் கொண்டிருந்தாள். மார்செலாவுக்குப் பத்து வயதிருக்கும். இயக்கத்தின் சீருடையில் மாலதி அக்கா அழகாக இருந்தாள். பாம்பின் உடம்பு எல்லாப் பக்கமும் வளைவதுபோல வளைந்தாள். 'மார்செலா, மார்செலா' என்று அவள் அழைத்தபோது அது வேறு யாருடையவோ பெயர்போல இனிமையாக ஒலித்தது. தூரக் கண்ணாடியை மாலைபோல கழுத்திலே அணிந்திருந்தாள். கையிலே வைத்திருந்த ரீ–81 சீனத் துப்பாக்கியைத் தொட்டுப் பார்க்க அனுமதித்தாள். 500 மீட்டர் தூரம் அது சுடும் என்றாள். அதன் கனமும் வழுவழுப்பும் பார்க்கவே பிரமிப்பாக இருந்தது. மாலதி அக்கா சிரித்துக்கொண்டே அம்மாவிடம் சொன்னாள், 'ஒரு துப்பாக்கி கையிலே இருந்தால் எந்த விவாதத்திலும் வெற்றி பெற்றுவிடலாம்.'

காலை எழுந்தபோது பெரும் பதற்றமும் கூடவே எழுந்தது. வழக்கமாக அதிகாலை எழும்பும் கணவர் ஏழு மணிக்குப் பிந்திப்போய் கண் விழித்தார். முதல் நாள் இரவு அலுவலக ஆடையுடன் படுத்தது அவருக்கு ஞாபகம் இல்லை. செல்பேசியில் ஒன்றிரண்டு அழைப்புகள் வர ஆரம்பிக்க அவற்றுக்குப் பதில் கூறினார். குளித்து ஆடை மாற்றி அவசர அவசரமாக மேசையில் அமர்ந்து சாப்பிட்டார். அன்று மிக முக்கியமான நாள். அவர் வாழ்க்கையில் என்றும் இல்லாத விதமாக ஆகப் பெரிய விற்பனை ஒன்று முடிவாகும் என்று தொலைபேசியில் யாருக்கோ சொன்னார். முதல் நாள் மாலை குடித்துக் கொண்டாடியது இதற்காகத்தான் இருக்கும் என்று மார்செலா ஊகித்துக் கொண்டாள்.

அலுவலகம் புறப்படுவதற்காக மேல் கோட்டை எடுத்து அவள் பின்னால் நின்று பிடிக்க கைகளை நுழைத்து அணிந்தார். வாசலை நோக்கி நகரும்போதே அவள் கைப்பெட்டியைக் கொடுத்தாள். அஞ்சல் ஓட்டக்காரர் பின்னுக்குத் திரும்பாமலே கைநீட்டி வாங்குவதுபோல வாங்கினார். கார் சாவியை நீட்டினாள். அதையும் பெற்றுக்கொண்டவர் சற்று நின்று நிதானித்தார். ஏதோ திடீரென்று ஞாபகம் வந்ததுபோல பரபரப்பாகச் செல்பேசியை எடுத்து ஓர் எண்ணை அழைக்க முயன்றார். முடியவில்லை. மனைவியைப் பார்த்து 'நீர் செல்பேசியை தொட்டீரா?' என்றார்.

அவள் இல்லையே என்று அவரையே பார்த்தாள். அவர் அழைக்கவேண்டிய நம்பரை 'தொடர்பு' பகுதியில் தேடினார். இல்லை. இன்னொன்றைத் தேடினார். அதுவும் இல்லை. மேலும் கீழுமாகத் தேடித்தேடிப் பார்த்தார். ஓர் எண் கூட இல்லை. எல்லாமே மாயமாக மறைந்துவிட்டன. மனைவியை உற்றுப் பார்த்தார். அவள் உடல் உதற நின்றுகொண்டிருந்தாள். 'நீர் செல்பேசியை பாவித்தீரா?' அவள் 'ஏன் கேட்கிறீர்கள்? அதை எப்படி பாவிப்பது என்று சொல்லித் தரவே இல்லை. தொட்டாலே எரிந்து விழுவீர்களே.'

'ஒரு நம்பரும் இல்லை. எல்லாமே அழிந்து போனது. இது எப்படிச் சாத்தியம்? நான் அவசரமாக வீடு வாங்குபவரை அழைக்கவேண்டும். எட்டு மணிக்கு முன்னர் தொடர்பு கொள்ளாவிட்டால் ஒப்பந்தம் செல்லாததாகிவிடும். 15,000 டொலர் எனக்கு நட்டம்.'

'வீட்டு டெலிபோனிலிருந்து அழைத்துப் பேசலாமே' என்றாள்.

'மொக்கு, எனக்கு அவருடைய நம்பர் தெரியாதே!'

'உங்கள் அலுவலகத்துடன் தொடர்புகொள்ளுங்கள். அவர்களுக்குத் தெரிந்திருக்கும்.'

'மொக்கு, மொக்கு. அலுவலக நம்பர் என்ன எனக்கு மனப்பாடமா? எல்லாம் அந்தச் சனியன் பிடித்த செல்பேசியில் அல்லவோ கிடக்குது.'

'செல்பேசி கம்பனியை அவசரத்துக்குக் கூப்பிட முடியாதா?'

'எத்தனை தரம் சொல்வது? அந்த நம்பரும் என்னிடம் இல்லை. எல்லா இழவும் இதிலேதான் இருக்கு.'

'காரை எடுத்துக்கொண்டு வேகமாகப் போனால் விற்பனை முடிய முன்னர் போய்ச் சேர்ந்துவிடலாம்' என்றாள்.

அவர் 19ஆம் தள மின்தூக்கியை நோக்கி ஓடினார். இவளும் தொடர்ந்தாள். திடீரென்று கழுத்துடன் சேர்த்து முழு உடம்பையும் திருப்பி அவளிடம் 'எங்கள் வீட்டு டெலிபோன் எண் என்ன?' என்றார். அவள் சொன்னாள். மின்தூக்கி கதவு மூட முன்னர் 'இன்றைக்குக் கோழிப் பொரியல்' என்று கத்தினார். அவள் சரி என்று தலையாட்டினாள்.

சரியாக ஐந்து நிமிடம் கழித்துத் தொலைபேசி அழைப்பு வந்தது. அவளுக்கு அது வரும் என்று தெரியுமாதலால் காத்திருந்தாள். அவர்தான் பேசினார். 'உண்மையைச் சொல்லும். நீர் ஏதாவது செய்தீரா? ஒரு நம்பர்கூட மிச்சமில்லையே!'

பிள்ளை கடத்தல்காரன்

‘ஏசுவே! என்ன சொல்லுறியள்? நான் அதைத் தொட்டதே கிடையாது! எத்தனை தரம் சொன்னால் நம்புவீர்கள்? எனக்கு ஒன்றுமே தெரியாது.’ அவர் இணைப்பைத் துண்டித்தார்.

அவரிடமிருந்து வேறு அழைப்பு வராது என்பது நிச்சயமானவுடன் மார்செலா அவசரமாகப் படுக்கை அறைக்குள் நுழைந்தாள். ஏற்கனவே அணிந்திருந்த ஆடையைக் களைந்து எறிந்துவிட்டு அவள் புருசனுக்கு பிடிக்கவே பிடிக்காத பெரிய பெரிய சூரியகாந்தி பூப்போட்ட இரவு உடையைக் கழுத்து வழியாக அணிந்துகொண்டாள். நேற்று அவருக்காக இரண்டு மணி நேரம் கோது உடைத்து, கழுவி, பிரட்டி, ஊறவைத்து சமைத்த றால் குழம்பு அப்படியே தொடாமல் சட்டியுடன் குளிர் பெட்டியில் கிடந்தது. அதைச் சூடாக்கினாள். தமிழ் கடையில் வாங்கிய, துண்டு துண்டாக வெட்டாத, முழுப்பாணை குளிர் பெட்டியிலிருந்து எடுத்தாள். மூன்று பேருக்குப் போதுமான கோப்பியைப் பெரிய பாத்திரத்தில் தயாரித்து ஒரு குவளையையும் கையில் எடுத்துக்கொண்டாள். அத்தனையையும் குளிர்பெட்டிக்கு முன் தரையில் பரப்பினாள். எல்லாம் அந்தந்த இடத்தில் இருக்கிறதா என்று ஒரு முறை கண்ணால் சரி பார்த்தாள். பிளேட்டும் கரண்டியும் தேவைப்பட்டன. அவற்றையும் கையில் எடுத்தாள். நேராக நின்று குளிர்பெட்டியில் முதுகைச் சாய்த்து வைத்து பின்னர் அப்படியே சறுக்கி, தரையில் அமர்ந்து கொண்டாள். சமையலறையில் அரைவாசி நிரம்பியது.

நேற்றிரவு சாப்பிடாதது நினைவில் வந்தபோது பசி அதிகமாகியது. கண்களை மூடிக்கொண்டு ‘பரலோகத்தில் இருக்கும் எங்கள் பிதாவே’ என ஆரம்பித்தாள். விறுவிறுவென்று ஸ்தோத்திரத்தைச் சொல்லி ‘தீமையிலிருந்து எங்களை இரட்சித்தருளும், ஆமென்’ என்று முடித்தாள். றால் குழம்பின் கறி வாசனை அவளைச் சுற்றி நின்றது. பிளேட்டில் குழம்பை ஊற்றி முழுப்பாணில் ஒரு துண்டு பிய்த்து அதில் தொட்டு சாப்பிட்டாள். கண்களை மூடி முழுச்சுவையையும் ருசித்தாள். பின்னர் ஒவ்வொரு துண்டாகப் பிய்த்துப் பிய்த்து தோய்த்துத் தோய்த்து உண்டாள். குவளையில் கோப்பியை ஊற்றி ஒரு மிடறு விழுங்கினாள். அரைவாசிப் பாண் வயிற்றுக்குள் போன பிறகு கொஞ்சம் நிறுத்தி நிதானித்து யோசித்தாள். முதல் நாள் இரவு கணவர் நித்திரையான பின்னர் படுக்கையில் வீசியிருந்த கணவரின் செல்பேசியைத் தற்செயலாகத் தொட்டதை நினைத்துப் பார்த்தாள். அது உயிர்த்து நீல நிறமாக ஒளிர்ந்து அவளை வசீகரித்தது. போர்வையினுள் வைத்து அதனுடன் விளையாடினாள். சேமிக்கப்பட்டிருந்த தொடர்பு எண்களை ஒவ்வொன்றாக அழித்தது நினைவுக்கு வந்தது. பின்னர் செல்பேசியை அதே இடத்தில் அதே கோணத்தில்

இருந்தமாதிரியே வைத்துவிட்டு படுத்தாள், ஆனால் தூக்கம் வர வெகு நேரமாயிற்று.

சில நாட்களுக்கு முன் தொலைக்காட்சியில் ஒரு காட்சி பார்த்தது நினைவுக்கு வந்தது. பனிப் பிரதேசத்தில் வாழும் இரண்டு நீர்ப் பிராணிகள். ஒன்று சீல் மற்றது வால்ரஸ். நீண்டு வளைந்த தந்தங்கள் கொண்ட வால்ரஸ் சீலை வேட்டையாடும். அதனுடைய நீண்ட தந்தத்தினால் சீலின் உடம்பில் ஒரு துளை போடும். பின்னர் துளையிலே வாயை வைத்து அதன் கொழுப்பை எல்லாம் உறிஞ்சிவிடும். இதில் பரிதாபம் என்னவென்றால் சீலுக்கு தான் உண்ணப்படுகிறோம் என்பது தெரியவே தெரியாது. அது தெரிய வருமுன்னரே காற்றுப்போன பலூன்போல அது இறந்து போய்விடும்.

மூன்று மணி நேரத்தில் அகர வரிசையில் அடுக்கியிருந்த 500 நம்பர்களை அவள் அழித்தது ஒரு சாதனைதான். அதை நினைத்தபோது அவள் முகத்திலே நீண்ட ஒரு புன்னகை அரும்பி நெடுநேரம் நின்றது. வாழ்க்கையில் அவள் அப்படிச் சிரித்தது மூன்றாவது தடவை. முதல் தரம் எட்டு வயதில் அவள் யார் உதவியும் இல்லாமல் 10 யார் தூரம் சைக்கிளில் ஓடியபோது அப்பா அவளைத் தலைக்கு மேல் தூக்கினார். அப்பொழுது சிரித்தாள். அடுத்தது பள்ளிக்கூடத்தில் அவள் ஏ லெவல் செய்தபோது வகுப்பில் மாணவர்கள் ஒருவருமே செய்ய முடியாத சிக்கலான கணிதத்தை அவள் சொற்ப நிமிடத்தில் செய்து காட்டினாள். வகுப்பாசிரியர் அவளைப் பாராட்டினார். அப்போது எழுந்து நின்று நாணிக்கொண்டு சிரித்தாள்.

இப்படி ஒரு மகிழ்ச்சியையும் திருப்தியையும் சுதந்திர உணர்வையும் அவள் நீண்டகாலமாக அனுபவித்தது கிடையாது. மறுபடியும், கனடா வாத்துக்கு எறிவதற்கு பிய்ப்பதுபோல, மீதிப்பாணை பிய்த்து பிய்த்து சாப்பிட ஆரம்பித்தாள்.

மார்செலா என்னைக் காதலி
மறக்குமோ ஓ ஓ உந்தன் கூர்விழி.

உடம்பு கொழுத்து என்னவோவானால் ஆகட்டும். அவள் கூர்விழி அப்படியேதான் இருந்தது. கூர்மதிக்கும் குறைவில்லை. துவக்கைப் பற்றிய எண்ணம் அறவே ஒழிந்துபோனது. மூன்றாவது குவளை கோப்பியை அவள் பருகத் தொடங்கியபோது காலை 11 மணி ஆகியிருந்தது.

~ ~

நான்தான் அடுத்த கணவன்

'பத்மப்ரியாவிடமிருந்து கடிதம் வந்திருந்தது. என் உடம்பு முழுக்க இருதயமாகித் துடித்தது. உருண்டை உருண்டையான எழுத்து. நான் டெல்லி சிறையிலிருந்து மீண்டு கனடா திரும்பி ஒரு வருடம் ஆகியிருக்கும். எப்படியோ என்னுடைய முகவரியைத் தேடிக் கண்டுபிடித்து எழுதியிருக்கிறாள். இது எப்படி சாத்தியமானது? ஐயா, என்னால் நம்பவே முடியவில்லை. என்னை அப்படிப் பார்க்க வேண்டாம். அப்படிப் பார்க்க வேண்டாம். நான் ஆரம்பத்திலிருந்தே சொல்கிறேன்.'

'நான் பிறந்தது யாழ்ப்பாணத்திலுள்ள ஒரு சின்ன ஊர். 1990ஆம் வருடம் எனக்கு 18 வயது தொடங்கியபோது அப்பா என்னை வெளிநாட்டுக்கு அனுப்பத் தீர்மானித்தார். எங்கள் ஊர் ஏஜண்டைப் பிடித்து, பணம் கொடுத்து, என்னை எப்படியும் கனடாவுக்கு அனுப்பிவிடும்படி சொன்னார். எங்கள் கிராமத்திலிருந்து ஏற்கனவே பலர் அங்கே போயிருந்தார்கள். இந்த ஏஜண்ட்தான் அவர்களை அனுப்பியவர் என்பதால் அவருக்கு நல்ல பெயர் இருந்தது. ஏஜண்ட் என்னை சென்னைக்கு அனுப்பி அங்கே ஒரு வீட்டில் தங்கவைத்தார். அங்கிருந்து பம்பாய் போய், கியூபா, அமெரிக்கா வழியாக கனடா போவதுதான் திட்டம்.

சென்னையில் என்னை தங்க வைத்ததுதான் பிரச்சினை. அந்த வீட்டுக்கார அம்மாவுக்கு 16 வயது மகள் ஒருத்தி இருந்தாள். பெயர் பத்மப்ரியா. அந்தப் பெயரைக் கேட்டவுடன் உங்கள் மனதில் ஓர்

உருவம் தோன்றுமே, அதுதான் அவள். டிவி விளம்பரங்களில் வரும் பெண்களை அவள் அழகு சாதாரணமாக்கிவிடும். மலிவு ஆடையிலும் பேரழகியாய் தெரிவாள். தான் அழகு என்று தெரிந்த பெண் காட்டும் ஒயில் அவளிடமிருந்தது. நகைகள் அணியமாட்டாள். அவளுடைய ஒவ்வொரு அங்கமும் ஒரு நகைபோலத்தான். அபூர்வமாக அவள் சிரிக்கும்போது உங்கள் மனம் உங்களையே மறந்துவிடும்.

ஆனால் நான் காதலிக்க முடிவு செய்த சில நிமிடங்களிலேயே இடி விழுந்தது. அவளுக்கு ஒரு காதலன் இருந்தான். பெயர் அபி. சினிமாவில் ஒளிப்பதிவாளருக்கு உதவியாளாக இருந்தான். சினிமா பிரபலங்களை எல்லாம் அவனுக்குத் தெரியும். அவளை வைத்து முதலில் விளம்பரப் படம் எடுப்பான். பின்னர் அவள் சினிமாவில் கதாநாயகியாவாள். அவனே படத்தை இயக்குவான். இப்படி எல்லாம் ஆசை காட்டினான். அடிக்கடி வீட்டுக்கு வந்து அவளைச் சந்தித்தான். அவளுடைய அம்மாவுக்கும் பரிபூரண சம்மதம். இந்த நிலைமையில் கனடாவுக்கு அகதியாக கள்ள பாஸ்போர்ட்டில் போகத் திட்டமிடும் ஒருவன் எப்படி அந்தப் பெண்ணின் மனதில் இடம் பிடிப்பது? அவர்களை ஒன்றாகப் பார்க்கும்போதெல்லாம் எனக்கு எரிச்சல் எரிச்சலாக வரும். என்னுடன் ஒரு வார்த்தை அவள் பேசினால் அன்று முழுக்க அந்த வார்த்தையை நினைத்தபடியே நாளைக் கழிப்பேன்.

அந்த வீட்டில் நான் இரண்டு மாதம் தங்கினேன். அவளைத் தினமும் பார்க்கவும் அவளுடன் பேசவும் எனக்கு வாய்ப்பு கிடைத்தது. ஒளிப்பதிவாளரின் உதவியாளர் பாவம் வாரத்தில் மூன்று நாட்கள்தான் வருவார். நானோ ஏழு நாட்கள் 24 மணிநேரம் அங்கேயே கிடந்தேன். எனக்கு அது பெரிய அனுகூலம். நான் கனடா போகிறேன், அங்கே விரைவில் எஞ்சினியர் ஆவேன். வசதியான வாழ்வு கிடைக்கும். உலகத்தின் பல இடங்களுக்கும் சுற்றுலா போகலாம் என்றெல்லாம் பேசினேன். அவள் மனதில் முதலாவது இடத்தில் அபியும் இரண்டாவது இடத்தில் நானும் இருந்தோம். அப்படி அவள்தான் சொன்னாள்.

நான் கடவுளிடம் தினம் வேண்டியதற்கு ஒரு பலன் கிடைத்தது. ஒருநாள் அபிக்கும் அவளுக்குமிடையில் பெரும் சண்டை மூண்டது. அவன் கோபித்துக்கொண்டு ஸ்கூட்டரை உதைத்துக் கிளப்பிப் போய்விட்டான். மூன்று நாள் அவள் தொடர்ந்து அழுதாள். நாலாவது நாள் என்னுடன் சிரித்துப் பேசினாள். 'நான் உன்னை மணமுடிப்பேன். உலகத்துக் காதலர்கள் எல்லாம் பொறாமைப்படும்படி நாங்கள் வாழலாம்' என்றெல்லாம் சொன்னேன். 'எப்பொழுது நான் கனடா வரலாம்?' என்றாள்.

'நான் அங்கே போய் எஞ்சினியராகிவிடுவேன். விசா கிடைத்ததும் உம்மைக் கூட்டிப்போவேன். நாயகரா நீர் வீழ்ச்சிக்குக் கிட்டவாக நாங்கள் பெரிய வீடு எடுத்து வாழலாம்' என்றேன். அவள் 'அப்படியா, எனக்கு நீர் வீழ்ச்சி பிடிக்கும். குற்றாலம் அருவியிலே குளித்திருக்கிறேன்' என்றாள். நான் 'நாங்கள் நயாகரா போய் அடிக்கடி குளிக்கலாம்' என்று சொன்னதும் சம்மதம் சொன்னாள்.

'இதையெல்லாம் எதற்கு என்னிடம் சொல்கிறீர்?'

'கேளுங்கள் ஐயா. நீங்கள் என் முதலாளி. பத்மப்ரியாவின் தாயாருக்கு கனடா மாப்பிள்ளை கிடைப்பதில் பெருமைதான். ஆனால் நான் என் பெற்றோருக்கு இதுபற்றி ஒன்றுமே அறிவிக்கவில்லை. லண்டனில் இருந்த என் அண்ணருக்கு மாத்திரம் சொன்னேன். நான் என்ன கேட்டாலும் அவர் செய்வார். என்னிலே அளவு கடந்த அன்பு வைத்திருந்தார். 'அண்ணை, இந்தப் பெண் மட்டும் எனக்குக் கிடைத்தால் வாழ்க்கையில் உள்ள சகல ஐஸ்வரியங்களும் கிடைப்பதற்கு சமம். நீ அவளை பார்க்கவேண்டும். பேரழகி' என்றேன். 'சரி, அவசரப் படாதே நான் வந்து கல்யாணத்தை நடத்தி வைக்கிறேன்' என்றார். அதுதான் என் அண்ணர். தங்கக் கட்டி. நான் கேட்டதை அவர் மறுத்ததே கிடையாது.

அடுத்த வாரம் கோயிலில் கல்யாணம் என்று ஏற்பாடு. அண்ணர் மறுநாள் காலை சென்னை வருகிறார். முதல்நாள் இரவு அபி அவளை ஸ்கூட்டரில் கடத்திக்கொண்டு போய்விட்டான். அவள் ஒரு கடிதம்கூட எனக்கு எழுதி வைக்கவில்லை. அவர்கள் வேறு கோயிலில் அதே முகூர்த்தத்தில் மணமுடித்துவிட்ட தாகச் செய்திகள் வந்தன. அண்ணர் வந்து எனக்கு ஆறுதல் கூறினார். 'இப்படியான பெண் உனக்குக் கிடைக்காமல் போனது நல்லதுதான். இவள் மோசமானவள். உன்னை இப்படி அவமானப் படுத்தியவளை மறந்துவிடு.'

நான் கனடாவுக்கு வந்து அகதியாகப் பதிவு செய்தேன். அட்லாண்டிக் சமுத்திரத்தைத் தாண்டி வந்தாலும் அவளை என்னால் மறக்க முடியவில்லை. நான் நினைத்த மாதிரி எஞ்சினியரிங் படிப்பு அவ்வளவு இலகுவானதில்லை. ஒருவித திறமையும் தேவைப்படாத பலவித வேலைகள் செய்தேன். உணவகங்களில் கோப்பை கழுவுதல். துப்புரவுப் பணி. சில சமயம் தொழில்சாலையில் நாள்கூலி வேலை. காதலில் தோல்வி. படிப்பில் தோல்வி. வேலையில் தோல்வி. ஆனால் மிகப் பெரிய வெற்றி ஒன்று கிட்டியது. கனடியக் குடியுரிமை.

இந்த நாலு வருடங்களில் ஒருநாள்கூட நான் அவளை மறந்தது கிடையாது. என்னுடைய பெற்றோர்களை மறந்துவிட்டேன்.

அண்ணரை வாரத்தில் ஒருதடவை நினைப்பேன். ஆனால் இந்தப் பெண்ணை ஒவ்வொரு நிமிடமும் நினைத்தேன். என்னாலேயே இதை நம்ப முடியவில்லை. இவள் யார்? என்னை ஏமாற்றியவள். இவளை ஏன் நான் நினைக்கவேண்டும். கனடிய பாஸ்போர்ட் கையில் கிடைத்த அன்று அதை முத்தமிட்டேன். நான் அகதி இல்லை. எனக்கு ஒரு நாடு கிடைத்துவிட்டது. நாலு வருடங்களாகத் திட்டமிட்டதைச் செய்தேன். சென்னைக்குப் போகும் விமானத்தில் ஏறினேன். சென்னை வந்து இறங்கிய பின்னர்தான் அண்ணருக்கு அறிவித்தேன். அவர் ஒன்றும் சொல்லவில்லை.

நான் கேள்விப்பட்டது சரிதான். அவளுக்கும் அபிக்கும் விவாகரத்து ஆகிவிட்டது. அவள் ஒரு விளம்பரக் கம்பனியில் வேலை செய்தாள். நான் அவளை வீட்டிலே பார்க்கப் போனபோது ஒன்றுமே நடக்காததுபோல தாயும் மகளும் என்னை அன்பாக வரவேற்றார்கள். முதல் கேள்வியாக நான் கனேடியன் ஆகிவிட்டேனா என்று கேட்டாள். நான் ஓம் என்று சொன்னேன். கருநீலக் கலரில் இருந்த என்னுடைய பாஸ்போர்ட்டை வாங்கித் தடவிப் பார்த்தாள். 'எனக்கு கருநீலம் பிடிக்கும்' என்றாள். அதிலே இருக்கும் படத்தை பார்த்து பின்னர் என்னுடைய முகத்தை நிமிர்ந்து பார்த்தாள். குடிவரவு அதிகாரி பார்ப்பதுபோல அவள் பார்வை ஊடுருவியது.

வயது அதிகமாக அழகும் அதிகமாகும் என்பதை அன்றுதான் உணர்ந்தேன். கண்மை, முகப்பூச்சு, உதட்டுச் சாயம் என்று அவள் அழகு பன்மடங்கு பெருகியிருந்தது. அவள் அணியும் ஆடம்பரமான ஆடைகளோ, அணிகலன்களோ தெரிவதில்லை. அவள்தான் தெரிந்தாள். இருபது வயதாகியிருந்த அவளை இன்னும் சினிமாக்காரர்கள் விட்டு வைத்தது ஓர் அதிசயம்தான். நான் அவளைக் கூர்ந்து பார்த்தபோது அவள் முகம் ஆழ்ந்த சிந்தனையில் இருந்தது. 'உங்களை மணமுடித்தால் எனக்கு எப்போது கனடிய பாஸ்போர்ட் கிடைக்கும்?' என்றாள். எனக்கு அப்போது ஒன்று ஞாபகத்துக்கு வந்தது. என்னிடம் படிப்பு இல்லை. வேலை. இல்லை. பணம் இல்லை. என்னுடைய ஒரே தகைமை என்னிடம் கனடிய பாஸ்போர்ட் இருந்ததான்.

தினமும் நாங்கள் வெளியே போனோம். உணவகத்தில் உணவருந்தினோம். சினிமா பார்த்தோம். பார்க்குகள், கடற்கரை என்று சுற்றினோம். ஆனால் அவள் முகத்தில் மகிழ்ச்சியில்லை. ஏதோ கடினமான மனக்கணிதத்துக்கு விடை தேடுவதுபோல இருந்தாள். ஒருநாள் 'உங்கள் அண்ணருக்குத் தினம் தொலைபேசி எடுத்து பணம் கேட்கிறீர்களே. வெட்கமாயில்லையா? நீங்கள் கனடாவில் பெரிய எஞ்சினியர். ஆனால் சாதாரண ஹொட்டலில்

தங்கியிருக்கிறீர்கள். மலிவான உணவகங்களுக்கு அழைத்துப் போகிறீர்கள். நீங்கள் தரும் பரிசுகள் விளையாட்டுத்தனமாக இருக்கின்றன. ஒன்றுமே புரியவில்லை' என்று முகத்தில் ஈரத்துணியால் அடித்ததுபோல கேட்டுவிட்டாள். .

இந்தப் பேரழகியை மறுபடியும் இழந்துவிடுவேனோ என்ற பயம் என்னை ஆட்டியது. பணம்தான் பிரச்சினைக்குக் காரணம். என்னுடைய மூளை இரவும் பகலும் இதையே யோசித்தது. எப்படியும் அவளை மணமுடிக்காமல் கனடாவுக்குப் புறப்படக்கூடாது. அந்த நேரம் பார்த்து ஹொட்டல் அறைக் கதவை யாரோ தட்டினார்கள். என்னைத் தேடி வரக்கூடிய நண்பர் ஒருவர்கூட எனக்கு இல்லை. கதவைத் திறந்த நான் திடுக்கிட்டு நின்றேன். என்னை நாலு வருடம் முன்பு கனடாவுக்கு அனுப்பிய பழைய ஏஜண்ட். 'வாருங்கள்' என்று சிரித்தேன். என்னுடைய வாழ்க்கையில் நான் என்றென்றுமே மறக்க முடியாத இரண்டு வருடங்கள் ஆரம்பமாகின.

ஏஜண்ட் சுற்றி வளைக்காமல் நேராக விசயத்துக்கு வந்தார். 'ஒரு கணவனும் மனைவியும் அமெரிக்காவுக்கு புறப்படுகிறார்கள். நான்தான் அவர்கள் பாஸ்போர்ட்டை தயாரித்துக் கொடுத்தேன். உண்மையான பாஸ்போர்ட்டுகள் ஆனால் அவர்களுடைய படம் மாற்றப்பட்டது. கண்டுபிடிக்கவே முடியாது, அசல்போலவே இருக்கும். உங்களிடம் கனடிய பாஸ்போர்ட் இருப்பதால் பிரச்சினையே கிடையாது. நீங்கள் இந்தத் தம்பதியினருடன் அமெரிக்கா போகவேண்டும். அவர்கள் நியூயோர்க்கில் இறங்கியதும் அவர்களிடமுள்ள பாஸ்போர்ட்டை திரும்பப் பெற்று சென்னைக்குக் கொண்டு வரவேண்டும். உங்களுக்கு 4000 டொலர் கிடைக்கும்.' 'இதுதானா? எதற்காக நான் போகவேண்டும்? பாஸ்போர்ட்டுகளை கூரியர்மூலம் அனுப்பலாமே.' 'இதைப்பற்றி யோசிக்காமல் இருப்போமா? பயணிகளை நம்ப முடியாது. பாஸ்போர்ட்டை திருடி விடுவார்கள். ஒவ்வொரு பாஸ்போர்ட்டின் விலை 25,000 டொலர். இதை நீங்கள் திரும்பக்கொண்டு வந்து கொடுத்தால் போதும். இதை வைத்து இன்னும் பத்துப்பேரை அமெரிக்காவுக்கு அனுப்பலாம்.' 'ஆபத்து இல்லையா?' 'என்ன ஆபத்து? நீங்கள் கனடிய பாஸ்போர்ட்டில் போகிறீர்கள், வருகிறீர்கள். உங்களை என்ன கேள்வி கேட்க முடியும்? திருடுகிறீர்களா? ஏமாற்றுகிறீர்களா? இல்லையே!'

அண்ணருக்கோ பத்மப்ரியாவுக்கோ நான் ஒன்றுமே சொல்லவில்லை. இரண்டு நாள்தானே. போனதும் உடனே திரும்பிவிடலாம் என்று நினைத்தேன். அந்த நாள் நன்றாக நினைவிருக்கிறது. 19 நவம்பர் 1995, ஞாயிற்றுக்கிழமை. 18 நவம்பர்

புறப்படுவதாக இருந்து ஏஜண்டின் எண் சாஸ்திரப் பிரகாரம் 19ஆம் தேதி மாற்றப்பட்டது. கணவனும் மனைவியும் டெல்லி விமான நிலையத்தில் குடிவரவைத் தாண்டி உள்ளே நுழைந்துவிட்டார்கள். அதை உறுதி செய்துவிட்டு நான் புறப்பட்டேன். தம்பதிகளை நான் தொடர்பு கொள்ளவே கூடாது. அவர்களுக்கும் என்னைத் தெரியாது. நியூயோர்க் விமான நிலையத்தில் இறங்கி வெளியே வந்த பின்னர் நான் அவர்களிடம் பாஸ்போர்ட்டை பெற்று மறுபடியும் விமானத்தில் டெல்லி திரும்ப வேண்டும். பேசியபடி ஏஜண்ட் 4000 டொலர் தருவார். பத்மப்ரியா விரும்பிய மாதிரி ஆடம்பரமாகத் திருமணத்தைக் கொண்டாடிவிடலாம்.

டெல்லியில் முதலில் தம்பதிகளைக் கைது செய்தார்கள். பின்னர் என்னைக் கைது செய்தார்கள். கணவன் மனைவியை பார்த்து அதிகாரிகளுக்கு சிரிப்பு வந்தது. அவனுக்கு 18 வயது, அவளுக்கு 40 வயது. கள்ள பாஸ்போர்ட் என்றபடியால் அவர்களைக் கைது செய்ய காரணம் இருந்தது. நான் என்ன குற்றம் செய்தேன்? என்னுடைய பாஸ்போர்ட்டைப் பறிமுதல் செய்தார்கள். ஆள்கடத்திய குற்றம் என் மேல் சுமத்தப்பட்டது. 'நீங்கள் எப்படி என்னைக் கைதுசெய்ய முடியும்? நான் கனடியக் குடிமகன். நியூயோர்க் போகிறேன்' என்றேன். 'ஒரே ஏஜண்ட் உங்கள் மூவருக்கும் டிக்கட் போட்டிருக்கிறார். அவரே பணம் கட்டியிருக்கிறார். உங்கள் டிக்கட் நம்பர்களின் ஓடர் அடுத்தடுத்து வருகிறது. முதலில் சனிக்கிழமை டிக்கட் போட்டு பின்னர் ஞாயிறாக மாற்றப்பட்டிருக்கிறது. கள்ள பாஸ்போர்ட்டில் ஆள் கடத்துவது கடுமையான குற்றம். சரி, 200 டொலர் தாருங்கள் விட்டுவிடுகிறேன்' என்றார் அதிகாரி. முட்டாள்தனமாக நான் மறுத்துவிட்டேன்.

எதிர்பாராத திருப்பங்கள் பல நிகழ்ந்தன. ஏஜண்ட் திரும்பியும் பார்க்கவில்லை. மறைந்துவிட்டார். திகார் ஜெயிலில் என்னை அடைத்தார்கள். அது எத்தனை பிரபலமானது! சில வருடங்களுக்கு முன்னர்தான் கிரண் பேடியால் 'திகார் ஆச்ரமம்' என்று பெயர் மாற்றம் செய்யப்பட்டிருந்தது. 7000 பேர் தங்கக்கூடிய சிறையில் அப்போது 12,000 கைதிகளை அடைத்து வைத்தார்கள். தென் கிழக்கு ஆசியாவில் ஆகப்பெரிய ஜெயில் என்று சொன்னார்கள். என்னுடைய அறையில் நாலு சிமெண்ட் படுக்கைகளும் ஒரு திறந்த கழிப்பிடமும் இருந்தன. முதல் நாள் இரவு ஒரு தலையணையுடனும் போர்வையுடனும் நிலத்தில் படுத்தேன். போர்வையால் காலை மூடினால் தலையை மூட முடியவில்லை. டெல்லியில் நவம்பர் குளிர் மோசமாயிருக்கும். நடுங்கியபடி முழு இரவையும் கழித்தேன். அன்றிரவு என் வாழ்க்கை பற்றியே யோசித்தேன். பத்மப்ரியாவுக்கு ஒன்றுமே

தெரியாது. அண்ணருக்கும் தெரியாது. எப்படி அவர்களிடம் முகத்தைக் காட்டுவேன்?

அடுத்த நாள் காலை ஐந்து மணிக்கு சிறைக்கதவு திறந்ததும் எல்லோரும் வெளியே ஓடினார்கள். நானும் ஓடினேன். முதல் இரண்டு நிமிடத்துக்கிடையில் கழிப்பறைகளைப் பாவிக்க வேண்டும் என்று கற்றுக்கொண்டேன். காலைச் சாப்பாடாக ரொட்டியும், தண்ணீர்போல ஓடிய சப்ஜியும் கிடைத்தது. சாப்பிட்டுத்தான் ஆகவேண்டும். பசி என்ற ஒன்று என்னுடன் சிறைக்குள்ளும் வந்துவிட்டது. முதல் நாளே என்னை புல்லு வெட்ட அனுப்பினார்கள். சரியாக ஏழு மணிக்கு தேசிய கீதம் உரத்து ஒலிக்க அரிவாள்களைப் போட்டுவிட்டு சல்யூட் அடித்தார்கள். நானும் செய்தேன். ஒரு வாரம் அப்படியே கழிந்தது. ஏஜண்ட் வந்து பார்ப்பார் என்று நினைத்தேன், வரவில்லை. கோர்ட்டிலே என்னை நிறுத்தினார்கள். இரண்டு லட்சம் பிணை கட்டினால் வெளியே வந்துவிடலாம். அண்ணரைத் தொடர்பு கொள்ளுவதா அல்லது பத்மப்ரியாவைத் தொடர்புகொள்வதா என்று என்னால் முடிவெடுக்க முடியவில்லை.

காவலாளி ஒருத்தன் என்னுடைய நிலைமையை பார்த்து இரங்கி வாசுதேவ் என்ற வழக்கறிஞரை அறிமுகப் படுத்தினான். அவர் பார்ப்பதற்கு அப்பொழுது சினிமாவில் பிரபலமாயிருந்த ஜாக்கி ஷ்ராஃப் போலவே இருந்தார். ரூபா 35,000 கொடுத்தால் என்னை வெளியே எடுத்துவிடுவதாகச் சொன்னார். வேறுவழி இன்றி பத்மப்ரியாவை டெல்லிக்கு கூப்பிட்டேன். அவள் பதறியபடி வந்து சேர்ந்தாள். என்னுடைய கதையைக் கேட்டு அழுதாள், ஆனால் நம்பவில்லை. அப்படியும் பாதி உண்மைதான் சொல்லியிருந்தேன். என் அண்ணரைப்போல ஒருவரை இந்த உலகத்தில் கண்டுபிடிக்க முடியாது. ஒரு கேள்வி கேட்காமல் பணத்தை அனுப்பிவைத்தார். பத்மப்ரியா பணத்தை எடுத்துப் போய் லோயரிடம் கொடுத்தாள். ஆனால் ஒன்றுமே நடக்க வில்லை. டெல்லி சிறையைப் பார்த்தபோது அங்கே நிறைய ஏமாற்றுக்காரர்கள், திருடர்கள், கொலைகாரர்கள் இருப்பது தெரிந்தது. ஆனால் லோயர்கள் ஏமாற்றுவார்கள் என்று நான் கனவிலும் நினைக்கவில்லை.'

'என்ன பிரயோசனம்? இதையெல்லாம் எதற்கு என்னிடம் சொல்கிறீர்?'

'ஐயா, உங்களுக்கு தெரியவேண்டும். வேறு யார் என் கதையை கேட்பார்கள்? தயைசெய்து கேளுங்கள். ஒரு மாதம் ஆகிவிட்டது. என்னை வெளிநாட்டுக்காரர் சிறைக்கு மாற்றினார்கள். இங்கே நாங்கள் வேலைக்குச் செல்லத் தேவையில்லை. சிறையிலே இருக்கலாம். புத்தகம் படிக்கலாம்.

ஹிந்தி வகுப்பு நடக்கும் அதற்குப் போகலாம். ஆனாலும் சிறை சிறைதானே. பலவிதமானவர்கள் இருந்தார்கள். இத்தாலியர், ஆர்ஜண்டீனியர், அரேபியர், அமெரிக்கர், பிலிப்பினோக்காரர். ஏறக்குறைய 22 வருடமாக அங்கே வாசம்செய்த 40 வயது ஆப்பிரிக்கரும் இருந்தார். பிரெஞ்சுதான் அவருடைய மொழி. கொஞ்சம் ஆங்கிலமும் கொஞ்சம் ஹிந்தியும் தெரியும். இரண்டுதரம் தப்ப முயற்சி செய்து பிடிபட்டதில் தன்னுடைய சிறை நாட்களை தானாகவே கூட்டிக்கொண்டார். 1978இல் இந்திரா காந்தி திகார் சிறையில் அடைக்கப்பட்டபோது தானும் இருந்ததாகப் பெருமையுடன் சொல்வார். 'என்ன செய்தாய்?' என்று கேட்டேன். அவருக்கு 18 வயது நடந்தது. படிக்க ஆசை ஆனால் பணமில்லை. அவருடைய தாயாரைப் பிணையாக வைத்துக்கொண்டு அவரிடம் போதைப்பொருள் கொடுத்து அனுப்பினார்கள். அவர் பிடிபட்டுவிட்டார். தப்பியிருந்தால் அவருக்கு 1000 டொலர் கிடைத்திருக்கும். வாழ்நாள் முழுவதும் படித்திருக்கலாம்.

'நீர் எங்கிருந்து வருகிறீர்?' என்று கேட்டேன். 'ஓக்கடொக்கு' என்றார். எனக்கு சிரிப்பு வந்தது. இந்த 40 வயதுக்காரர் எனக்கு சிரிப்பு மூட்டுகிறார். மறுபடியும் கேட்டேன். 'ஓக்கடொக்கு' என்றார். 'அது எங்கே இருக்கிறது?' 'புர்க்கினஃபாஸோவில். அந்த நாட்டின் தலைநகரம் ஓக்கடொக்கு' என்றார். 'புர்க்கினஃபாஸோ என்று ஒரு நாடா? அதன் பொருள் என்ன?' என்று கேட்டேன். 'நேர்மையான மனிதர்களைக் கொண்ட நாடு' என்றார். 'மிகப் பொருத்தம்தான். நேர்மையான நாட்டிலிருந்து கள்ளக்கடத்தல் செய்கிறீர்.' அவர் சொன்னார். 'எனக்கு வேறு வழி தெரியவில்லை. படிக்கவேண்டும் என்ற வெறி. இப்பொழுது படிப்பும் இல்லை. அம்மாவும் இல்லை. வாழ்வும் இல்லை.'

'நான் வெளிநாட்டுச் சிறையில் இருப்பதைக் கேள்விப்பட்டு தானாகவே அங்கே வந்து சேர்ந்தான் சந்திர போஸ். இவன் இலங்கைக்காரன். பார்த்தவுடனேயே இவனை யாருக்கும் பிடிக்கும். 30 வயது மதிக்கலாம். குழந்தைப்பிள்ளை முகம். விளையாட்டுக் குணம். ஒருவருக்கும் துரோகம் செய்யமாட்டான். இரண்டு பக்கமும் சாய்ந்து சாய்ந்து நடப்பான். தூரத்தில் வரும்போது உருண்டு உருண்டு வருவதுபோலத் தோன்றும். பத்து வருடமாக அதே சிறையில் உள்ளே வருவதும் போவதுமாக இருந்தான். எல்லா சிறையதிகாரிகளும் அவனிடம் நட்பாகப் பழகினர். இவனுடைய கதையும் என்னுடையது போலத்தான். ஜேர்மனி போவதற்கு இலங்கையிலிருந்து புறப்பட்டான். டெல்லியில் அவனுக்கு கடன் அட்டை திருடும் கும்பலுடன் தொடர்பு ஏற்பட்டது. பின்னர் அங்கேயே தங்கிவிட்டான்.

வீட்டிலே இருப்பதுபோல மிக மகிழ்ச்சியாக இருந்தது அவன் ஒருவன்தான். காலையில் ஒரு சுற்றுப்போய் சிறையதிகாரிகளையும், சிறையில் அடைபட்டுக் கிடப்பவர்களையும் பார்ப்பான். என்ன தேவையோ அவனிடம் கேட்கலாம். எப்படியோ வருவித்துத் தருவான். என்னிலும் பார்க்க அவனுக்கு வயது கூட. ஆனால் என்னை 'மச்சான்' என்று அழைப்பான். நான் 'டேய் போசு' என்று கூப்பிடுவேன். 'டேய் போசு. ஏன் வாழ்க்கையை பாழாக்குகிறாய். மறுபடியும் உன் பெற்றோரிடம் போய்விடு.' அவன் சிரித்தான். ஆட்களை மயக்கும் சிரிப்பு. அவனுக்கு இந்த வாழ்க்கை பிடித்துக்கொண்டது.

எங்களுடன் தங்கிய இத்தாலியர்கள் இருவரும் மல்யுத்த வீரர்கள்போல இருந்தார்கள். இருவரும் போதைப் பொருள் கடத்திப் பிடிபட்டவர்கள். ஒவ்வொரு ஞாயிற்றுக்கிழமையும் அவர்கள் சுறுசுறுப்பாகி விடுவார்கள். இத்தாலியத் தூதரகத்திலிருந்து அதிகாரிகள் வந்து அவர்களை நலம் விசாரிப்பார்கள். சொக்கலெட், சிகரெட் போன்றவற்றைக் கொடுப்பார்கள். போதைப் பொருள் கடத்தினாலும் ஏதோ தேசப்பிதாக்கள் போலத்தான் அவர்கள் மதிக்கப்பட்டார்கள். போசு சொல்வான் 'மச்சான் நீயும் கனடியக் குடிமகன். நீ ஒரு குற்றமும் செய்யவில்லை. உன்னைப் பிடித்து அடைத்துவிட்டார்கள். உன்னை கனடியத் தூதரகத்திலிருந்து ஒருவரும் வந்து பார்ப்பதில்லை. சும்மா கனடியக் குடிமகனாக இருந்து பிரயோசனம் இல்லை. உன் தோல் வெள்ளையாகவும் இருக்கவேண்டும்' என்றான்.

'நான் சிறையில் இருந்த அதேசமயம் மிகப் பிரபலமானவர்கள் எல்லாம் சிறையில் இருந்தார்கள். என்னைக் கைது செய்த சமயம் பிரதம மந்திரியாக இருந்தவர் நரசிம்மராவ். அதன் பின்னர் தூங்கும் பிரதமர் தேவகவுடா பிரதமரானார். அவரைத் தொடர்ந்தது குஜ்ரால். வாஜ்பாய் வந்தபோது நான் விடுதலையாகிவிட்டேன். நாலு பிரதமர்கள் என்னை ஆண்டார்கள். என் சிறைவாச ஆரம்பத்தில் பிரதமராக இருந்த அதே நரசிம்மராவ் கைதியாகப் பிடிபட்டு எங்கள் சிறையில் அடைக்கப்பட்டது எங்களுக்குப் பெருமையான விசயம். அவருடன் அவருடைய குரு சந்திராசாமியும் கைதுசெய்யப்பட்டிருந்தார். வாழ்நாள் முழுக்க நான் அதைச் சொல்லித் திரியலாம்.

சந்திராசாமி அப்பொழுது உலகப் பிரபலமாக இருந்தார். சிவப்பு பச்சை சால்வை அணிந்து பெரிய குங்குமப்பொட்டுடன் கம்பீரமாகக் காட்சியளிப்பார். முன்னாள் பிரிட்டிஷ் பிரதமர் மார்கிரெட் தாட்சர் சந்திராசாமியை ஆலோசித்துதான் காரியங்கள் செய்தார். சந்திராசாமி சிவப்பு ஆடை அணியச் சொன்னால் தாட்சர் அணிவார். தாயத்து கட்டுவார். நரசிம்மராவ்

வழக்கமான வெள்ளைச் செருப்பு வெள்ளைச் சால்வையில் காணப்பட்டார். ஓக்கடொக்கு ஸொங்கோதான் அவர்கள் கைது விவரத்தை எனக்கு சொன்னான். முன்னாள் பிரதமர் வி.பி.சிங்கின் மகன் தகப்பனுடைய பெயரில் சென்ற்கிட்ஸ் தீவு வங்கியில் 21 மில்லியன் டொலர் கட்டியதாக கள்ள ஆவணம் தயாரித்ததாக வழக்கு. நரசிம்மராவ் கோர்ட்டிலே நின்றபோது நீதிபதி அவரைப் பார்த்து இப்படிச் சொன்னாராம்: 'ஓ, நீங்கள் உச்சத்திலும் அதி உச்சத்தில் இருக்கலாம். ஆனால் சட்டம் அதனிலும் உயரமானது.' அந்த வழக்கு தள்ளுபடியாகி எனக்கு முன்னரே அவர்கள் விடுதலையானார்கள். ஒரு நாட்டின் பிரதம மந்திரிக்கே இந்தக் கதி என்றால் என் நிலைமையைப்பற்றி சொல்லவும் வேண்டுமோ?

ஆனால் இவர்கள் இருவரிலும் பார்க்க மிகப் பிரபலமான இன்னொருவனும் அப்போது அங்கே சிறையில் இருந்தான். அவன் பெயர் சார்ள்ஸ் சோப்ராஜ். சர்வதேச திருடன், ஏமாற்றுக்காரன். 12 கொலைகள் செய்தவன். கோடுபோட்ட சிறை உடுப்பில் இருந்தாலும் அவனை மரியாதையுடன் நடத்தினார்கள். சிறையிலிருந்து தப்பி ஓடுவதும் பின்னர் பிடிபடுவதும் அவனுக்கு வழக்கம். அவன் தன்னுடைய கதையைப் பத்திரிகைகளுக்கும் சினிமாவுக்கும் விற்றுப் பணம் சேர்த்தான். அவன் சிறையில் கழித்த ஒவ்வொரு வருடமும் அவனுடைய வருமானம் ஒரு மில்லியன் டொலர் என்று பேசிக்கொண்டார்கள். இவனை மணந்த கனடியப் பெண் இறுதிவரை அவனுக்கு விசுவாசமாக இருந்தாள். இந்தக் கொலைகாரனும் எனக்கு முன்னரே சிறையிலிருந்து விடுதலையானான்.

என்னுடைய பிணையை ரூபா 100,000 ஆக குறைத்ததும் அண்ணர் எப்படியோ உழைத்து காசு சேர்த்துக்கொண்டு லண்டனிலிருந்து வந்து என்னைப் பிணை எடுத்தார். நான் வெளியே வந்து டெல்லியிலேயே ஒரு சிறிய அறை வாடகைக்கு எடுத்து வசித்தேன். வழக்கு முடியும்வரை நான் அங்கேயே இருக்கவேண்டும். அண்ணர் மாதா மாதம் செலவுக்கு பணம் அனுப்புவார். வெளியே இருந்தாலும் இந்த வாழ்க்கை எனக்கு நரமாயிருந்தது. பத்மப்ரியா தொலைபேசி எண்ணை மாற்றிவிட்டாள். அவளுக்கு அனுப்பும் கடிதங்கள் திரும்பி வந்தன. என்னில் வெறுத்துப்போய் என்னைக் கைவிட்டுவிட்டாள். திகார் சிறையில் அடைபட்டுக் கிடந்தவனை எந்தப் பெண்தான் விரும்புவாள்?

என்னுடைய ஒரே நண்பன் சந்திரபோஸ்தான். ஒவ்வொரு வாரமும் அவனைச் சென்று பார்ப்பேன். அவனைப் பார்த்தால் அவனுடைய குதூகலம் கொஞ்சம் என்னிலும் தொற்றிவிடும். நான்

வெளியே இருந்து துக்கமாயிருந்தேன். அவன் உள்ளேயிருந்தாலும் மகிழ்ச்சியாக இருந்தான். ஒருநாள் அவன் சொன்னான். 'எனக்கு வெளியே இருப்பதும் உள்ளே இருப்பதும் ஒன்றுதான்' என்று. 'எப்படி நீ சொல்லலாம்?' என்று கேட்டேன். அவன் சொன்னான் 'இங்கே எனக்கு நண்பர்கள் இருக்கிறார்கள். வேண்டியது கிடைக்கும். அடுத்த வேளை உணவு எங்கேயிருந்து வரும், எப்போது வரும் என்ற கவலை கிடையாது. ஆனால் நீ இப்போது வெளியே இருக்கிறாய். எனக்கு வெளியே வந்து உன்னுடன் வாழ ஆசை' என்றான்.

நான் திடுக்கிட்டுவிட்டேன். யாரோ சவுக்கினால் அடித்ததுபோலப் பட்டது. இத்தனை நாளும் நான் அவனிடம் அவனுடைய வழக்குப் பற்றி விசாரித்ததே இல்லை. 'என்னுடைய பிணைப்பணம் ரூபா 1500. உன்னால் கட்டமுடியுமா? நான் வெளியே வரவேண்டும்.' எனக்கு ஏற்பட்ட அதிர்ச்சியை சொல்லமுடியாது. வெறும் ரூபா 1500. என்னால் நம்பமுடியவில்லை. இதை நான் எப்போவோ கட்டியிருக்கலாம். 'இந்தச் சின்னத் தொகையைக் கட்ட உனக்கு நண்பர்கள் ஒருவரும் இல்லையா?' என்றேன். 'இருந்தார்கள். அப்போது வெளியே வரவேண்டும் என்று தோன்றவில்லை. இப்போது தோன்றுகிறது' என்றான்.

அன்றே ரூபா 1500 பிணைகட்டி அவனை வெளியே எடுத்தேன். அவன் என்னுடன் தங்கினான். நான் மகிழ்ச்சியாக இருந்த சில நாட்கள் அவை. 'என்னுடன் இருக்கும்போது நீ கள்ளக் கடன் அட்டை, ஏமாற்று வேலை செய்யக்கூடாது' என்று கேட்டுக் கொண்டேன். அவனும் சம்மதித்தான். என்னுடைய வழக்கு பல தடவை ஒத்திவைக்கப்பட்டது. டெல்லியில் அவனுடன் சுற்றினேன். எங்கே சென்றாலும் அங்கே அவனுக்கு ஆட்கள் இருந்தார்கள். சில உணவகங்களில் காசு வாங்க மாட்டார்கள். அவனை அத்தனை மரியாதையுடன் நடத்தினார்கள். எனக்கு அது புரியவே இல்லை.

ஒருநாள் வேலையாக வெளியே கிளம்பிப்போன போஸ் பாதியிலேயே அவசரமாகத் திரும்பினான். 'உன்னுடைய பத்மப்ரியா என்ன செய்தாள் தெரியுமா?' என்றான். 'தெரியாதே. இன்றைக்கும் அவளைத் தேடிக்கொண்டுதானே இருக்கிறேன்' என்றேன். 'மூடனே, நீ ஒரு லோயரிடம் ரூபா 35,000 கொடுத்து ஏமாந்தாயே ஞாபகம் இருக்கிறதா?' என்றான். 'தெரியும். அவன் பெயர் வாசுதேவ். பத்மப்ரியா பணத்தை அவனிடம்தான் கொடுத்தாள்.' 'உன்னை ஏமாற்றி இருக்கிறார்கள். பத்மப்ரியா அவனை மணந்து இங்கே டெல்லியில்தான் வாழ்கிறாள்.' என் நெஞ்சு பதைக்க ஆரம்பித்தது. அவள் செய்த துரோகத்திலும்

அ. முத்துலிங்கம்

பார்க்க அவளைக் கண்டுபிடித்ததில் ஏற்பட்ட ஆனந்தம்தான் பெரிதாக இருந்தது. 'இங்கே இருக்கிறாளா? பத்மப்ரியாவா? நான் அவளைப் பார்க்கவேண்டும்' என்றேன். போஸ் என்னை உற்றுப் பார்த்தான். அப்படி அவன் என்னைப் பார்ப்பதில்லை. 'அவள் உனக்கு துரோகம் செய்தவள். நீ சிறையிலிருந்து அவளுக்காக உருகினாய். அவளோ உன்னை ஏமாற்றிய லோயரை மணந்து சந்தோசமாக வாழ்கிறாள். நீ வெளியே வரக்கூடாது என்றுகூட அவள் நினைத்திருக்கலாம் அல்லவா? அவளை மறந்துவிடு' என்றான்.

அவன் சொன்னதில் நியாயம் இருந்தது. அதன் பின்னர் என்னால் அங்கே இருக்க முடியவில்லை. எப்பொழுது வெளியே போனாலும் என் கண்கள் அவளைத் தேடியபடியே இருந்தன. இங்கேதான் எங்கோ அவள் இருக்கிறாள். என்ன உடை உடுத்தியிருப்பாள். டெல்லிக்காரர்போல சுரிதார் அணிவாளா? அல்லது நாகரிகமாக ஜீன்ஸ் அணிந்து உலவுவாளா? எந்த சனக்கூட்டத்தைக் கண்டாலும் என் கண்கள் அவளைத் தேடி அலைந்தன.

என்னுடைய நிலைமையைப் பார்த்து சந்திரபோஸ் இரக்கப்பட்டான். ஒருநாள் என்னைக் கூட்டிக்கொண்டு தனக்குத் தெரிந்த ஒரு லோயரிடம் போனான். வழக்கு விவரங்களைப் படித்த லோயர் திகைத்துப்போனார். குற்றம் செய்யத் தொடங்காத ஒருவனுக்கு சட்டத்தின் பல பிரிவுகளில் குற்றம் சுமத்தப்பட்டிருந்தது. பிரிவு 120 B – சதிக்குற்றம், பிரிவு 419 தேசத்துரோகம், பிரிவு 420 ஏமாற்று இப்படித் தாறுமாறாகக் குற்றம் பதிவு செய்யப்பட்டிருந்தது. லோயர் சொன்னார், 'இந்த வழக்கிலிருந்து விடுபட பல வருடங்கள் ஆகும். லட்சக்கணக்கில் செலவு செய்ய வேண்டும். அப்பொழுதும் நிச்சயமில்லை. எனக்கு நீதிபதியைத் தெரியும். 2000 டொலர் கொண்டு வாருங்கள். நான் வழக்கை சரிபண்ணிவிடுகிறேன்.' ஆரம்பத்தில் அவர்கள் கேட்டது வெறும் 200 டொலர். இப்பொழுது இரண்டு வருடங்களுக்கு பின்னர் நான் 2000 டொலர் கொடுத்தால்தான் விடுதலையாவேன்.

இரண்டு நாளில் போஸ் 2000 டொலருடன் வந்தான். வாக்குக் கொடுத்த மாதிரியே லோயர் வழக்கைத் தள்ளுபடி செய்து என்னுடைய கனடிய பாஸ்போர்ட்டையும் மீட்டுக் கொடுத்தார். சந்திரபோஸ் விமான டிக்கட்டை தந்து என்னை ரொறொன்ரோ விமானத்தில் ஏற்றிவிட்டான். அவனுக்கு பணம் எப்படிக் கிடைத்தது என்பதுபற்றி நிறைய மூளையைச் செலவழிக்கத் தேவை இல்லை. விமானம் தரையைவிட்டு மேலெழும்பியபோது டெல்லி நகரம் கையளவு சிறிய படமாகத்

தெரிந்தது. அந்தக் கணத்தில் சந்திரபோஸை என் மனம் மறந்தது. எனக்குத் துரோகம் செய்வதையே தன் வாழ்நாள் இலட்சியமாகக் கொண்ட பத்மப்ரியா நினைவுக்கு வந்தாள். என்னுடனேயே அவள் ரொறொன்ரோவுக்குப் பயணம் செய்தாள்.'

'என்னுடைய அருமையான நேரத்தை வீணாக்கிவிட்டீர். இதையெல்லாம் எனக்கு ஏன் சொல்கிறீர்?'

'உங்களிடம் சொல்லாமல் வேறு யாரிடம் சொல்வேன். நீங்கள்தானே எஜமானன். ஆறு மாதமாக உங்களிடம் வேலை செய்திருந்தாலும் நான் விசுவாசமான ஊழியன். என்னுடைய எதிர்காலம் உங்கள் கையில் உள்ளது. ஐயா, எனக்கு முக்கியமான கடிதம் வந்திருக்கு.'

'அதற்கு என்ன?'

'என்னவா? ஆதரவான ஐயா! நீங்களல்லவோ என் முதலாளி. நீங்கள்தான் உதவி செய்யவேண்டும்.'

'என்ன செய்யவேண்டும்?'

'இரண்டு வாரம் லீவும், 2500 டொலர் முன்பணமும் வேண்டும்.'

'முன்பணமா? எதற்கு?'

'கடிதம் வந்திருக்கு. பத்மப்ரியா. பத்மப்ரியாவிடமிருந்து.'

'வரட்டுமே!'

'இது என்ன? கருணையானவரே! இத்தனை நீண்ட கதை கேட்டபின்னரும் உங்களுக்குப் புரியவில்லையா? அடுத்த பிளேனில் நான் சென்னைக்குச் செல்லவேண்டும். பத்மப்ரியா சொல்லிவிட்டார். சொல்லிவிட்டார். நான்தான் அடுத்த கணவன்.'

~ ~

ரயில் பெண்

கனடாவில் அவனுக்கிருந்த முதல் பிரச்சினை அங்கே பனிக்காலம் ஒவ்வொரு வருடமும் வருவதுதான். அவன் மலிவான கோட்டும், மலிவான உள்ளங்கியும், மலிவான சப்பாத்தும் அணிந்திருந்தான். பாதாள ரயிலில் பிரயாணம் செய்தபோதும் அவன் உடம்பு நடுங்கியது. அவனுடைய அகதிக்கோரிக்கை வழக்கை வாதாடும் வழக்கறிஞரிடம் அவன் மூன்றாம் தடவையாகப் போகிறான். அவன் அவரிடம் எழுதிக் கொடுத்தது உண்மைக் கதை. அதை அவரால் நம்பமுடியவில்லை என்றார். அவனுடைய கதையைக் கிழித்தெறிந்துவிட்டு வழக்கறிஞரே ஒரு புதுக்கதை எழுதினார். அவருக்கு ஆதாரங்கள் தேவையாம். ஆகவே முன்கூட்டியே ஆதாரங்களைச் சேகரித்து வைத்துக்கொண்டு தன் கற்பனையை விரித்து அதற்கேற்ற மாதிரி புதுக்கதை தயாரித்தார். அதைத்தான் கோர்ட்டு நிராகரித்துவிட்டது.

அவன் இறங்கவேண்டிய ஸ்டேசன் வருவதற்கு 20 நிமிடம் இருந்தபோது அந்தப் பெண் ஏறினாள். அவளைக் கண்டதும் அவன் கால்கள் உதறத் தொடங்கின. அவன் இருதயம் ரயில் சத்தத்தையும் மீறி அவன் காதுக்குக் கிட்டவாக அடித்தது. குளிரில் கால்கள் நடுங்குகின்றன என முதலில் நினைத்தான். அவள், அவனைப் போலவே பொது நிறம் உள்ளவள். மிருதுவான தோலங்கியும், எந்தப் பனியையும் சமாளிக்கக்கூடிய பூட்சும் அணிந்திருந்தாள். ஒருமுறை கண்களை எறிந்து அவனைப் பார்த்தாள். பின்னர் தன் பையிலிருந்த

ஒரு புத்தகத்தைக் கையிலே எடுத்துப் படிக்க ஆரம்பித்தாள். அது பாடப் புத்தகம் போல இருந்தது. அடுத்து வந்த ஸ்டேசனில் ரயில் நிற்க அவள் இறங்கினாள். அவனுடைய நெஞ்சு நிற்கவில்லை, தொடர்ந்து படபடவென்று அடித்தது. அப்பொழுது தீர்மானம் செய்துகொண்டான். கனடாவில் தற்கொலை செய்வதென்றால் அது அவள் பயணிக்கும் பாதாள ரயிலுக்குக் கீழேதான்.

தற்கொலை எண்ணம் வரும்போதெல்லாம் கூடவே சோமாலியின் நினைப்பும் வந்தது. இத்தாலியில் மிலானோ ஸ்டேசனில் அவனைப் பட்டினியால் சாகாமல் காப்பாற்றியது சோமாலிதான். அவன் எல்லா நாடுகளுக்கும் பயணித்திருந்ததால் ஒவ்வொரு நாட்டுக்கு ஒவ்வொரு தற்கொலை முறை என ஆராய்ச்சிசெய்து வைத்திருந்தான். பெல்ஜியம் போதை மருந்து. இத்தாலியில் துப்பாக்கிச் சூடு. பாரிஸ் என்றால் வேறு என்ன, ஈபல் கோபுரம்தான். வெனிஸில் எப்படிச் சாகலாம் என்று கேட்டதற்கு 'நீ முயற்சி செய்யவே வேண்டாம். வெனிஸ் தண்ணீரில் மூழ்கிக்கொண்டிருக்கிறது' என்றான். சோமாலிக்கு என்ன ஆனது என்பது அவனுக்குக் கடைசிவரை தெரியவே இல்லை.

அவன் கொழும்பில் விமானம் ஏறி, தனியாக ரோம் வந்து சேர்ந்தபோது எந்த நேரத்திலும் பனிக்காலம் தொடங்கலாம் என்றிருந்தது. அந்த வருடத்தை அவனால் மறக்க முடியாது. அந்த வருடம்தான் ஜனாதிபதி பிரேமதாசா கொலை செய்யப்பட்டிருந்தார். அவனுடைய பெயரை அடிக்கடி மறந்துவிடும் மாமா எப்படியோ காசு சேர்த்து அவனை அனுப்பிவைத்தார். ஏஜண்ட் சொல்லியதுபோல நேரே கிரீசுக்கு சென்று அங்கே கப்பலில் சேர்வதுதான் திட்டம். அது கேட்க மிகவும் சுலபமானதாகத்தான் தோன்றியது. கிரீசுக்குக் கள்ள விசா அவனிடம் இருந்ததால் பிரச்சினை இல்லாமல் கப்பலில் சேர்ந்துவிடலாம் என்றுதான் எண்ணினான். ஆனால் ஐரோப்பாவை விட்டு வெளியேற மூன்று வருடம் பிடிக்கும் என்பது அவனுக்கு அப்போது தெரியாது.

கிரீஸ் எல்லையிலே அவனைப் பிடித்த அதிகாரி வெள்ளைச் சீருடை தரித்தவன். கம்புபோல மெலிந்து உயரமாக இருந்தான். கடவுச்சீட்டை விரித்ததும் அவனுடைய முகம் மாறியது. காட்டிலே பிடித்து வந்த எச்சில் ஒழுகும் விலங்கு ஒன்றைப் பார்ப்பதுபோல பார்த்தான். அவனுடைய உடம்பிலும் பார்க்க பத்து மடங்கு பெரிதான ஒரு சத்தம் எழுப்பினான். அதிகாரி கத்திய கத்தலில் அவனுடைய கொடுப்புப் பல் ஒன்று ஆடியது. 'கிரேக்க மொழிபோல இருந்தது' என்றொரு பழமொழி உண்டு. அதேதான்.

அ. முத்துலிங்கம்

அதிகாரியின் வசை ஒன்றுமே புரியவில்லை. வெனிஸுக்குப் போகும் ரயிலில் ஏற்றிவிட்டார்கள். பாதி வழியில் டிக்கட் பரிசோதகர் பிடித்தபோது ஒவ்வொரு தமிழ் வார்த்தையையும் ஆங்கிலமாக மாற்றி மன்றாடினான். மனிதர் அசரவில்லை. 50 டொலர், அந்தக் காலத்தில் நினைத்துக்கூடப் பார்க்க முடியாத தொகை, அபராதம் கட்டினான். அப்பொழுதுதான் அவன் எண்ணினான். இன்னொருவருக்குப் புரிந்தால்தான் ஒரு மொழியினால் பிரயோசனம் உண்டு. புரியாவிட்டால் அதைத் தெரிந்திருப்பதும் ஒன்றுதான். தெரியாமல் இருப்பதும் ஒன்றுதான்.

வெனிஸ் ஸ்டேசனில் இறங்கியதும் அந்தக் துயரத்திலும் ஒரு சின்னக் குதூகலம் தோன்றியதை நினைக்க ஆச்சரியமாக இருந்தது. சேக்ஸ்பியருடைய வெனிஸ் வணிகனைத் தமிழிலே படித்திருந்தான். அந்த நகரத்தை வியந்து வியந்து பார்த்தான். அவன் மனக்கண்ணிலே 3000 தங்கக் காசுகளுக்கு உத்தரவாதம் தந்த உயிர் நண்பன் அண்டொனியோ, பஸானியோ, அவனுடைய காதலி போர்ஸியா எல்லோரும் வந்து போனார்கள். சைலொக்கை நினைத்ததும் வீதியிலுள்ள கடை எப்படி இருக்கும் எனப் பார்க்க ஆசைப்பட்டு ஒரு கதவைத் திறந்தான். கதவு டங் என்று சத்தமிட்டு திறந்தது. ஒரு பெண் வெளியே ஓடி வந்து போ போ எனக் கைகளை வீசித் துரத்தினாள். அவன் கதவுப் பிடியை விட்டுவிட்டு வெளியே வந்தபோது கதவு மறுபடியும் டங் என்ற சத்தத்துடன் மூடிக்கொண்டது. சைலொக் அந்த வீதிகளில் எத்தனை இழிவு வார்த்தைகளைக் கேட்டிருப்பான். அவனுக்குப் பிடித்தது சைலொக்கின் வாசகங்கள்தான். 'நான் ஒரு யூதன். என்னைக் குத்தினால் எனக்கு ரத்தம் ஒழுகாதா? எனக்கு நஞ்சு ஊட்டினால் சாவு வராதா? எனக்கு சிரிப்பு மூட்டினால் நான் சிரிக்க மாட்டேனா?' அழகுமிகு வெனிஸ் நகரத்து மக்களுக்கு வேற்று மனிதரில் எத்தனை வெறுப்பு? அந்த நகரம் சேக்ஸ்பியர் வர்ணித்தது போலவே மாற்றம் எதுவும் இல்லாமல் அப்படியே இருந்ததுபோலப் பட்டது. திரும்பவும் சான்ரா லூசியா ஸ்டேசனுக்கு சென்று ஓர் இருக்கையில் அமர்ந்தான். அப்பொழுது சருகுக் கூட்டம் நகர்வதுபோல மெல்ல அசைந்து வந்து பக்கத்திலே உட்கார்ந்து 'அகதியா? உங்கள் பெயர் என்ன?' என்றான் சோமாலி. அவன் 'மகேஸ்' என்றான். அப்படித்தான் அவர்களின் முதல் சந்திப்பு நடந்தது.

மகேஸுக்குத் தொழிற்சாலையில் பலகைகள் அறுக்கும் வேலை. காலையில் அன்றைய வேலை ஆணை வந்துவிடும். எத்தனை பலகைகள், எத்தனை நீளம், எத்தனை அகலம், எத்தனை தடிப்பு என்ற விவரங்கள் இருக்கும். தூசிக் கவசத்தையும், கையுறைகளையும் மாட்டிக்கொண்டு காலையில் தொடங்கினால்

மாலை வரை அறுப்பதுதான் வேலை. அந்த நேரம் முழுக்க அவளையே நினைப்பான். ஒரேயொருமுறை ரயிலில் பார்த்த பெண்ணை அப்படி நினைப்பதால் என்ன பிரயோசனம்? அவளை நினைக்கவேண்டும் என்று அவனுக்குத் தோன்றியது. ஒரு பாட்டைக் கேட்டுக்கொண்டு வேலை செய்வதுபோல அவளை நினைத்துக்கொண்டு மரம் அறுத்ததால் களைப்பே அவனுக்குத் தெரிவதில்லை.

அடுத்த வாரம் முழுக்க அவளைக் காணவில்லை. சரியாக அந்த நேரம் அதே ரயிலைப் பிடித்து அவன் தினமும் வேலைக்குச் செல்கிறான். திடீரென்று மீண்டும் ஒருநாள் அவளை ரயிலிலே கண்டான். எப்பொழுது எங்கே எப்படி வருவாள் என்பது தெரியாது. அன்று அவளுக்கு இருக்க இடமில்லை. மேலே கம்பியைப் பிடித்தவாறு அசைந்துகொண்டு நின்றாள். ஏதோ கேட்காததை அவளிடம் கேட்டதுபோல திடுக்கிடும் கண்கள். இந்தியா, இலங்கை, கயானா என அவள் எந்த நாட்டுக்காரியாகவும் இருக்கலாம். சற்று முன்தள்ளிய உதடுகளில் ஒளி விழுந்து கவர்ச்சியைக் கூட்டியது. அவள் இறங்கும் இடம் வந்தபோது திடீரென்று நகர்ந்தாள். சிறிது நேரத்தில் அவளுடைய உடை சுழன்று விடுவித்துக்கொண்டு அவளுடன் போனது. ஒருமுறை திரும்பிப் பார்த்திருந்தால் பெரிய ஆறுதலாக இருந்திருக்கும்.

கனடா வந்த பின்னர் அவனுக்குத் தற்கொலை நினைப்புத் தோன்றியது இரண்டு முறைதான். பாதாள ரயிலின் கீழ் விழுவது என்பதை எப்போதோ தீர்மானித்திருந்தாலும், எந்த ரயில் எந்த ஸ்டேசன் என்பதையெல்லாம் அவளைப் பார்த்த பின்னர் முடிவு செய்தாகிவிட்டது. அகதிக் கோரிக்கை நிராகரித்த அன்று அதைச் செய்ய யோசித்தான். ஆனால் வழக்கறிஞர் அப்பீலில் வென்றுவிடலாம் என்று ஆசை காட்டினார். அவன் மரம் அறுப்பது வழக்கறிஞர் உயிர்வாழ்வதற்குத்தான். அவனுடைய ஏழாவது வேலை நேர்காணல் தோல்வியானபோதும் தற்கொலை எண்ணம் வந்தது. அவனுடைய முதல் நேர்காணல் வேடிக்கையானது. அதிகாரி உயரமான நாற்காலியில் உட்கார்ந்து கேள்விகள் கேட்டார். ‘இந்தப் பாரத்தை நீங்கள்தான் நிரப்பினீர்களா?’

‘ஆமாம். நான்தான். நான்தான்.’

‘நீங்கள் அணிந்திருக்கும் உடை உங்களுடையதா?’

அட, எப்படியோ கண்டுபிடித்துவிட்டார். அது இரவல் உடுப்புதான்.

‘இந்த உடுப்புக்குச் சொந்தக்காரன் நான்தான்.’

‘இந்த விண்ணப்பத்தில் இருக்கும் புகைப்படம் உங்களுடையதா?’

‘ஆமாம், அது நான்தான்.’

சிறிது நேரம் அதிகாரி ஒன்றும் கேட்கவில்லை. அடுத்த கேள்வியை மூளையிலே தயாரித்துக்கொண்டிருந்தார். அந்த இடைவெளியை வீணாக்காமல் அவன் தானாகவே சொன்னான். ‘இன்று காலை முகச்சவரம் செய்தது நான்தான். தலைவாரியதும் நான்தான். நான்தான்.’

என்ன காரணமோ அவனுக்கு வேலை கிடைக்கவில்லை. ஏழு வேலை அடுத்தடுத்துத் தவறி எட்டாவதாகக் கிடைத்ததுதான் மரம் அறுக்கும் வேலை.

ரயில் பெண் மர்மமானவளாக இருந்தாள். இந்த ரயிலில் இந்த நேரம் வருவாள் என்று முன்கூட்டியே ஊகிக்க முடியாது. ஒவ்வொரு நாளும் ரயில் ஏறுமுன்னர் மனதிலே உறுதி எடுப்பான். ஓர் ஆரம்ப வசனத்தை மனப்பாடம் செய்து தயாராக வைத்திருந்தான். அதை அவளிடம் சொல்லும் சந்தர்ப்பம்தான் கிடைக்கவில்லை. எதிர்பாராமல் ஏதாவது நடந்து அவன் வாழ்க்கையே மாறக்கூடும். வெனிஸ் ஸ்டேசனில் அப்படித்தான் நடந்தது.

சோமாலியும் அவனும் ஓர் இருக்கையில் அமர்ந்து எதிர்காலத்தைப் பற்றி கவலைப்பட்டுக்கொண்டு இருந்தபோது கடவுள் அனுப்பிய தூதுவர் போல தோற்றமளித்த ஒருவர் வந்தார். ஆடம்பரமாக ஆடை அணிந்திருந்தார். கையிலே உத்தியோகத்தர்கள் காவும் பை. அவர்கள் மனதுக்குள் ஓடுவதை படித்தவர்போல ஆங்கிலத்தில் ‘உங்களுக்குக் கப்பலில் சேர விருப்பமா?’ என்றார். ‘ஐயா அதற்குத்தான் நாட்டைவிட்டு வெளியேறி அலைந்துகொண்டிருக்கிறோம்.’ அந்த மனிதர் பையைத் திறந்து சில பாரங்களை எடுத்து அவர்கள் மொழியில் நிரப்பி அவர்களைக் கையொப்பமிடச் சொன்னார். பின்னர் ஆளுக்கு 500 டொலர் கட்டவேண்டும் என்றார். அவர்களிடம் இருந்தது மொத்தம் 840 டொலர்தான். மீதிப் பணத்தை ஒரு மாதத்தில் தருவதாக எழுதிக் கையொப்பம் பெற்றுக்கொண்டார். ‘இங்கேயே இருங்கள். கப்பல் ஏஜண்டை அழைத்து வருகிறேன்’ என்று சொல்லி புறப்பட்டவர் பின்னர் திரும்பவே இல்லை. மகேஸ் அன்று ஒரு பாடம் கற்றான். வெள்ளைக்காரர்கள்கூட ஏமாற்றுவார்கள்.

‘இத்தாலியில் மிகப் பெரிய ஸ்டேசன் மிலானோ. அங்கே போகலாம், ஏதாவது வழி தோன்றும்’ என்று சோமாலி

சொன்னான். டிக்கட் இல்லாமல் ரயில் ஏறி மிலானோ ஸ்டேசன் வந்து சேர்ந்தார்கள். அவ்வளவு பிரம்மாண்டமான ஒரு ஸ்டேசனை மகேஸ் வாழ்நாளில் பார்த்தது கிடையாது. பெருமழை கொட்டுவதுபோல ஓர் இரைச்சல் எந்நேரமும் இருக்கும். அங்கேயிருந்து ஐரோப்பாவின் எந்த ஒரு நாட்டுக்கும் பயணிக்கலாம். பார்சிலோனா, ஜெனீவா, சூரிச், பிராங்ஃபர்ட், என ரயில்கள் வருவதும் போவதுமாக ஒரே திருவிழாக் கோலம்தான். ஓர் இருக்கையில் அமர்ந்து இருவரும் எதிர்காலத்தைத் திட்டமிட்டார்கள். கையிலே காசு இல்லை. மொழி தெரியாது. மகேஸ் நிமிர்ந்து பார்த்தான். மேலே சுவற்றிலே 12 ராசிகளின் உருவங்களையும் கல்லிலே செதுக்கி வைத்திருந்தார்கள். என்ன வேலைப்பாடு? யாரோ சிற்பி எப்பவோ எவருக்காகவோ எழுப்பிய சிலைகள். அவனுடையது துலா ராசி. தராசு நேராக நின்றது. அது அவனுடைய எதிர்காலம் பற்றி என்ன சொல்கிறது என ஆராய்ந்தபோது ஒல்லிப் பிச்சான் சோமாலி 'நான் சாகப் போகிறேன்' என அலறினான்.

சோமாலி சின்னச் சின்ன ஆங்கிலம் பேசினான். கிரீஸ் நாட்டுக் குடிவரவு அதிகாரிபோல நிறையக் கேள்விகள் கேட்டான். மூன்று நாட்களாக இருவரும் பட்டினி. கையிலே ஒரு காசும் இல்லை. தண்ணீரை மட்டுமே குடித்து உயிர் தரித்தார்கள். பேசும்போது அடிக்கடி வயிற்றைப் பிடித்துகொண்டு சோமாலி சுருண்டு விழுவான். சந்திப்பவர்களையெல்லாம் துரத்தித் துரத்திக் கேள்விகள் வீசுவான். அப்படி ஒருநாள் அருமையான தகவலைச் சேகரித்து வந்தான். ஆறு மைல் தூரத்தில் ஒரு மாதாகோயிலில் காலண்டரில் நாள் குறித்து உணவு தருகிறார்கள். இன்ன நாளைக்கு இன்ன உணவு.

தினமும் இருவரும் இரண்டு மணிநேரம் நடப்பார்கள். அங்கே பாதிரியார் ஓட்டை வழியாக உணவு வழங்குவார். முதலில் வெள்ளைக்கார அகதிகள், அதற்குப் பின்னரே கறுப்பர்கள். இரந்து சாப்பிடும்போதுகூட வெள்ளைக்காரர்கள் உயர்வானவர்கள் என்பதை அன்று கற்றுக்கொண்டான். மறுபடியும் இரண்டு மணிநேரம் நடந்து ஸ்டேசனுக்கு வந்து சேர்ந்ததும் சோமாலி வயிற்றைப் பிடித்துக்கொண்டு 'பசிக்குது, பசிக்குது' என அலறுவான். 'நாளைக்கு செத்துப்போவேன்' என அவன் கத்தும்போது மகேஸுக்குக் கிலி பிடித்துவிடும். திடீரென்று எழுந்து ஓடி ஒரு பயணியை பிடித்து இந்த ரயில் எங்கே போகிறது. எத்தனை மணி நேரம் எடுக்கும் என்று அலுப்புக் கொடுப்பான். அவனிடம் நிறைய கேள்விகள் இருந்தன. வீடு எரியும்போது யாராவது ஹெலிகொப்டரில் வந்து கயிற்றை இறக்கினால் நாலு கேள்விகள் கேட்காமல் கயிற்றைப் பிடிக்கமாட்டான்.

மாதாகோயில் உணவை கண்ணீர் விட்டுக்கொண்டு சாப்பிடுவான். 'நான் படிக்கவில்லை. எங்கள் வீட்டில் உள்ள மொத்தப் புத்தகங்களிலும் பார்க்க பிள்ளைகள்தான் அதிகம்' என்பான். அவன் இறுதியாகப் பேசிய வசனம், 'நீ ஊருக்குப் போ. அல்லது செத்துப்போவாய்.' அடுத்தநாள் காலை மாயமாக மறைந்துவிட்டான். அவன் தற்கொலை செய்தானா அல்லது இன்னொரு நாட்டுக்குப் பயணம் செய்தானா தெரியவில்லை. தோள்மூட்டெலும்புகள் அசைய சோமாலி பயணிகள் பின்னால் ஓடுவதுதான் அவன் மனதில் என்றென்றைக்கும் அழியாது நிற்கும் கடைசிப் பிம்பம். ஆறுமாதம் ஓடிய பின்னர் ஒரு விசயம் அவனுக்குப் புரிந்தது. இந்த உலகத்தில் பட்டினி கிடந்து ஒருவராலும் சாக முடியாது. எப்படியோ கடைசி நேரத்தில் எங்கிருந்தோ உதவி வந்துவிடும். ஒருநாள் எதேச்சையாகக் கண்ணாடியில் ஓர் உருவத்தைக் கண்டு திடுக்கிட்டான். அது அவன்தான். தடி போன்ற உடம்பில் உடைகள் தொங்கின. 24 மேடைகளில் நாளுக்கு 500 ரயில்களும் 400,000 பயணிகளும் வந்துபோகும் மிலானோ ஸ்டேசனில் அவன் ஒருநாள் அசந்து தூங்கிய சமயம் முதன்முதல் தமிழ்ச் சொல் ஒன்று ஒலித்தது. அவன் கண் திறந்தபோது தடிப்பான மஞ்சள் ஸ்கார்ஃப்பை தலையில் சுற்றிக்கொண்டு ஓர் இளம் தமிழ் பெண் நின்றாள்.

மரம் அறுக்கும் நேரம் தவிர மீதி நேரத்தில் மகேஸ் ரயில் பெண்ணைத் தேடினான். அவளைக் கடைசியாகச் சந்தித்த நாளை நினைத்துப் பார்த்தான். அன்று அத்தனை சனம் இல்லை. அவன் ஏறியபோது அவள் ஏற்கனவே பெட்டியில் ஓர் ஆசனத்தில் அமர்ந்திருந்தாள். வழக்கம்போல பாடப் புத்தகத்தைத் திறந்து வைத்து படித்த அதே சமயம் காதிலே ஒரு கருவியை மாட்டி ஏதோ பாட்டைக் கேட்டுக்கொண்டிருந்தாள். கண்களும் காதுகளும் வேலையாய் இருக்க, கைகள் அடிக்கடி ஒற்றைகளைத் திருப்பின. இன்னும் நாலைந்து ஸ்டேசன்கள் கழித்து அவள் இறங்கிச் சென்றுவிடுவாள். எந்த நிமிடமும் ஓர் எதிர்பாராத சம்பவம் நடக்கலாம்.

அடுத்த ஸ்டேசனில் ரயில் நின்றதும் பார்வையில்லாத ஒருவர் நாயுடன் ரயிலில் ஏறினார். நாய் அவரை அழைத்துக்கொண்டு வெற்றிடம் தேடி நகர்ந்தது. இந்தப் பெண் அவர்களுக்கு இடம் விட்டு அடுத்த ஆசனத்துக்கு நகர்ந்தாள். அப்போது அவளுடைய செல்பேசி கீழே விழுந்து உருண்டு அவனிடம் வந்தது. அவன் அதைப் பாய்ந்து எடுத்து அவளிடம் நீட்டினான். முன்னுக்கு தள்ளிக்கொண்டு நிற்கும் உதடுகளை ஆகக் குறைவாகத் திறந்து 'தாங்க்ஸ்' என்றாள். எலியின் மூச்சுக்காற்றுபோல மிக மெல்லிய ஒலி அது. அந்த வார்த்தை அவனை நோக்கி வந்தபோது

பிள்ளை கடத்தல்காரன்

பாதியிலேயே மடிந்துவிட்டது. ஒரு கணம் அவள் கண்கள் அவனை நேருக்கு நேர் பார்த்தன. அதிலே சிரிப்பு இருந்தது. அதை நினைத்தபடியே அவன் ஒரு முழு வாரத்தை ஓட்டிவிட்டான்.

மிலானோ ஸ்டேசனில் அவனுக்கு முன் நின்றவள் இலங்கைப் பெண்தான். 'அண்ணை இந்த டிக்கட்டை பாருங்கோ. என்னட்டை விசா இருக்கு. நான் பாரிஸ் போகவேணும். அங்கே என்னுடைய அக்கா குடும்பம் காத்துக்கொண்டு நிற்கும். என்னை சரியான ரயிலில் ஏற்றி விடுங்கோ.' அவளுடைய கடவுச்சீட்டு, விசா, டிக்கட் எல்லாம் சரியாகவே இருந்தன. நல்லாய் சாப்பிட்டு வளர்ந்த முகம். அவனைப்போல பட்டினி கிடந்த முகமில்லை. 'ஒரு பன் வாங்கித் தாருங்கோ தங்கச்சி' என்றான். வாங்கித் தந்து அவளும் சாப்பிட்டாள். 'நீங்கள் யார்?' என்று கேட்டான். அவள் சொன்ன பதில் அதிர்ச்சி தருவதாக இருந்தது. அவன் வாழ்நாளில் அப்படி ஒரு பதிலைக் கேட்டதில்லை. 'எங்கள் ஊரை ராணுவம் பிடிச்சிட்டுது. நான் வெளியேதான் தமிழ். உள்ளுக்கு ஒரு சிங்களப்பிள்ளை வளருது.' அதன் பின்னர் இருவரும் ஒன்றுமே பேசவில்லை. சரியான ரயிலில் அவளை ஏற்றிவிட்டான். போய்ச் சேர்ந்தாளோ என்னவோ?

வடக்கே போன பறவைகள் எல்லாம் ஒருநாள் திரும்பவும் தெற்கே பறந்துவிட்டன. மிகமோசமான பனிக்காலம் வந்தது. மூடிய உடம்பு, மூடாத உடம்பு இரண்டையும் குளிர் சரிசமமாகத் தின்றது. அன்று அவனுக்கு மதிய உணவு கிடையாது. காலையில் ஆரம்பித்த பனி மாலையும் கொட்டியது. காலையில் புதன் கிழமை. மாலையும் அதே புதன் கிழமைதான். மேலே மேஷத்திலிருந்து மீனம் வரைக்கும் ராசிகள் அவனைப் பார்த்தன. துலா ராசி அவனுக்கு நல்ல செய்தி ஒன்று சொல்வதுபோல பட்டது. ஓர் இளம்பெண்ணை சக்கர நாற்காலியில் தள்ளிக்கொண்டு ஒரு முதிய பெண் அவனைக் கடந்து போனாள். அந்த இளம் பெண் பார்க்க மிக அழகாக இருந்தாள். ஒரு நடிகையாகக்கூட இருக்கலாம். அத்தனை பேரழகு. அவளுடைய கால்களைப் பார்த்தான். அதி விலை உயர்ந்த மிருதுவான சிவப்புத் தோல் சப்பாத்துகள். நடக்கவே முடியாத பெண்ணுக்கு இத்தனை உயர்ந்த காலணியா என மனதில் எண்ணினான். அவன் மனதைப் படித்ததுபோல அந்த நாற்காலி திரும்பவும் அவனை நோக்கி வந்தது. இளம்பெண் கைப்பையைத் திறந்து 1,000 லீரா நோட்டு ஒன்றை எடுத்துத் தந்தாள். அது ஒரு டொலருக்கு சமம், இரண்டு தேநீர் குடிக்கலாம். இவன் தயங்காமல் பெற்றுக்கொண்டான். கடந்த ஆறுமாத காலமாகக் கைநீட்டியதில் அது பழகிவிட்டது. அந்தப் பெண் அவனைப் பிச்சைக்காரன் என நினைத்துவிட்டாள்.

அன்று இரவு முழுக்க தன் நிலையை எண்ணி அழுதான். அடுத்த நாள் தற்கொலை செய்வதென்று தீர்மானித்தான்.

சோமாலி முழங்கால்களுக்குக் கீழ் தலையைக் குனிந்து உட்கார்ந்திருப்பது நினைவுக்கு வந்தது. அடிக்கடி அவன் கேட்பான். 'நேற்றைக்கு வந்ததே ஒன்று. பசி. அது இன்றைக்கும் வருமா?' எந்த நேரமும் பசியினால் துடித்தான். அவன் இன்று இருந்திருந்தால் ஆலோசனை தந்திருப்பான். நாய் இறப்பதற்கு ஓர் இடம் தேடித் திரிவதுபோல அவன் நல்ல ஓர் இடம் தேடி அலைந்தான். ஒரு சர்க்கஸ் கூடாரத்தைத் தாண்டியபோது உள்ளே இருந்து ஒருவன் அவசரமாக வெளியே வந்து இவனைப் பார்த்து 'வேலை இருக்கிறது, செய்வாயா?' என்று கேட்டான். இவன் மறுமொழி கூறாமல் 'சாப்பாடு தருவாயா?' என்றான். இரண்டு வருடம் அங்கே வேலைபார்த்தான். அந்தக் காசில் ஒரு கள்ள பாஸ்போர்ட் வாங்கி, எங்கே போகலாம் என பாஸ்போர்ட் விற்றவனிடமே கேட்டான். அவன் 'கனடா' என்று சொன்னான். அப்படித்தான் கனடா வந்து சேர்ந்தான்.

அவனைப் படிப்பித்த ஆசிரியர் அடிக்கடி சொல்வார், 'நீ தோற்கவில்லை, வெற்றியைத் தள்ளிப்போட்டிருக்கிறாய்.' அன்று அவனுக்கு இரண்டு வெற்றிகள் கிடைத்த தினம். கனடியக் குடிமகனாக சத்தியப் பிரமாணம் செய்வதற்காக, ஸ்காபரோவின் குடிவரவு மண்டபத்தில் 200 பேர்களுடன் அவன் காத்திருந்தான். தூய வெள்ளை சேர்ட்டும், அளவெடுத்துத் தைத்த சாம்பல் நிற ஜாக்கட்டும் மினுங்கும் சப்பாத்தும் அணிந்திருந்தான். குடிவரவு நீதிபதி அவர்களை வரவேற்றார். 'நீங்கள் இன்று இங்கே வரும்போது உங்களுக்கு ஒரு நாடு இல்லை. இங்கேயிருந்து திரும்பும்போது ஒரு நாடு கிடைத்துவிடும். அது கனடா. வாழ்த்துக்கள். வளைந்த ஆணி உதவாது. நிமிர்ந்து நின்று, வலது கையைத் தூக்கிப்பிடித்து சத்தியப்பிரமாணம் செய்யுங்கள்' என்றார்.

'கனகசபாபதி மகேஸ்வரன் ஆகிய நான் கனடாவின் ராணியாகிய மேன்மை தங்கிய இரண்டாம் எலிஸபெத்துக்கும் அவரது வாரிசுகளுக்கும் அவருக்கு பின்வருபவர்களுக்கும் சட்டத்திற்கு அடக்கமானவனாகவும் விசுவாசமானவனாகவும் தேசபக்தி நிறைந்தவனாகவும் இருப்பேன் என்று இத்தால் சத்தியப்பிரமாணம் செய்கிறேன்.'

'ஓ கனடா' தேசிய கீதம் இசைத்தபோது அவளைக் கண்டான். ரயில் பெண். முழுத்தொண்டையைத் திறந்து பாடினாள். கண்ணாடிபோல மெல்லிய சேலையால் அவளைச் சுற்றியிருந்தாள். அதே முன்தள்ளிய வசீகரமான உதடுகள்.

பக்கத்திலே பெற்றோர். தம்பி போல தோற்றமளித்த ஒரு சிறுவன் கனடியக் கொடியைக் கையிலே ஏந்தியிருந்தான். அவளைப் பார்த்தான். அவளும் பார்த்தாள். அவனுடைய கால்கள் இப்போது நடுங்கவில்லை. அவனுடைய உதடுகளில் இருந்து ஒரு கனடியச் சிரிப்பு வெளியே வந்தது. அவளும் சிரித்தாள். உலகத்து எல்லா நாடுகளிலும், எல்லா மக்களிடையிலும், எல்லா மொழிகளிலும் எல்லாப் படுக்கை அறைகளிலும் ஒருமுறையேனும் பேசப்படும் வாக்கியம் ஒன்று இருந்தது. அதை உதட்டிலே தயாராக வைத்துக்கொண்டான்.

நான் அவளை நோக்கி நடந்தேன்.

~ ~

கடவுச்சொல்

அன்று காலை விடிந்தபோது அது அவர் வாழ்க்கையில் மிகவும் ஆச்சரியமான நாளாக மாறும் என்பது சிவபாக்கியத்துக்குத் தெரியாது. செப்டம்பர் மாதத்தில் இலைகள் நிறம் மாறுவது பார்க்க அவருக்குப் பிடிக்கும். அவர் வசித்த நாலாவது மாடி மரங்களின் உயரத்தில் இருந்தது இன்னொரு வசதி. யன்னலைத் திறந்தவுடன் குளிர் காற்று வீசியது. முன்னே நிற்பது வெள்ளையடித்ததுபோல பேர்ச் மரம். சற்றுத் தள்ளி சேடர் மரம். ஆக உயரமானது. ஆஷ் மரப்பட்டைகள் சாய்சதுரமாகவும் இலைகள் எதிரெதிராகவும் இருக்கும். ஐந்துகோண மேப்பிள் இலை அவசரமாக நிறம் மாறும். கடைசியாக மாறுவது ஓக்.

தகவல் பெட்டியில் மாலை நாலு மணிக்கு தண்ணீர் அப்பியாசம் என நினைவூட்டல் குறிப்பு கிடந்தது. நியூயோர்க்கில் இருந்து 80 மைல் தூரத்தில் இருக்கும் முதியோர் காப்பகத்துக்கு அவரைக் கொண்டுவந்து மகள் விட்ட நாளிலிருந்து அவர் தினம் மறக்காமல் செய்தது தண்ணீர் உடற்பயிற்சி. அது அவரை ஆரோக்கியமாக வைத்திருந்தது. குளித்து உடுப்பை மாற்றி அரை மணிநேரம் பிரார்த்தனை செய்தார். ஒரு துண்டு ரொட்டியில் அப்ரிகோட் ஜாம் பூசிச் சாப்பிட்டுவிட்டு, தேநீர் பருகினார். அங்கே வந்து ஐந்து வருடமாகிவிட்டது. மகள் அவருக்கு ஒரு குறையும் வைக்கவில்லை. ஐந்து நட்சத்திர ஹொட்டலில் இருப்பதுபோல வசதிகள். கடன் அட்டையில் கீழே இருக்கும் சுப்பர்மார்க்கட்டில் என்னவும் வாங்கிச் சமைக்கலாம். அல்லது வேண்டிய

உணவுக்கு ஓடர் கொடுக்கலாம். தொலைக்காட்சி பார்க்கலாம். ரேடியோ கேட்கலாம். தினம் மருத்துவர் வந்து சோதிப்பார். வேண்டுமானால் முழுநாளும் படுத்துக் கிடக்கலாம். ஒருவர் கேள்வி கேட்கமாட்டார்கள்.

கீழே போய் தோட்டத்தில் சிறிது நேரம் உலாத்தலாம் என்று நினைத்தபோது கதவு தட்டப்பட்டது. முன்கூட்டியே அறிவிக்காமல் ஒருவரும் வருவதில்லை. வெளியே இருந்து வருபவர்கள் முதலில் பஸ்ஸரை அழுத்தி இவர் கீழே மின்கதவைத் திறந்த பிறகுதான் மேலே வரலாம். மறுபடியும் யாரோ தட்டினார்கள். கதவைத் திறந்தபோது அதிர்ச்சியில் ஓர் அடி பின்னே நகர்ந்தார். நம்பமுடியவில்லை. ஆப்பிரஹாம் நீலக் கண்களுடன் உயரமாக 14 வயதை நிரப்பிக்கொண்டு நின்றான். 'அம்மம்மா' என உரக்க அழைத்தான். அதன் பின்னர்தான் முன்னே பாய்ந்து அவனைக் கட்டிக்கொண்டார். வார்த்தைகள் குழறின. 'நீ என்னை மறக்கவில்லையா? மறக்கவில்லையா?' என்று அரற்றினார். 'அம்மம்மா, அம்மம்மா' என்று அழைத்தபடியே அவன் கூச்சமாக நின்றான். அவனுக்கு ஒன்பது வயது நடந்தபோது பிரிந்தது. இப்பொழுதுதான் முதல் தடவையாகச் சந்திக்கிறார்கள்.

சிவபாக்கியம் பேரனைத் தடவித் தடவிப் பார்த்தர். ஈட்டி எறிபவன் போல உடம்பு. பொன் கம்பிகளாகத் தனித்தனியாகக் குத்திட்டு நிற்கும் முடி. அணைத்தார், மீண்டும் தடவினார். 'அம்மா நல்லாய் இருக்கிறாரா? அப்பா நல்லாய் இருக்கிறாரா. படிக்கிறாயா?' என்றார். 'அம்மம்மா இன்றுமுழுக்க நான் உங்களுடன்தான். எல்லாக் கேள்விகளுக்கும் பதில் இருக்கு. முதலில் மோலுக்கு போவோம் அங்கே உங்களுக்கு விருப்பமான பிரவுணி ஐஸ்கிரீம் சாப்பிடுவோம்' என்றான். 'உனக்கு இன்னும் ஞாபகம் இருக்கா?' என்றார் சிவபாக்கியம் ஆச்சரியத்துடன். அவனுக்கு ஐந்து வயதிருக்கும். பிரவுணி ஐஸ்கிரீம் என்றால் இருவருக்குமே பிடிக்கும். அன்று சாப்பிடும்போது அது கைதவறிக் கீழே விழுந்துவிட்டது. சிவபாக்கியம் அதைக் குனிந்து துடைத்துத் துப்புரவாக்கினார். மகள் 'எதற்காக கூட்டிச் சுத்தம் செய்கிறீர்கள்? அதற்குத்தான் வேலைக்காரர்கள் இருக்கிறார்களே' என்றாள். சாதாரணக் குரல்தான். உடல் முழுவதும் சேகரமான கோபம் அவள் வாய்வழியாக வேகமாக வெளியே வந்தது. சிவபாக்கியம் திடுக்கிட்டுவிட்டார். அப்படித்தான் சச்சரவு ஆரம்பித்தது.

ஆப்பிரஹாமுக்கு ஆறு வயதானபோது ஒருநாள் தாதி அவனைப் பள்ளிக்கூடத்திலிருந்து அழைத்து வந்தாள். அவன் வரவை எதிர்பார்த்தபடியே வாசலில் சிவபாக்கியம் காத்துக் கிடந்தார். முழங்கால்கள் ஒன்றுடன் ஒன்று இடிபட ஓடிவந்து

அ. முத்துலிங்கம்

சப்பாத்துகளைக்கூட கழற்றாமல் அவர் மடியில் தாவி ஏறி உட்கார்ந்து அன்று பள்ளிக்கூடத்தில் நடந்ததை ஒவ்வொன்றாகச் சொன்னான் அபே. இவர் தமிழில் கேட்பார் அவன் ஆங்கிலத்தில் பதில் சொல்வான். எலும்புகள் இல்லாதவன்போல வளைந்து விளையாட்டுக் காட்டினான். நாற்காலியில் ஏறிப் பாய்ந்தபோது முழங்காலில் காயம்பட்டு அவன் உடலின் உள்ளே ஓடிய ரத்தம் அதே வேகத்தில் அதே திசையில் வெளியே ஓடியது. சிவபாக்கியம் ஒன்றுமே புரியாமல் 'ஓ'வென்று கத்தினார். தாதி ஓடிவந்து கட்டுப்போட்டாள். அன்று மகள் அவர்மேல் பாம்புபோலச் சீறியதை மறக்க முடியாது. 'தாதி ஒருத்தி இருக்கிறாளே. அவளுடைய வேலையை நீங்கள் ஏன் செய்கிறீர்கள்?'

பழைய செய்தித்தாளில் சுற்றிவரும் இனிப்புக்காக வீட்டு வாசலில் இரண்டு மணிநேரம் காத்திருந்த அந்தச் சிறுமியா இன்று அவர்மேல் அப்படிப் பாய்ந்தாள். அவரால் நம்பமுடியவில்லை. அவருடைய ஒரே மகிழ்ச்சி ஆப்பிரஹாம்தான். அவர் கொழும்பிலிருந்து அமெரிக்கா வந்ததே அவனைப் பார்க்கத்தான். புலமைப் பரிசிலில் படிக்க வந்த மகள் பெஞ்சமினைக் காதலித்து மணந்து கொண்டாள். அவன் பரம்பரைச் செல்வந்தர் குடும்பத்தைச் சேர்ந்தவன். மிக நல்லவன்; ஆடம்பரமே கிடையாது. பிள்ளை பிறந்து நாலு வயதானபோது மகள் அவரை வருவித்தாள். அந்த ஆரம்ப நாட்களில் மகளிடம் கேட்டார். 'ஏன் நீ யூத மதத்துக்கு மாறினாய். திரௌபதி என்ற பெயரைக்கூட ரிபெக்கா என்று மாற்றிவிட்டாயே.' 'அம்மா, நீதானே சொன்னாய் எல்லா மதமும் ஒன்று என.' 'அதைத்தான் இப்பவும் சொல்கிறேன். எல்லா மதமும் ஒன்று என்றால் ஏன் நீ மாறவேண்டும்?' 'அம்மா, நீங்கள் முழங்காலில் உட்கார்ந்து இன்னொருவர் வீட்டுத் தரையைத் துடைப்பதுதான் என் சிறுவயது ஞாபகம். அந்த நிலை எனக்கு வந்துவிடுமோ என்று பயமாக இருக்கிறது.'

வரவரச் சின்ன விசயங்களுக்கெல்லாம் மகள் எரிந்து விழுந்தாள். புண்படுத்தும் வார்த்தைகள் சொன்னாள். மூடிவைத்த புத்தகம்போல முகம் இருந்தது. அன்பாகக் கதைப்பதென்பது அரிதாகிவிட்டது. ஆப்பிரஹாமுடன் கழிக்கும் அந்த ஒன்றிரண்டு நிமிடங்களுக்காக மட்டுமே சிவபாக்கியம் உயிர் வாழ்ந்தார். வெள்ளிக்கிழமை இரவுகளில் அநேகமாக வீட்டிலே பெரிய விருந்து நடைபெறும். 'அம்மா இன்றைக்கு இரவு விருந்து நடக்கிறது' என்று மகள் சொல்வாள். 'நீங்கள் கீழே வந்து விருந்தினர் கண்ணில் படவேண்டாம்' என்பதுதான் பொருள். தாயாரை அறிமுகம் செய்யும் அவமானத்திலிருந்து அவள் தப்பிவிடலாம். அன்றிரவு வெகுநேரம் ஹோரா நடனம் ஆடிக் களித்துவிட்டு விருந்தினர்கள் கலைந்தார்கள். அடுத்தநாள் காலை

தேநீர் தயாரிப்பதற்காக சிவபாக்கியம் கீழே இறங்கிவந்து வாயு அடுப்பைப் பற்ற வைத்தார். அன்று சனிக்கிழமை என்பதை முற்றிலும் மறந்துபோனார். திரும்பிப் பார்த்தபோது பின்னால் மகள், மருமகன், ஆப்பிரஹாம், தாதி, வேலைக்காரி எல்லோரும் நின்று அவளை உற்றுப் பார்த்தனர். யூத வீடுகளில் வெள்ளி இரவு தொடங்கி சனி இரவு வரைக்கும் அடுப்பு பற்றவைக்க முடியாது. அது மகா பாவம். மகள் 'அம்மா, உனக்கு அறிவு கெட்டுப் போச்சா? எங்கள் வீட்டை நாசமாக்க வந்தாயா?' என்று எல்லோர் முன்னிலையிலும் கத்தினாள். ஏழு வயது ஆப்பிரஹாம் ஓடி வந்து 'அம்மம்மா' என்று அவரைக் கட்டிக்கொண்டான். சிவபாக்கியம் மேலே போய் அறையில் தனிமையில் அழுது தீர்த்தார். கூட்டுவதையும் துடைப்பதையும் மினுக்குவதையும் மட்டுமே அறிந்த அவர் மூளைக்குள் இந்த விசயம் ஏறவில்லை. 'நரகத்துக்குள் நுழைந்தவர் தங்கக்கூடாது; நடந்துகொண்டே இருக்கவேண்டும்.'

எல்லா வசதியும் இருந்தது. வெளியே போகலாம் வரலாம். வேண்டியதை வாங்கிச் சமைக்கலாம். ஆனால் மகள் அவரை வெறுத்தாள். ஒரு பழைய வாழ்க்கையை அவளுக்கு ஞாபகமூட்டிய காரணமாக இருக்கலாம். கடைசி சம்பவம் ஆப்பிரஹாமின் ஒன்பதாவது வயதில் நடந்தது. அவன் கிளாசில் தண்ணீர் குடிக்கும்போது கடைவாயில் இரண்டு பக்கமும் வழியும். சிவபாக்கியம் அதைத் துடைத்தபடியே அவனுக்கு இடியப்பத்தையும் றால் பொரியலையும் பிசைந்து ஊட்டினார். வெட்டிய தக்காளிபோன்ற சின்ன வாயை அவன் திறப்பான். பாதியில் போதும் என்று மூடுவான். இவர் 'இன்னும் கொஞ்சம்' என்பார். அவன் திறப்பான். கால்களை உயரத் தூக்கிப் பாய்ந்து எங்கேயோவிருந்து மகள் வந்தாள். றால் பொரியலை பார்த்துவிட்டு 'அம்மா' என்று கத்தினாள். வீடு முழுக்க அதிர்ந்தது. ஆப்பிரஹாம் மடியிலிருந்து குதித்து இறங்கி மூலையில் போய் நடுங்கிக் கொண்டு நின்றான். 'எங்கள் குடும்பத்தைப் பிரிப்பதற்குத்தான் நீ வந்திருக்கிறாய். உன்னைப்போல என்னையும் வெகு சீக்கிரத்தில் வீடு கூட்ட வைத்துவிடுவாய்.'

இத்தனை கொடூரமான வார்த்தைகளை ஒருவரும் எதிர்பார்க்கவில்லை. அன்றே சிவபாக்கியம் முதியோர் இல்லத்தில் சேர்க்கப்பட்டார். ஓர் ஒற்றையைத் திருப்புவதுபோல அத்தனை எளிதாக அது நடந்துவிட்டது. அங்கே வந்த பின்னர்தான் சில விசயங்களைக் கற்றுக் கொண்டார். யூதர்கள் குளம்பு பிளந்த, இரை மீட்கும் மிருகத்தின் இறைச்சியை மட்டுமே உண்பார்கள். ஆடு, மாடு, மான், மரை. பன்றிக்கு பிளவுபட்ட குளம்பு ஆனால் இரை மீட்காது. ஆகவே அது தள்ளி வைக்கப்பட்ட உணவு.

ஒட்டகம் இரை மீட்கும் ஆனால் குளம்பு பிளவு படவில்லை. அதுவும் தள்ளிவைக்கப்பட்ட உணவு. நீரில் வாழும் பிராணிக்கு செதிளும் செட்டையும் இருக்கவேண்டும். ஆகவே மீன் ஏற்கப்பட்ட உணவு. நண்டு, கணவாய், றால் தள்ளிவைக்கப்பட்டவை. சிவபாக்கியத்துக்கு இவை எல்லாம் தெரியவில்லை.

ஐந்து வருடங்களாக மகள் அவரை அங்கே வந்து பார்த்தது கிடையாது. பேசியதும் இல்லை. ஆனால் ஐந்து நட்சத்திர ஹொட்டல்போல எல்லா வசதிகளும் செய்து தந்திருந்தாள். கடன் அட்டையில் அவர் என்னவும் வாங்கலாம். எவ்வளவும் செலவழிக்கலாம். ஆனாலும் அவரால் சந்தோசமாக இருக்க முடியவில்லை. ஏதோ குறைந்தது. பயணி மறந்து விட்டுப்போன பயணப்பெட்டிபோல ஒருவருக்கும் பிரயோசனம் இல்லாமல் கிடந்தார். தியான வகுப்பில் மனதை மூடச் சொல்வார்கள். அப்படிச் சொன்ன உடனேயே அங்கே ஆப்பிரஹாம் தோன்றிவிடுவான்.

'அம்மம்மா, நீங்கள் மெலிந்துபோய் விட்டீர்கள். என் கையைப் பிடியுங்கோ, மோல் வந்துவிட்டது. பிறகு சுத்திப் பார்ப்போம். இப்ப ஐஸ்கிரீம் சாப்பிடுவோம். இன்றைக்கு மதியச் சாப்பாடும் என்னோடுதான், யப்பானிய உணவகத்தில்.' இருவரும் பிரவுணி ஐஸ்கிரீம் சாப்பிட்டார்கள். 'அம்மம்மா, நீங்கள் போனவருடம் என்னுடைய பார்மிற்ஸாவை மறந்துவிட்டீர்கள். 200 விருந்தினர்கள் வந்திருந்தார்கள் ஆனால் நீங்கள் வரவேயில்லை.' 'அப்படியா? என்னை ஒருவருமே அழைக்கவில்லை, அபே. அது என்ன பார்மிற்ஸா?' 'ஓ, அதுவா? 13வது பிறந்தநாளுடன் கொண்டாடுவது. நான் முழு ஆண் ஆகிவிட்டேன் என்ற பிரகடனம். என்னுடைய பாவங்களுக்கு நானே முழுப் பொறுப்பு.' 'எனக்குத் தெரியாதே. என் ஆசி உனக்கு எப்பொழுதும் உண்டு.'

'அம்மம்மா உங்களுக்கு என்ன வயது?' 70 என்றார் சிவபாக்கியம். 'அப்ப ஒன்று செய்யலாம். எங்கள் சமய முறைப்படி 83 வயதை அடைந்த ஒருவருக்கு நாங்கள் இரண்டாவது பார்மிற்ஸா கொண்டாடுவோம். உங்களுக்கு 83 வயதாகும்போது எனக்கு 27 வயது நடக்கும். நான் உங்களுக்கு மிகப்பெரிய பார்மிற்ஸா ஏற்பாடுசெய்வேன். சம்மதமா?' 'எனக்கு சம்மதம். ஹோரா வட்ட நடனம் என்னை ஆடச்சொல்லக்கூடாது.' இருவரும் வாய்விட்டுச் சிரித்தார்கள்.

அன்று நெடுநேரம் சுற்றிக் களித்துவிட்டு மாலையானதும் களைத்துப்போய் வீடு திரும்பினார்கள். 'அம்மம்மா, இரவு என்ன சாப்பாடு?' 'நல்ல இடியப்பமும், சொதியும் இருக்கு. கொஞ்சம் சாப்பிடு, அபே.' 'றால் இருக்கா அம்மம்மா?' றால் ஆழ்குளிரில்

கிடப்பது ஞாபகத்துக்கு வந்தது. 'ஏன் கேட்கிறாய் அபே?' 'றால் பொரியுங்கோ, அம்மம்மா.' 'அதே பிழையை இன்னொருமுறை விடமாட்டேன், அபே. நல்ல பாடம் படித்துவிட்டேன், போதும்.' 'என்ரை அம்மம்மா!. இனி நான் எப்ப வருவேனோ தெரியாது? எனக்கு வேணும். பிளீஸ்.' அவனுடைய பிரகாசமான முகம் கறுத்து அழத் தயாரானபோது அவரால் தாங்க முடியவில்லை. 'சரி சரி அழவேண்டாம், என்ரை ராசா.'

றால் பொரிந்து பொன்னிறமாக மாறியபோது மணம் அறை முழுக்க பரவியது. இரண்டு இடியப்பம், சொதி, றால் பொரியல் ஆகியவற்றை ஒரு பிளேட்டில் பரிமாறி அபேயிடம் கொடுத்தார். அவன் உள்ளங்கையால் பிசையத் தொடங்கினான். 'அம்மம்மா வாயைத் திறவுங்கோ.' 'எனக்கு வேண்டாம். நீ முதலில் சாப்பிடு.' 'நான் சாப்பிடக்கூடாது. இது தடுக்கப்பட்ட உணவு, கோசர் அல்ல, உங்களுக்குத் தெரியும். அம்மம்மா, வாயைத் திறவுங்கோ.' அவர் வாயைத் திறக்க அவன் ஊட்டிவிட்டான். 'போதும், போதும்' என்றார் அவர். 'இன்னும் கொஞ்சம், இன்னும் கொஞ்சம்' என்றான் அவன். சாப்பாட்டின் சுவையோடு கண்ணீரும் அவர் வாய்க்குள் நுழைந்தது. அதுவரை சிவபாக்கியம் நினைத்திருந்தார் ஒரு பெண்ணுக்குக் கிடைக்கக்கூடிய ஆகப் பெரிய சந்தோசம் 'இன்னும் கொஞ்சம், இன்னும் கொஞ்சம்' என்று சொல்லி ஏமாற்றி பேரனுக்கு உணவூட்டுவதுதான் என்று. இப்பொழுது தெரிந்தது அதிலும் கூடிய மகிழ்ச்சி ஒன்று இருந்தது. அது பேரன் கையால் 'இன்னும் கொஞ்சம், இன்னும் கொஞ்சம்' என்று சொல்லி உணவூட்டப்படுவதுதான்.

மணி ஒன்பதை நெருங்கியது. 'அம்மம்மா நான் புறப்பட வேண்டும், கார் வந்துவிட்டது.' என்றான். 'அம்மாவும் அப்பாவும் நல்லாயிருக்கிறார்களா?' 'ஒரு குறையும் இல்லை. இன்று முழுக்க அவர்கள் யூதக் கோயிலில் கழித்திருப்பார்கள்.' 'அப்படியா? என்ன விசேஷம்?' 'இன்றுதான் யொம்கிப்பூர். பாவ மன்னிப்பு நாள். விரதம் இருந்து பாவங்களைக் கழுவும் நாள். அப்பாவிடம் முன்னரே பேசி உங்களிடம் வர அனுமதி பெற்றிருந்தேன்' என்று சொல்லிவிட்டுச் சிரித்துக்கொண்டு நின்றான். அவன் நீலக் கண்களில் வீசிய ஒளி அறையை நீல நிறமாக மாற்றியது.

'நீ பாவத்தைக் கழுவவா இங்கே வந்தாய்? நீ என்ன பாவம் செய்தாய்?' அவன் ஒன்றுமே பேசாமல் நிலத்தைப் பார்த்தான். 'அம்மாவுக்கு நீ இங்கே வந்தது தெரியுமா?' 'நான் சொல்லவில்லை? அவர் சம்மதிப்பாரோ என்னவோ. ஆனால் வீட்டுக்கு போனதும் அவரிடம் சொல்லப் போகிறேன்.' முதுகுப்பையை மாட்டிக்கொண்டு புறப்பட ஆயத்தமானான்.

‘இனி எப்போது வருவாய், அபே?’ ‘புதிய பாவங்களைச் சேர்த்த பிறகு.’ மீண்டும் சிரித்தான். திடீரென்று *I love you* என்று சொல்லி மறுபடியும் கட்டிப்பிடித்தான். ‘ரோஷஹஷானாவுக்கு வீட்டுக்கு வருவீர்களா, அம்மம்மா?’ ‘அது என்ன?’ ‘எங்கள் புதுவருடம். ஆதாமும் ஏவாளும் சிருட்டிக்கப்பட்ட தினம்.’ ‘யார் என்னை அழைப்பார்கள்? நீ என்னை மறந்துபோக மாட்டாயே?’ என்றாள் கிழவி தழுதழுத்த குரலில்.

பனிக் குளத்தில் குதிக்கத் தயாராவதுபோல சிறிது தயங்கி நின்றான். ‘இல்லை, அம்மம்மா. எப்படி மறப்பேன்? என்னுடைய *itune, amazon, netflix, facebook, icloud, youmanage* எல்லாக் கணக்குகளுக்கும் உங்களுடைய பெயரைத்தானே கடவுச்சொல்லாக வைத்திருக்கிறேன். ஒருநாளைக்கு 10 தரமாவது உங்களை நினைக்கிறேன் அம்மம்மா.’ அவருடைய கன்னத்தை தடவினான். அது ஈரமாக இருந்தது. *itune, amazon, netflix, facebook, icloud, youmanage* என்ன என்று அவர் கேள்விப்பட்டதேயில்லை. ஆனால் அவன் தன்னை மறக்கவில்லை என்று சொன்னது புரிந்தது.

அவர் கண்கள் அவன் முதுகையே பார்த்துக்கொண்டிருந்தன. பேர்ச் மரத்தை தாண்டி, ஓக் மரத்துக்கும் மேப்பிள் மரத்துக்கும் இடையில் ஒரு துள்ளுத் துள்ளி புகுந்து காரை நோக்கி ஓடினான். திடீரென்று அடித்த காற்றுக்குத் திரைச்சீலை விழுந்ததுபோல இலைகள் பல வண்ணங்களில் உதிர்ந்தன. அவன் மறைந்துவிட்டான். யூதக் காலண்டரில் அடுத்த யொம்கிப்பூர் எப்பொழுது வரும் என்ற ஆலோசனையில் அதே இடத்தில் நெடுநேரம் நின்றார் சிவபாக்கியம்.

~ ~

வாடகை வீடு

வீடு எனக்குப் பிடித்துக்கொண்டது. மனைவியைத் திரும்பிப் பார்த்தேன். அவருக்கும் சம்மதம் என்றே தோன்றியது. பாகிஸ்தானில், அதுவும் பெஷாவாரில் வீடு கிடைப்பது அத்தனை சிரமமானது. இந்த வீடு விசேஷமாகத்தான் இருந்தது. அப்படி வனப்புள்ள வீட்டைத் தரகர் எங்களுக்கு முன்னர் காட்டியதில்லை. அபூர்வமாக வீட்டை அமைத்திருந்தார்கள். வீட்டின் பின்னே ஒரு குன்று இருந்தது. முன்னே சிற்றாறு. அதில் பளிங்குபோன்ற நீர் ஓடிக்கொண்டிருந்தது. அந்த வீட்டுக்காக உண்டாக்கியதுபோல ரோடு இருந்தது. தூரத்தில் சில வீடுகள் தெரிந்தன. ஆனால் இந்த வீட்டின் கம்பீரமும் அலங்காரமும் அவைக்கு இல்லை. ஆற்றுக்கு அந்தப் பக்கம் தென்பட்ட சின்னச்சின்னக் குடிசைகளின் முன் சிறுவர்கள் விளையாடினார்கள். ஆற்றிலே தொட்டுவந்த குளிர் காற்று எங்கள் மேலே பட்டு உற்சாகமூட்டியது. இந்த வீடுதான் எங்களுக்கு என்று நாங்கள் மனதுக்குள் முடிவெடுத்தோம். அது எப்படியோ கண்கள் வழியாக வெளியே தெரிந்து வீட்டுக்காரரும் தரகரும் நம்பமுடியாமல் ஒருவரை ஒருவர் சாடையாகப் பார்த்தார்கள்.

இது நான் பார்த்த 22வது வீடு. ஆனால் இதே வீட்டை இதற்கு முன்னர் 30 பேர் வந்து பார்த்து நிராகரித்துவிட்டுப் போன விசயம் எங்களுக்குத் தெரியாது. இந்தத் தகவலைத் தரகர்தான் இரண்டு மாதம் கழித்துச் சொன்னார். வீடு அழகாகப் பராமரிக்கப்பட்டிருந்தது. வீட்டின் முகப்பில் இருந்த பூந்தோட்டம் ஊடாகத்தான் வீட்டுக்குள்

நுழையவேண்டும். என்னென்ன பூக்கள் வேண்டும் என்று ஒருவர் நினைப்பாரோ அவையெல்லாம் இருந்தன. ரோஜா, மல்லிகை, செவ்வரத்தை, லில்லி, டாலியா, கார்னேசன், கிரிசாந்திமம், ஓர்க்கிட், மாரிகோல்ட் என்று அத்தனை வகையும் பூத்துக் குலுங்கின. வீட்டின் உள்ளே நுழைந்து மேல்மாடிக்குப் போய் கதவைத் திறந்தால் அங்கேயும் ஒரு தோட்டம் இருந்தது, அதே மாதிரியான பூக்களுடன். குன்றுக்குப் பக்கத்தில் வீடு இருந்ததால் அந்தச் சரிவைப் பயன்படுத்தி வீட்டைச் சாமர்த்தியமாக அமைத்திருந்தார்கள். குன்றின் அடிப்பாகம் ஒரு தோட்டம்; மேல் பாகம் இன்னொரு தோட்டம்.

வீட்டுக்காரருக்கு விரல்களில் ஐந்து மோதிரங்கள்; அத்துடன் இரண்டு மனைவிகளும், மூன்று பிள்ளைகளும். ஒரு காலத்தில் இந்த ஊரை புஷ்பபூர் என்று அழைத்தார்கள். அதிலிருந்துதான் பெஷாவார் என்ற பெயர் வந்ததாக அவர் சொன்னார். பாகிஸ்தான் ராணுவத்தில் முன்னர் வேலை செய்ததால் அவருக்கு அந்த இடத்தை அரசாங்கம் இலவசமாக வழங்கியிருந்தது என்று பின்னர் கேள்விப்பட்டேன். ஆனால் பெஷாவார் பற்றிய அறிமுகப் புத்தகத்தை நான் படித்தபோது அது வேறு ஒன்று சொன்னது. ராமாயணத்தில், ராமனுடைய தம்பி பரதனுடைய பூமி அது. அவனுடைய மகனின் பெயர் புஷ்கல். அவன் ஆண்ட தேசம் புஷ்கலாவதி. அதிலிருந்து இந்த பெயர் மருவியது என்று சொன்னது. இரண்டு காரணமும் பொருத்தமாய்த்தான் இருந்தது.

வீடு புதிது. நாங்கள்தான் முதன்முதல் குடிவரப் போகிறோம். தரை முழுக்கக் கால் புதையும் கம்பளம் விரித்திருந்தது. நீண்ட பட்டு திரைச்சீலைகள் அலை அலையாக மெல்லிசாக எழும்பி அசைந்தன. சமையலறை யன்னலைத் திறந்தால் பூக்கள் எட்டிப்பார்த்தன. அழகாக வெட்டிப் பராமரிக்கப்பட்ட பசும் புல். குருவிகள் பறந்து பறந்து புல்லில் எதையோ தேடிப் பிடித்தன. மீண்டும் பறந்தன. மனைவி சமையலறையை ஆராய்ந்தார். அவர் சம்மதம் சொன்னவுடன் வீட்டு வாடகை ஒப்பந்தம் கையெழுத்துப் போடுவதற்குத் தயாராக இருந்தது. குளிர்பெட்டி வேலைசெய்தது. மின்னடுப்பு வேலை செய்தது. குழாயைத் திறந்தால் தண்ணீர் வந்தது. இறுதியில் சமையலறையில் ஒவ்வொரு இழுப்பறையாக இழுத்துப் பார்த்தார். பின்னர் சரி என்று தலையாட்டினார். நான் ஒப்பம் வைத்தேன். அவர் இழுப்பறையில் என்ன தேடினார் என்பது இன்றுவரை மர்மமாகவே பாதுகாக்கப் படுகிறது.

அந்த வீட்டில் நாங்கள் குடிபுகுந்து நாலு வருடங்கள் வாழ்ந்தோம். பாகிஸ்தானில் ஒரு வழக்கம் இருந்தது. வீடு

வாடகைக்கு விடும்போது வீட்டோடு சேர்த்து காவல்காரர்களும் கிடைப்பார்கள். அவர்களுக்கு மாதாமாதம் சம்பளம் கொடுப்பது வீட்டுக்காரர்தான். பகலில் ஒரு காவல்காரன்; இரவில் ஒரு காவல்காரன். இருவரும் முன்னாள் ராணுவச் சிப்பாய்கள். இவர்களுக்கு நான் கட்டளையிட முடியாது. வீட்டுக்காரர்தான் இவர்களுடைய எசமானானபடியால் அவருடைய கட்டளைகளையே நிறைவேற்றுவார்கள். அந்தக் கட்டளை என்னவென்று எனக்குத் தெரியாது. ரவை மாலைகளைக் குறுக்காக அணிந்தபடி நீண்ட துவக்குகளை வைத்துக்கொண்டு காவல் காப்பார்கள். வீட்டுக் கேட்டை அவர்களே திறப்பார்கள். அவர்களே பூட்டுவார்கள். வீட்டுச் சிறைபோல நாங்கள் தப்பிவிடாமல் எங்களைக் காவல் காக்கிறார்களா அல்லது வெளியாட்கள் உள்ளே புகுந்துவிடாமல் காக்கிறார்களா என்ற சந்தேகம் எனக்குப் பலமுறை வந்தது. இந்த நீண்ட துப்பாக்கியால் யாரைச் சுடுவார்கள்? என்ன நடந்தால் துப்பாக்கியைச் சுடுவதற்குத் தூக்கவேண்டும்? இவர்களுடைய எசமான் என்ன கட்டளையிட்டிருக்கிறார்? ஒன்றுமே தெரியாது. ஆனால் அவர்கள் விசுவாசமாக இருந்தார்கள் என்றே பட்டது.

பகல் நேரத்து வாயிலோனைப் பார்க்கும்போது எனக்குச் சிரிப்பு வரும். பெரும் சைனியத்தின் தளபதி முன்னே வருவதுபோல என்னக் கண்டதும் குருவி தத்துவதுபோல பக்கவாட்டில் தத்தி சப்பாத்துகளை நிலத்திலே உதைத்து சல்யூட் வைப்பான். வீட்டுக்காரர் அவனுக்குக் கொடுக்கும் கட்டளைகளில் அது ஒன்றாக இருக்கலாம். ஆணைகளைத் தீவிரத்துடன் செயல்படுத்துவான். இவனை மீறி ஓர் எறும்பு உள்ளே நுழையமுடியாது. என்னை யாராவது பார்க்க வந்தால் காக்க வைத்துவிட்டுத் தானாகவே முடிவெடுத்து அவர்களை வந்த வழியே திருப்பி அனுப்பிவிடுவான். அவ்வையார் காலத்தில் அவரை நாட்கணக்காக் காக்கவைத்து, அரசனை அணுக அனுமதிக்காது திருப்பி அனுப்பிய வாயிலோனும், ஔவையார் அந்தச் சந்தர்ப்பத்தில் வயிறெரிந்து பாடிய பரிதாபமான பாடலும் எனக்கு நினைவுக்கு வரும்.

மாலை வரும்போது எங்களுக்கு அபூர்வமான காட்சி கிடைக்கும். எதிரிலே இருக்கும் குடிசைகளில் இருந்து சிறுவர்கள் எருமைகளைக் கொண்டுவந்து ஆற்றிலே குளிப்பாட்டுவார்கள். பெஷாவாரில் எருமைகள் வயல் உழும். வண்டி இழுக்கும். பொதி ஏற்றிச் செல்லும். பெண் எருமைகள் பால்தரும். அவர்களுடைய செல்வம் அது. அவர்கள் எருமைகளோடு விளையாடுவதையும் கொஞ்சுவதையும் அவற்றைக் குளிப்பாட்டுவதையும் பார்க்கும்போது மகிழ்ச்சியாக இருக்கும். அந்தச் சிறுவர்களுக்கு

வயது எட்டில் இருந்து 10, 11 வரை இருக்கும். எருமைகள் பெரிய வளைந்த கொம்புகளுடன் கொழுத்துப்போய் காணப்படும். இந்தச் சிறுவர்கள் சொல்வதை அவை கேட்கும். நட என்றால் நடக்கும், நில் என்றால் நிற்கும். குனி என்றால் குனியும். பகல் முழுக்க எருமைகளை மேய்த்துக் களைத்தவர்களுக்கு இது விளையாட்டு நேரம். அவர்கள் கிரிக்கெட்டோ உதைபந்தோ விளையாடுவது கிடையாது. இதுதான் விளையாட்டு. ஆற்றுக்குள் இறங்கினால், இருள் எருமைகளை மூடு மட்டும் விளையாடுவார்கள். அல்லது தாய்மார்கள் வெளியே வந்து கத்திக் கூப்பாடு போடவேண்டும்.

அதிலே ஆகச்சிறிய வயதுப் பையன் ஒருவனும் இருந்தான். ஆறு வயது இருக்கலாம். அவனுடைய எருமை பிரம்மாண்டமானது. கொம்புகள் வளர்ந்து வளைந்திருக்கும். செவிகள் இன்னும் நீளமாகப் பக்கவாட்டில் செல்லும். எப்படி இந்த மிருகம் இத்தனை சின்னப் பெடியனுக்குக் கீழ்ப்படிகிறது என்று வியப்பாக இருக்கும். அதன் முதுகில் சிலவேளை பயணம் செய்வான். எப்படி ஏறுவானோ தெரியாது. இறங்கும்போது சறுக்கிக்கொண்டு இறங்குவான். அநேக நேரம் அதன் கழுத்தில் தலைகீழாகத் தொங்கிக்கொண்டு சவாரி செய்வான். கட்டிப்பிடித்து முத்தம் கொடுப்பான். அவனுக்கு அந்த எருமை என்ன? சவாரி மிருகமா அல்லது வேலைக்காரனா, ஒருவேளை விளையாட்டுத் தோழனா? அவனுடைய பெயர் இக்பால். புஸ்து மொழியில் அவனிடம் நலம் விசாரிப்பேன். புறப்படும்போது எருமையின் முதுகில் ஏறி நின்று ராணுவ வீரன்போல சல்யூட் வைப்பான்.

நடிகை ஸ்ரீதேவி மிகவும் பிரபலமாகியிருந்த சமயம் அது. முதன்முதல் வந்து பெஷாவார் விமான நிலையத்தில் இறங்கி ஹொட்டலுக்கு வாடகைக் காரில் போய் சேர்வதற்கிடையில் ஸ்ரீதேவியின் பதாகைகளையும் சுவரொட்டிகளையும் வழி நெடுகப் பார்த்தேன். அது தவிர ஆட்டோக்களின் பின் படுதாக்களில் ஸ்ரீதேவி சிரித்த முகத்துடன் தொங்கினார். இதை நான் எதிர்பார்க்கவில்லை. ஒரு தமிழ் நடிகைக்கு புஸ்து தேசத்தில் இத்தனை வரவேற்பு கிடைத்தது கொஞ்சம் மகிழ்ச்சியைத் தந்தது. ஆச்சரியம் அத்துடன் முடியவில்லை.

நான் நடைபயிற்சிக்குப் போகும்போது பச்சைக்கண் சிறுமி ஒருத்தி நாலு ஐந்து குருவிகளை வைத்து விற்பதைப் பார்ப்பேன். ஒரே குருவிகளா அல்லது வேறு வேறு குருவிகளா தெரியாது. நான் தினம் சிறுமியுடன் பேசுவேன். அது பறவைகளுக்குப் புரிந்தாலும் அவளுக்குப் புரியாது. சின்னத் தலையை இரண்டு பக்கமும் பலமாக ஆட்டுவாள். ஓய்வுபெற்ற விமானப்படை அதிகாரி ஒருவர் எங்களைத் தாண்டி வேகமாக நடப்பார். நான்

வேகமாக நடந்தால் எனக்குள் இருக்கும் காற்று சீக்கிரத்தில் முடிந்துபோகும். ஆகவே மெதுவாக நடப்பேன். அதே வீதியில் விமானி சற்றுத் தூரத்தில் வசித்தார். முதலில் சிறு புன்னகையுடன் பிரிந்தோம்; பின்னர் பேசினார். அவர் பாகிஸ்தான் விமானப் படையில் ஓய்வுபெற முன்னர் எயர் வைஸ் மார்ஷலாகப் பதவி வகித்தவர். 1971 பங்களாதேஷ் பிரிவினையின்போது பொய்ரா விமானப்போரில் கலந்துகொண்டவர். இரண்டு சாபர் விமானங்களை இந்திய விமானப்படை சுட்டு வீழ்த்தியதை எனக்குச் சொல்லியிருக்கிறார். திடீரென்று நான் கேட்காமலே சொன்னார். 'போர் உத்தி ஒன்றிருக்கிறது. குளவியைக் கொல்ல வேண்டுமென்றால் ஒவ்வொரு குளவியாகப் பிடித்து கொல்லக்கூடாது. குளவிக்கூட்டை அழிக்கவேண்டும்.' இதை ஏன் சொன்னார் என்பது தெரியவில்லை.

அவருடனான முதல் சந்திப்பும் சம்பாஷணையும் நினைவில் இருக்கிறது.

'நீங்கள் பேசுவது தமிழா?'

'ஆமாம்.'

'நீங்கள் மதராசியா?'

'இல்லை, இலங்கை' என்றேன்

'உங்களிடம் ஸ்ரீதேவியின் பட கசெட்டுகள் இருக்கின்றனவா?'

எனக்கு ஆச்சரியம்தான். சந்தித்துப் பேசி இரு நிமிடங் களுக்கிடையில் அவர் கேட்டது இதுதான். ஸ்ரீதேவி ஹிந்தி யில் நடித்த பல படங்கள் பெஷாவாரில் வெற்றிகரமாக ஓடிக்கொண்டிருந்தன. சாண்டினி, மிஸ்டர் இந்தியா, நாகினி போன்ற படங்களுக்கு பெரிய வரவேற்பு இருந்தது. பெஷாவாரில் உள்ள வீடியோக் கடைகளில் அவருடைய படங்கள் வாடகைக்குக் கிடைக்கும். ஒருநாள் வாடகைக்கு பத்து ரூபாய். இன்னொருநாள் அதிகமானால் இருபது ரூபாய். அப்படியிருக்க என்னிடம் விசாரித்தது விநோதமாகப் பட்டது. 'இருக்கின்றன. அவை தமிழ்ப் படங்கள்' என்றேன். 'தெரியும். உங்களால் இரவல் கொடுக்க முடியுமா?' என்றார். 'முடியும். ஆனால் தமிழ் மொழி உங்களுக்கு புரியாதே' என்றேன். ஓய்வுபெற்ற எயர் வைஸ் மார்ஷல் உரக்கச் சிரித்தார். 'மொழி யாருக்குத் தேவை? ஸ்ரீதேவியுடைய முகத்தைத் தானே பார்க்கப் போகிறேன்' என்றார்.

அவர் அடிக்கடி வீட்டுக்கு வருவார். வாயிலோன் அவரை கேட்டிலேயே தடுத்து நிறுத்திவிட்டு உள்ளே வந்து ஸ்ரீதேவியின் பட கசெட்டை எடுத்துப்போய் கொடுப்பான். பார்த்து முடிந்ததும்

திருப்பிக் கொண்டு வருவார். மூன்றாம் பிறை, வாழ்வே மாயம் போன்ற படங்களை இருதடவை பார்த்தார். தேவராகம் அவருக்குப் புரியவே இல்லை. ஏதோ நான்தான் அந்தப் படத்தை எடுத்ததுபோல என்னுடன் வாக்குவாதம் செய்தார். இந்தச் சம்பாஷணை எல்லாம் கேட் முன்புதான் நடக்கும். பலமுறை அவரை உள்ளே அழைத்திருப்பேன். வருந்தி அழைத்தாலும் வரமாட்டார். எனக்கு ஒருமாதிரியாகப் போகும்.

பலர் நினைத்திருக்கிறார்கள் கடன் அட்டை என்பது 1950 களில் கண்டுபிடிக்கப்பட்ட ஒன்று என்று. அதற்கு பல நூறு ஆண்டுகளுக்கு முன்னரே பாகிஸ்தானில் அது நடைமுறைக்கு வந்துவிட்டது. அதன் பெயர் கடன் அட்டை அல்ல, கடன் குச்சி. பெஷாவாரில் இருந்தபோது நான்கூட அதைப் பயன்படுத்தினேன். என்னுடைய வீதியின் நுனியில்தான் பாபர் கிழவரின் ரொட்டிக் கடை இருந்தது. காவல்காரன் ரொட்டி வாங்கச் செல்லும்போது கிழவர் ரொட்டியைக் கொடுத்து ஒரு குச்சியில் கத்தியால் ஒரு வெட்டுப் போட்டு தருவார். இரண்டு ரொட்டி வாங்கினால் இரண்டு வெட்டு. அடுத்தநாள் காவல்காரன் ரொட்டிவாங்கப் போகும்போது அதே குச்சியைக் கொண்டுபோவான். மாதக் கடைசியில் பாபர் கிழவர் வீட்டுக்கு வருவார். வீட்டுக்கு என்றால் கேட் மட்டும்தான். குச்சியில் எத்தனை வெட்டு விழுந்திருக்கிறது என்று எண்ணிப்பார்த்துக் காசு கொடுக்கவேண்டும். வாசலில் எறும்பு புற்றுக்குக் கிட்ட நிற்பதுபோல நின்று பதற்றப் படுவார். உள்ளே வரச்சொல்லிக் கேட்பேன். மறுத்துவிடுவார். காசைப் பெற்றதும் குச்சியை முறித்துப்போட்டு புதுக் குச்சி தருவார். அது அடுத்த மாதத்திற்கான கடன் குச்சி.

ராம்ழான் நோன்பு வந்தபோது நாங்கள் விடுமுறை போய்த் திரும்பினோம். ஒரு மாதம் கழித்து வழக்கம்போல மாடியில் உட்கார்ந்து சிறுவர்கள் விளையாடுவதை வேடிக்கை பார்த்தோம். இக்பால் இருந்தான், ஆனால் அவனுடைய எருமையைக் காணவில்லை. மற்றச் சிறுவர்கள் தங்கள் தங்கள் எருமைகளைக் குளிப்பாட்டினார்கள். இவன் ஒவ்வொருவராகக் கெஞ் சினான் தன்னையும் விளையாட்டில் சேர்த்துக்கொள்ளும்படி. அவர்கள் சேர்க்கவில்லை. எருமை மாடு இல்லாதவனை எப்படி விளையாட்டில் சேர்ப்பார்கள்? சோகமாகத் தலையைக் குனிந்தான். தண்ணீரில் மூழ்குவதும் வெளியே வருவதுமாகத் தனியாக விளையாடினான். இக்பால் என்று சத்தமாக அழைத்து அவனை வரும்படி சைகை காட்டினேன். ஆற்றை நீந்திக் கடந்து வந்தான். ஆனால் கேட்டை திறந்து உள்ளே வர மறுத்துவிட்டான்.

'உன் எருமை எங்கே, காணவில்லை?' என்றேன். 'ராம்ழானுக்கு சாப்பிட்டுவிட்டோம்' என்றான். ஓர் எடை

யந்திரத்தில் நிற்பதுபோல கைகளை ஒடுக்கி நேராக நின்றான். ‘உனக்கு விளையாட ஒருவரும் இல்லையா?’ இல்லை என்று அவன் நிலத்தைப் பார்த்தான். சிறிது நேரம் அப்படியே நின்றான். அழுகை வெளியே வராமல் அவன் சொண்டுகள் வேகமாக வேலைசெய்து தடுத்தன. எதற்காக அவன் துக்கப்படுகிறான். எருமையைச் சாப்பிட்டதற்கா அல்லது விளையாட யாருமே இல்லை என்றா? ‘துக்கப்படாதே, உள்ளே வா’ என்றேன். அவன் அசையவே இல்லை. காவல்காரன் ‘அவன் உள்ளே வரமாட்டான்’ என்று அவனை உற்றுப் பார்த்தபடி ஒருவித நிச்சயத்துடன் என்னிடம் சொன்னான். சிறுவனின் தாயார் எதிர்ப் பக்கம் நின்று கத்தினாள். அவன் ஆற்றில் குதித்து நீந்திப் போனான். அந்தத் தாய் சிறுவனின் காதைப் பலம்கொண்ட மட்டும் முறுக்கினாள்; பின்னர் இழுத்தாள். காது தலையிலே கச்சிதமாகப் பொருத்தப்பட்டிருக்கிறது என்பதை நிச்சயித்தபிறகு அதை விடுவித்தாள்.

நாலு வருடத்தில் அந்த வீட்டுக்குள் ஒரு பாகிஸ்தானியரும் நுழைந்தது கிடையாது. வெளிநாட்டுக்காரர்கள் வந்துபோவார்கள். பாகிஸ்தானியர்களிடம் எங்களிடம் மறைக்கப்பட்ட ஏதோவொரு தகவல் இருந்தது. எருமைச் சிறுவன் வரமாட்டான். பாபர் கிழவர் வரமாட்டார். ஆனால் முக்கியமாக விமான ஓட்டி, கனடிய சாபர் விமானத்தை 1000 கி.மீட்டர் வேகத்தில் ஓட்டி எதிரி விமானங்களை துவம்சம் செய்தவர், அவருக்கு என்ன பயம்? அவரும் உள்ளே வந்தது கிடையாது. நாலு வருடம் முடிந்து பாகிஸ்தானை விட்டுப் புறப்பட்ட அன்றுதான் மர்மம் துலங்கியது. எங்களை விமான நிலையத்துக்கு ஏற்றிச் செல்ல வாடகைக் கார் வந்திருந்தது. கார் சாரதி வியப்புடன் கேட்டான் ‘இந்த வீட்டிலா இத்தனை வருடங்கள் வசித்தீர்கள்?’ அவன் கேட்ட விதத்தில் அந்த வீடு பேய் பிடித்த வீடு என்று சொல்லப்போகிறான் என்று நினைத்தேன். ‘இந்த வீட்டை பலபேர் பார்த்தும் ஒருவரும் எடுக்கவில்லையே. நீங்கள் எடுத்ததுதான் ஆச்சரியம்.’ ‘என்ன பிரச்சினை?’ என்றேன். அவன் கேட்டான் ‘உங்கள் வீட்டுக்கு பின் என்ன இருக்கிறது?’ ‘மண் குன்று’ என்றேன். கார் விமான நிலையத்தை நோக்கி வேகமாகப் போனது. சுவர்களில் இருந்து ஸ்ரீதேவி சிரித்தபடி விடை கொடுத்தார்.

‘அது நீங்கள் நினைப்பதுபோல இயற்கையான மண் குன்று அல்ல. செயற்கையானது.’

‘அப்படியா?’

‘பாகிஸ்தான் ராணுவத்தின் ஆயுதக் கிடங்கு. ராணுவம் ஆயுதங்களை ஒரே இடத்தில் புதைத்து வைப்பதில்லை.

நூற்றுக்கணக்கான ஆயுதக் கிடங்குகள் உள்ளன. அதிலே இது ஒன்று. மக்கள் வாழும் பகுதிகளில் தெரிந்தே அமைப்பார்கள். அப்பொழுது எதிரி நாட்டுக்கு அது ஆயுதக் கிடங்கு என்ற சந்தேகம் உண்டாகாது. உண்டானாலும் குண்டுபோட்டு அழிக்கத் தயங்குவார்கள்.' என்றான். சட்டென்று எல்லாம் புலப்பட்டது. விமானப்படை வீரர் எத்தனை தரம் அழைத்தும் வீட்டுக்குள் வராததன் காரணம்.

இருபது வருடம் கழித்து என் பாகிஸ்தான் நண்பர் ஒருவரிடமிருந்து தொலைபேசி வந்தது. அவருடைய மகளுக்குத் திருமணம் என்றார். நாங்கள் அங்கே வசித்தபோது கைக்குழந்தையாக இருந்த பெண். வேறு பல விசயங்களும் பேசினோம். நான் வசித்த வீடு 20 வருடமாகப் பூட்டியிருக்கிறது என்ற தகவலைச் சொன்னபோது என்னால் நம்பமுடியவில்லை. 'வீட்டுக்காரர் வாடகையைப் பாதியாகக் குறைத்துவிட்டார். அப்படியும் ஆள் கிடைக்கவில்லை' என்றார். உலகம் முழுக்க மூடர்கள் நிறைந்திருக்கிறார்கள். ஆனால் அவர்கள் அகப்படுவது எத்தனை சிரமமான விசயம் என்பது எனக்கு அன்றுதான் புலப்பட்டது.

~ ~

கடவுளை ஆச்சரியப்படுத்து

'உலகத்தின் எல்லையைக் கண்டுபிடிப்பதற்காக ஒரு மனிதன் நடக்கத் தொடங்கினான். பல நாட்கள் பயணம் செய்து பல மலைகளைக் கடந்து, பல ஆறுகளைத் தாண்டி உலகத்தின் எல்லைக்கு வந்து சேர்ந்தான். அங்கே ஒரு பாறை இருந்தது. அதன் உச்சிதான் எல்லை. ஒருநாள் முழுக்க ஏறி உச்சியை அடைந்தான். தான் வந்து சேர்ந்த அடையாளமாக அதிலே எழுதினான். 'இங்கே நான் வந்தேன்.' எழுதி முடிந்ததும் திகைத்தான். ஏற்கனவே பாறையின் உச்சியில் 'இங்கே நான் வந்தேன்' என்று எழுதியிருந்தது, ஆனால் தலைகீழாக.'

ரொறொன்ரோ பூங்கா இருக்கையில் உட்கார்ந்து ஒரு நடுமதியம் அந்தக் கதையைக் கிழவர் சொன்னார். அதைக் கேட்டவனுக்கு வயது 17 இருக்கும். பத்து வயதில் பெற்றோருடன் கனடாவுக்கு வந்தவன். இரண்டு நாள் முன்னர்தான் வீட்டைவிட்டு ஓடினான். அவனுடைய மூளை வளரும் வேகத்திலும் பார்க்க பள்ளிக்கூடத்தில் அவன் படித்து முடிக்க வேண்டிய புத்தகங்களின் எண்ணிக்கை வளர்ந்தது. சரித்திர பாடத்தில் கி.மு என்பதற்கு பதிலாக கி.பி என்று எழுதிவிட்டான். அவனுடைய அப்பா திட்டினார். அம்மா தலைமயிரை விரித்து ஓங்கி ஓங்கித் தன் தலையில் தானே அடித்தார். அவனுடைய பெற்றோர் பள்ளிக்கு வரும்போது அவனுக்கு வெட்கமாக இருக்கும். அவனை அழைத்துக்கொண்டு சொந்தக்காரர் வீட்டுக்கு விருந்துக்குப் போகும்போது பெற்றோருக்கு

அ. முத்துலிங்கம்

வெட்கமாக இருக்கும். நீண்ட தலைமயிரும், காதுக் கடுக்கனும் வாழ்க்கைக்கு அத்தியாவசியமில்லை என்பது பெற்றோர்களின் எண்ணம்.

அவனுக்கு இப்பொழுது உடனே ஒரு வேலை தேவை. கிழவர் சொன்னார். 'உலகத்தில் புதிது என்று ஒன்றுமே கிடையாது. அதை ஏற்கனவே ஒருத்தன் செய்திருப்பான். ஒருவன் ஒரு வேலையை செய்யமுடியும் என்றால் அதை இன்னொருவனும் செய்யலாம். உனக்கு முன்னால் தெரியும் உணவகத்தைப் பார். கனடாவின் ஆகப் பெரிய உணவகம் இதுதான். அங்கே இரண்டு வேலைகள் எப்பவும் கிடைக்கும். ஒன்று கோப்பை கழுவுவது; இன்னொன்று மேசை துடைப்பது.' 'ஆனால் எனக்கு அனுபவம் இல்லையே?' நீ பிறந்தபோது யார் உனக்கு பால் குடிக்கச் சொல்லித் தந்தது. நீ எப்படியோ உன் உணவுப்பை எங்கேயிருக்கிறது என்பதை தடவிக் கண்டுபிடித்து உறிஞ்சினாய் அல்லவா? துணிந்துபோ. மேசை துடைக்கும் வேலைக்கு ஆகக் குறைந்த மூளையே போதும்' என்று துரத்தினார். சமையல்கூட மனேஜரை பார்க்கச் சொன்னார்கள். அவர் பெயர் ஐஸாக். பெரிய பொத்தான்கள் வைத்த வெள்ளைச் சீருடை இறுக்கமாக அவர் உடம்பை கவ்விப் பிடித்திருந்தது. அந்த உணவகத்தில் 200 பேர் ஒரே சமயத்தில் உட்கார்ந்து உணவருந்தமுடியும். 60 மேசைகளும் அதைச் சுற்றி நாற்காலிகளும் இருந்தன. 'இங்கே இரண்டு மேசை துடைப்பாளர்கள் தேவை. இன்று ஒருவர் மட்டுமே வேலை செய்கிறார். அவர் வேலையை ஒரு மணி நேரம் அவதானித்துப் பார். அதற்குப் பின்னர் நீ அவர் போலவே வேலை செய்' என்றார். அவனுக்கு வேலை கிடைத்தது.

அவனுடைய வீட்டுப் பெயர் மகேஸ்வரன். பள்ளிப்பெயர் மார்க். வேலையில் அவனுக்குக் கொடுத்த பெயர் *busboy*. வாடிக்கையாளர் உணவருந்திய பின்னர் மேசையில் இருக்கும் பிளேட்டுகளையும் கிளாஸ்களையும் அகற்ற வேண்டும். மேசையைத் துடைத்து அடுத்தவருக்கு அதைத் தயாராக்க வேண்டும். சீனி பக்கட்டுகளை அடுக்கி நிரப்பி வைத்துவிட்டு 38ஆம் நம்பர் அல்லது 39ஆம் மேசை தயார் என்பதை வரவேற்புப் பெண்மணிக்கு அறிவிக்கவேண்டும். அப்பொழுதுதான் அவர் புதிய வாடிக்கையாளரை மேசைக்கு அனுப்புவார். 30 மேசைகளுக்கு அவன் பொறுப்பு. மீதி 30 மேசைகளுக்கு பிலிப்பினோ பொறுப்பு. ஓர் உணவகத்தில் இதுதான் ஆகக் கடைநிலை வேலை, ஆனால் முக்கியமானது. வாடிக்கையாளர் மேசையை விட்டு நீங்கிய இரண்டு நிமிடங்களில் மேசை அடுத்த வாடிக்கையாளருக்குத் தயாராகிவிடவேண்டும். அதுதான் கட்டளை. மிகச் சுலபமான வேலை என்றுதான் ஆரம்பத்தில் நினைத்தான். ஆனால் எச்சில்

பிளேட்டுகளைச் சுமந்து செல்லவேண்டும். கிளாஸ்களில் மீதமுள்ள குடிபானங்களை வாளியில் ஊற்றிவிட்டு அவற்றை ஒன்றன்மேல் ஒன்றாக அடுக்கி தூக்கிப் போகவேண்டும். பின்னர் நாற்காலிகளை நேராக்கிச் சுத்தமாக்கும் திரவத்தை மேசையில் அடித்துத் துடைத்து துப்புரவாக்கி அலங்காரம் செய்யவேண்டும்; நாப்கின்கள் புதியவை என்பதை உறுதிசெய்யவேண்டும்.

பிலிப்பினோக்காரன் இரண்டு வருடமாக அங்கே வேலைசெய்கிறான். மெலிந்து உயர்ந்த தேகம். அவனால் பதினைந்து பிளேட்டுகளை அனாயாசமாகத் துக்கிக்கொண்டு விரைந்து செல்லமுடியும். எதிர்ப் பக்கம் சாய்ந்தபடி வாளித் தண்ணீரை தூக்கிக்கொண்டு மேசை மேசையாக நகர்வான். ஒட்டகத்தின் நீண்ட கழுத்தில் தலை ஆடுவதுபோல ஆடும். அவனுக்குக் களைப்பே கிடையாது. கழுத்திலிருந்து தோள்மூட்டுவரை பல் காயமாக இருக்கும். கழுத்திலிருந்து கீழே போகிறதா அல்லது தோள்மூட்டிலிருந்து மேலே போகிறதா என்பது மர்மம்தான். காதலியின் பல்காயங்களை முத்துமாலைபோல அணிந்திருப்பான். ‘உனக்கு வலிக்காதா?’ ‘வலிக்கும்தான்’ என்பான். ‘நீ அவளுக்குச் சொல்லலாமே.’ ‘எப்படி? என்னுடைய வாய்க்குள் அவள் முழுக்கூந்தலும் இருக்குமே!’

பிலிப்பினோவின் ஒரே பயம் மனேஜர்தான். அவரின் முகம் வியர்த்திருக்கும். அக்குளில் வியர்வை சேர்ந்து சீருடையின் நிறம் அங்கே மாறியிருக்கும். எந்நேரமும் புகழப்பட விரும்புபவர். சுற்றிப் பார்க்க அவர் புறப்படும்போது பிலிப்பினோவின் முகம் 15 பிளேட்டுகளின் பின்னால் மறைந்துவிடும். அவன் அடிக்கடி சொல்லும் புத்திமதி இதுதான். ‘மனேஜர் மகிழ்ச்சியில் கைதட்டும்போது உன் தலையை நடுவே நுழைக்காதே.’ அவனுடைய புத்திமதியைச் சிலசமயம் அவனே மறந்துவிடுவதுண்டு. மனேஜர் எதிர்வரும்போது ஒதுங்கிப் போகவேண்டும். அவர் உடம்பை சுருக்க மாட்டார். ஒருமுறை பிலிப்பினோ அவர் தோள்மூட்டில் மோதி பிளேட்டுகளைக் கொட்டிவிட்டான். அவர் திரும்பியும் பார்க்காமல் நடந்து கொண்டேயிருந்தார். அவர் ஒரு விரலை உயர்த்தி நட்டத்தை அவனுடைய சம்பளத்தில் பிடிக்கலாம்; அல்லது அவனை வீட்டுக்கு அனுப்பலாம். அத்தனை அதிகாரம் அவருக்கு உண்டு.

மூன்று மாதம் வேலை செய்த பின்னர்தான் ஒருநாள் அவளைக் கண்டான். 24ஆம் நம்பர் மேசையில் தனியே உட்கார்ந்திருந்தாள்.. பல்கலைக் கழக மாணவி போன்ற தோற்றம். ஃபாஷன் இதழ் ஒன்றில் வெட்டி எடுத்ததுபோன்ற முகம், குழந்தைப் பிள்ளைத்தனமாகவும் அதே சமயம் நாகரிகமாகவும்

இருந்தது. சாண்ட்விட்ச்சை கையிலே தூக்கி முன்னுக்கும் பின்னுக்கும் ஆராய்ந்தாள். அவளுக்கு அவன் 'பஸ்போய்' என்பது தெரியாது. அவனை ஒரு பரிசாரகன் என்றே நினைத்துவிட்டாள். அவனைக் கிட்ட அழைத்து 'இது என்ன?' என்று கேட்டாள். அவன் 'சாண்ட்விச்' என்று கூறினான். 'மரக்கறியா?' என்றாள். 'இல்லை இல்லை கோழி' என்று சொன்னான். நடுங்கியபடி திறந்து பரிசோதித்தாள். 'செத்துவிட்டதா?' என்றாள். 'நெடுநாட்களுக்கு முன்பே' என்றான். அதை மேசையில் வைத்தாள். சதுரங்க ராசாவை ஒற்றை விரலினால் அடுத்த கட்டத்துக்கு தள்ளுவதுபோல மெள்ள எதிர்ப்பக்கத்துக்குத் தள்ளினாள். உதடுகள் துடித்து அவள் அழுதுவிடுவாள்போல இருந்தது. அவசரமாகத் தப்பு செய்த பரிசாரகனை அழைத்துவந்தான். அவன் பதிலுக்கு மரக்கறி சாண்ட்விச் கொண்டு வந்து கொடுத்தான். அவளால் அதிர்ச்சியிலிருந்து மீளமுடியவில்லை. பிளேட்டுகளை அகற்றச் சென்றபோது ஏதோ அவன்தான் பிழைவிட்டதுபோல 'மன்னித்துக் கொள்ளுங்கள்' என்றான். சற்றுமுன் துடித்த அதே உதடுகளை மெல்லத் திறந்து சிரித்தாள். கைப்பையையும் செல்போனையும் தூக்கிக்கொண்டு எழுந்து நின்றாள். கறுப்பு மஞ்சள் ஸ்கர்ட்டும், நீண்ட கைவைத்த ஊதாக்கலர் பிளவுஸூம் அணிந்திருந்தாள். மடித்த பின்விரல்களால் உடையைச் சரிசெய்தாள். பின்னர் விமானப் பணிப்பெண்போல டக்டக்கென நடந்துபோனாள். நாலு அடி தூரம் சென்றதும் அவனை ஒருமுறை திரும்பிப் பார்த்தாள். அன்று காலையிலிருந்து சேமித்துவைத்த பெருமூச்சை அவன் விட்டான்.

பல நாட்களாக அவளை நினைத்துக்கொண்டே அவன் வேலை செய்தான். ஒரு நாள் பிலிப்பினோ வேலையை விட்டுவிட்டான். மனேஜர் 60 மேசைகளையும் அன்று மட்டும் அவனைத் தனியாகக் கவனிக்கச் சொன்னார். 'அது எப்படி முடியும்?' என்றான். அவர் 'முடியும், இன்று கடவுளை ஆச்சரியப் படுத்து' என்றார். மதியம் முடிவதற்குள் அவன் பிளேட்டுகளைத் தூக்கிக்கொண்டு பத்து மைல் தூரம் ஓடியிருப்பான். ஆட்கள் வருவதும் போவதுமாய் இருந்தார்கள். தோள்மூட்டில் இருந்து கைகள் கழன்றுவிடத் துடித்தன. அன்று பார்த்து இந்தப் பெண் மறுபடியும் வந்தாள். அவனால் அவளைக் கிட்ட நெருங்க முடியவில்லை. அவளுடைய மேசை பரிசாரகன் அவளுக்கு வேண்டிய உணவைப் பரிமாறினான். அவள் உணவை முடித்தால்தான் பிளேட்டுகளை அகற்றும் சாட்டில் அவளை அணுகமுடியும்.

எங்கே சுற்றினாலும் அவன் கண்கள் அந்த மேசையிலேயே நிலைத்திருந்தன. கண்களை எடுத்தால் அவள் மறைந்துவிடுவாளோ

என்று பயந்தான். நாலு மேசை தள்ளி உட்கார்ந்திருந்த ஒரு நடுத்தர வயதுக்காரர் வாய்க்குள் இறைச்சி இருக்கும்போதே இன்னொரு துண்டை வெட்டி முள்ளுக்கரண்டியால் வாயினுள் திணித்தார். எலும்பை உறிஞ்சி சதையை எடுத்துவிட்டு அதைத் தூக்கி கண்ணுக்கு நேரே வைத்து அந்த ஓட்டை வழியே அவளையே பார்த்துக்கொண்டிருந்தார். தூரக்கண்ணாடியால் கப்பலில் காப்டன் பார்ப்பதுபோல. இவனுக்கு கோபம் வந்தது. 'வணக்கம் சேர். நீங்கள் சாப்பிட்டு முடித்துவிட்டீர்கள் என்று நினைக்கிறேன். உங்கள் பிளேட்டை எடுக்கலாமா?' என்று மரியாதையாகக் கேட்டுவிட்டு அவர் பிளேட்டையும் எலும்புத்துண்டையும் கிளாஸ்களையும் அகற்றினான். அவர் உணவுக்குப் பணத்தைக் கட்டிவிட்டுப் புறப்பட்டார். இவன் பெண்ணிடம் சென்று 'மன்னிக்க வேண்டும். ஒவ்வொருமுறையும் நீங்கள் இங்கே வரும்போது ஏதாவது ஒன்று நடந்துவிடுகிறது. அது தற்செயலானது. இந்த உணவகம் மதிப்பானது. தயவுசெய்து மனதில் ஒன்றும் நினைக்கவேண்டாம். தொடர்ந்து வாருங்கள்' என்று வேண்டிக்கொண்டான். அவள் அதே புன்சிரிப்பைத் தந்தாள்.

அதன் பின்னர் அவளை ஒரு மாதமாகக் காணவில்லை. இவனுக்கு ஏமாற்றமாகிவிட்டது. ஏனெனில் இவன் இப்போது பஸ்போய் அல்ல. தற்காலிக பரிசாரகன். இந்த பரீட்சையில் அவன் வெற்றி பெற்றால் நிரந்திரமாகப் பரிசாரகன் ஆவான். சீருடை கொடுப்பார்கள். நல்ல பரிசாரகனுக்கு ஒருநாளில் குறைந்தது 100 டொலர் காசு டிப்ஸாகவே கிடைக்கும். அதிலே 25 வீதம் மற்றவர்கள் பங்குபோட்டுக் கொள்வார்கள், மீதம் அவனுக்கே. அத்துடன் விதம் விதமான வாடிக்கையாளர்களைத் தினம் சந்திக்கலாம். முதல்முறையாக அவனுக்கு தன் வேலைமேல் பெருமையாக இருந்தது. அளவில்லாத மகிழ்ச்சியில் மதிய வேளையில் எப்போது அவள் வருவாள் என்று பார்த்தபடியே இருந்தான்.

ஒருநாள் அவள் வந்து வழக்கமாக உட்காரும் மேசையிலே அமர்ந்தாள். இவன் பரிசாரகனுக்குரிய சீருடையில் அவளுக்கு முன் போய் நின்றபோது அவள் சிரித்தபடி 'ஓ, நீங்களா' என்று கேட்டாள். அவனைக் கண்ட மகிழ்ச்சி அவள் கண்களில் தெரிந்தது. அவன் மூச்சு நிதானத்துக்கு வர ஒரு நிமிடம் எடுத்தது. அவள் உடையில் இருந்து உலர் சலவை மணம் எழுந்தது. அந்த இடத்தை விட்டு நகர மனம் விரும்பவில்லை. அவள் சாப்பிட்டு முடித்ததும் சொக்கலட் ஐஸ்கிரீமை கொண்டுபோய் முன்னால் வைத்தான். அவள் தான் ஓடர் பண்ணவில்லையே என்றாள். இவன் சொன்னான். 'உங்களுக்குத் தெரியாதா? இந்த மாதம்

முழுக்க மதிய உணவுக்கு வரும் மாணவ மாணவிகளுக்கு ஐஸ்கிரீம் இலவசம்.' அவள் நம்பிவிட்டாள். பில்லுக்கு பணம் செலுத்தியபோது இவன் ஐஸ்கிரீம் காசை தன் கணக்கில் கொடுத்தான். பில்லின் பின் பக்கத்திலே அவளுடைய பெயரையும் டெலிபோன் நம்பரையும் அவள் படிக்கும் பல்கலைக்கழகத்தின் பெயரையும் குறித்து வைத்துக்கொண்டான். தன் பெயரை அவள் 'ஜெஸிக்கா' என்று இனிமையாக உச்சரித்ததை பல தடவை மனதுக்குள் சொல்லிச் சரிபார்த்தான்.

அடுத்த வாரம் அவன் முற்றிலும் எதிர்பாராதது நடந்தது. அவள் தன்னுடைய இரண்டு சிநேகிதிகளை அழைத்துக்கொண்டு மதிய உணவுக்கு வந்தாள். அன்று அவனுடைய ஓய்வு நாள். உணவுக்குப் பின்னர் ஐஸ்கிரீம் ஓடர் பண்ணி சாப்பிட்டார்கள். பில் கொண்டு வந்த பரிசாரகன் ஐஸ்கிரீமுக்கு அப்படி ஒரு சலுகையும் இல்லை என்றான். மனேஜர் 'அப்படியா சரி, ஏதோ தவறு நடந்துவிட்டது' என்று சொல்லி பெருந்தன்மையாக ஐஸ்கிரீமுக்கு காசு அறவிடவில்லை. அவளுக்கு அவமானமாக இருந்தது. தன்னை ஒருவன் இத்தனை இலகுவாக ஏமாற்றிவிட்டனே என்று ஆத்திரப்பட்டாள்.

மனேஜர் ஐஸ்கிரீம் காசை அவன் சம்பளத்தில் பிடித்துக் கொண்டு அவனை வீட்டுக்கு அனுப்பினார். இத்தனை சீக்கிரம் பிடிபடுவோம் என்று அவன் நினைக்கவில்லை. டெலிபோனில் அவளை அழைத்தபோது அவள் கோபமாக இருந்தாள். 'எதற்காக அப்படிச் செய்தாய்?' என்றாள். 'உனக்கு ஏதாவது செய்ய வேண்டும்போல பட்டது. நீ ஏற்றுக் கொள்வாயோ என்ற பயமாயிருந்தது' என்றான். 'என் சிநேகிதிகளுக்கு முன் என்னை அவமானப்படுத்திவிட்டாய்.' 'மன்னிக்கவேண்டும். எனக்குத் தண்டனை கிடைத்தது. வேலை போய்விட்டது. இனிமேல் உங்களைச் சந்திக்க முடியாது' என்றான். 'ஏன் சந்திக்க வேண்டும்?' 'நான் உங்களைக் காதலிக்கிறேன்.' அவள் டெலிபோனை கிளிக்கென்று மூடினாள்.

ஒருநாள் மறுபடியும் மனேஜரிடம் போனான். 'நான் காதலித்தது உண்மை, ஆனால் அவள் என்னை நிராகரித்துவிட்டாள். ஒரு குற்றத்துக்கு இரண்டு தண்டனை அதிகம். என் வேலையை எனக்குத் திருப்பித் தாருங்கள்.' மனேஜர் 'உன் வேலையா?' என்றுவிட்டுச் சிரித்தார். அவர் உயரமாக அவன் முன்னே சீருடையில் நின்று அவனையே உற்றுப் பார்த்தார். 'இனிமேல் உனக்கு வாடிக்கையாளர்களுடன் பேசும் வாய்ப்புள்ள வேலை கிடையாது. சாலட் பாரில் வேலை செய். இங்கேயிருந்து ஒருவர் துரத்தப்பட்டால் அவரை மீண்டும் வேலைக்கு எடுப்பதில்லை.

உன்னை மன்னித்திருக்கிறேன். இனிமேல் ஒரேயொரு தவறு செய்தாலும் உன்னை நிரந்திரமாக வெளியே அனுப்பிவிடுவேன்.'

ஆறுமாத காலம் சாலட் பாரில் வேலை செய்தான். ஒரு வாளியை நிறைத்து முட்டை வெள்ளைக்கரு அவன் முன் இருந்தது. கரண்டியில் அதை எடுத்து ஊற்றி ஓம்லெட் செய்தான். ரொமெய்ன் லெட்டூஸ் வெட்டி, பர்மேசன் வெண்ணெய்க்கட்டி தூவி சின்னத் தக்காளி சேர்த்து சாலட் செய்துவிட்டு பம்ப் பண்ணினான். பரிசாரகன் வந்து எடுத்துப் போனான். அவனுக்கு வேலை பிடித்தது. படிக்கவேண்டும், முன்னேற வேண்டும் என்று முதல்தடவையாக மூளையில் யோசனை உதித்தது. எச்சில் பிளேட்டை எடுப்பதும் ஒரு வேலையா என்று தோன்றியது. ஒரேயொரு துயரம் ஜெஸிக்கா அங்கே வந்தாலும் அவனால் அவளைப் பார்க்க முடியாது. பார்த்தாலும் பேச முடியாது. ஆனால் அவன் கைப்பட தயாரித்த உணவை அவள் சாப்பிடக்கூடும்.

அவள் நினைவு வராத நாளே அவனுக்குக் கிடையாது. அதிவேகமாகக் கழற்றக்கூடிய கவர்ச்சியான உடையில் அவள் சின்னச் சின்ன அடிகள் வைத்து நடந்துவரும் காட்சி. இடது தோளில் இருந்து உடம்பை நெளித்து கைப்பையை இறக்கி வைப்பது. செல்போனை நிமிடத்துக்கு ஒருமுறை வெளியே எடுத்துப் பார்ப்பது. விளக்கை அணைப்பதற்கு ஊதுவதுபோல சூப்பை ஊதிக் குடிப்பது. கழுத்தைப் பின்னுக்கு வளைத்து டயற்கோக் அருந்துவது. எல்லாம் நினைவுக்கு வந்தது. 'அவளும் என்னை என்றாவது ஒருநாள் நினைப்பாளா?' அந்த எண்ணத்தை அவன் துரத்தினான்.

சாலட் பாரில் திறமை அடைந்ததும் அவன் ஹெவிசைட்டில் சேர்ந்து வேலை செய்வான். இரவுப் பள்ளிக்குப் போய் படிப்பான். 'உலகத்தில் புதிது என்று ஒன்றுமேயில்லை. அதை ஏற்கனவே ஒருத்தன் செய்திருப்பான்.' ஒருவன் செய்வதை இன்னொருவன் செய்யலாம். மனேஜராகக்கூட ஆகலாம். சம்பளம் அதிகமாகும் . நிரந்திரமான வேலை. போனஸ்கூட உண்டு. அவன் எதிர்பார்த்த சந்தர்ப்பம் ஒருநாள் அவனைத் தேடி வந்தது. தயாரிப்பு அறை பொறுப்பாளர் இரண்டு வார லீவில் போய்விட்டார். ஹெவிசைட் செய்தவர் உடல்நிலை சரியில்லாததால் வரவில்லை. மனேஜர் அவனிடம் வந்தார். 'நீதான் இன்று ஹெவிசைட் பொறுப்பு. இன்றைய நாள் முக்கியமான நாள். இன்று வெற்றி பெற்றால் நீ இங்கே நிரந்தரம். சீருடையை மாட்டு. மேலதிகமாக 60 பேர் கொண்ட விருந்தும் இன்றைக்கு வருகிறதாக இப்பொழுதுதான் டெலிபோன் வந்தது. உன்னால் முடியும்' என்றார்.

அவன் பட்டன்கள் வைத்த வெள்ளைச் சீருடையை மாட்டினான். நீண்ட தலைமுடியை மறைத்து தொப்பியை அணிந்தான். சமையல் மேலாடையைத் தரித்தான். அன்று திறன் உச்சத்தில் இருந்தான். முதல் வேலையாக விருந்தினர்க்கு 60 ஸ்ரிப் லொய்ன் ஸ்டேக் செய்யவேண்டும். எந்தத் திறமையான சமையல்காரருக்கும் முதல் ஸ்ரிப் லொய்ன் ஸ்டேக் சரிவருவதில்லை. அதி விலைகூடிய உணவு. ஸ்டேக் துண்டுகளை கிரில்லில் வேகவைத்தான். மாட்டின் நடுவயிற்றுக்கும் பின்பக்கத்துக்கும் இடையில் வெட்டிய இறைச்சி. வேலைசெய்யாத தசைக்கூட்டம் என்பதால் மிருதுவாக இருக்கும். இலக்க வெப்பமானியை வெந்த இறைச்சியின் மேலே பிடித்தபோது சூடு 60 டிகிரி காட்டியது. நடுவிலே கொஞ்சம் சிவப்பாகவும் ஓரத்தில் தடிப்பாகவும் நல்ல பதமாக வந்தது மணத்தில் தெரிந்தது. 60 பேருக்கு வேகமாக செய்யவேண்டும். உதவிச் சமையல்காரர் காத்திருந்தார். செல்போன் அடித்தது. இலக்கமாக மாற்றப்பட்ட மணி ஓசை. அழைத்தது ஜெஸிக்கா. அவன் இருதயம் துள்ளி வேகம் பிடித்தது. ஒருமாதமாக உதாசீனம் செய்தவள் திடீரென்று அழைக்கிறாள். 'என்ன?' என்றான். 'உடனே பார்க்கவேண்டும்' என்றாள். 'உடனேயா?' 'உடனே.' அவன் வாழ்க்கையைத் தலைகீழாக மாற்றக்கூடிய அதிசந்தோஷமான தருணம் சிலநிமிட தூரத்தில் இருந்தது. இருதயம் ஆடையைக் கிழித்து வெளியே வந்து அடித்தது. சமையல் அங்கியைக் கழுத்துக்கு மேலால் இழுத்துத் தூர வீசினான். சீருடையைக் கழற்றினான். தொப்பியிலிருந்து தலையை விடுவித்தான். உதவியாளர் ராபின்ஸனிடம் தான் வெளியே போவதாகச் சொன்னான். அவன் பதறிக்கொண்டு 'நில், நில்' என்று கத்தினான்.

பின்கதவால் புறப்பட்டபோது முன் கதவு வழியாக பார்ட்டியை சேர்ந்த 60 பேரும் வரத்தொடங்கினர். மனேஜர் அவனைக் கண்டு விட்டார். மழைக்குள் ஓடுவதுபோல குனிந்தபடி அவனை நோக்கி வேகமாக வந்தார். 'எங்கே போகிறாய்? எங்கே போகிறாய்?' அவன் விரைவாக நடந்தான். மனேஜர் துரத்தினார். அவன் திரும்பியும் பார்க்கவில்லை. 'நீ வெளியே போனால் மீண்டும் உள்ளே வரமுடியாது. இதுதான் கடைசி.' அவன் திரும்பிப் பார்த்து மெல்லிசாகச் சிரித்தான். 'விளையாடுகிறாயா? 60 பேர் விருந்துக்கு வந்துவிட்டார்கள். திரும்பி வா. திரும்பி வா. நான் என்ன செய்வேன்?' கதவைத் திறந்து வெளியே போனவாறே அவன் கத்தினான் 'கடவுளை ஆச்சரியப்படுத்து.' கதவு தானாக மூடுவதற்கு முன்னர் அந்த வார்த்தைகள் உள்ளே நுழைந்தன.

~ ~

உன்னுடைய கால அவகாசம் இப்பொழுது தொடங்குகிறது

ரூபவதியில் உனக்குப் பிடித்தது அவளுடைய சிரிப்புத்தான். சிரிப்பு என்றால் அது வெளியே வராத சிரிப்பு. எந்நேரமும் சிரிப்பின் தொடக்கம் அவள் உதடுகளில் இருக்கும். பத்திரிகை படிக்கும்போதும், தேநீர் அருந்தும்போதும், வேலைகள் செய்யும்போதும், நடக்கும்போதும், அமரும் போதும், அலங்கரிக்கும்போதும் அது இருந்தது. அநேக சமயம் அவள் இருளில் கலந்துபோய் இருப்பாள். நீ அவளுக்கு முன் நிற்கிறாயா அல்லது இருட்டின் முன் நிற்கிறாயா என்ற சந்தேகம் உனக்கு ஏற்படும். அவளை மணமுடித்து ஆறு மாதம் சென்ற பிற்பாடுதான் அவளுடைய முக அமைப்பு அப்படி என்பது உனக்குப் புரிய ஆரம்பித்தது.

மணமான அன்று இரவு அவள் முகம் ஒருகணம் கூம்பிச் சோர்ந்தது. அப்பொழுதுகூட அவள் உதட்டிலிருந்து சிரிப்பு முற்றிலும் மறையவில்லை. நீ கேட்டாய் 'ஏதாவது வருத்தமா?' என்று. அவள் சொன்னாள். 'எங்கள் திருமணத்துக்கு 15 பேர் வந்திருந்தார்கள். எல்லோருமே உங்களுக்குத் தெரிந்தவர்கள். எனக்கு ஒருவருமே இல்லை' என்றாள். உனக்கு என்னவோ மாதிரி இருந்தது. 'ஏன் நான் இருக்கிறேனே. நான் இருக்கிறேனே' என்று நீ சொன்னாய். அவள் தலை குனிந்து நின்றாள். வாய் சிரித்தாலும் கண்கள் பளபளப்பாகின. உன்னை மட்டுமே நம்பி அவள் வந்திருக்கிறாள். உலகத்தில் அவளுக்கு ஒருவருமே இல்லை என்று

அ. முத்துலிங்கம்

நினைத்தபோது மனம் இரங்கியது. எக்ஸ்ரே எடுக்கும்போது ஈயக்கவசம் அணிந்ததுபோல உன் நெஞ்சு கனத்தது. நீ அவளை அணைத்து ஆறுதல் சொன்னது நினைவுக்கு வந்தது. 'உங்களுடன் பேசவேண்டும். நேரம் கிடைக்குமா?' என்றாள். நீ 'என்னுடைய நேரம் எல்லாம் உன்னுடையவைதான் இனிமேல்' என்றாய். அவள் உடல் உன் கைகளுக்குள் நசுங்கிக்கொண்டு கிடந்தது. 'நான் ஆபத்தானவள் அல்ல' என்று முணுமுணுத்தாள்.

ஆரம்பத்தில் இருந்தே அவள் விசித்திரமானவளாகத்தான் இருந்தாள். மரணக்கடல் சேற்றை முகத்தில் அப்பி ஒப்பனை செய்வாள். முகத்தைக் கழுவியதும் புதுப்பொலிவுடன் தெரிந்தாள். நீ 'கண்ணாடிபோல் உன் கன்னம் ஆகிவிட்டது' என்று தடவினாய். உடனே அவள் முகத்தைக் கண்ணாடியில் பார்த்தாள். அடிக்கடி டிவி திரையில், மினுங்கிய தரையில், குளிர்பெட்டிக் கதவில் எங்கேயெல்லாம் பிம்பம் தெரியுமோ அங்கேயெல்லாம் பார்த்தாள். ரோட்டிலே தண்ணீர் தேங்கி நின்றால் அதில் சற்று நின்று தன்னைப் புதிதாகப் பார்ப்பதுபோல வேடிக்கை பார்ப்பாள். சமைக்கும்போதுகூட அடிக்கடி கரண்டியின் பின்பக்கத்தில் தன் வளைந்த முகத்தைப் பார்ப்பாள். ஒருநாள் நீ அவள் பிம்பத்துடன் பேசினாய். 'உன் முகத்தில் உனக்கு அத்தனை ஈர்ப்பா?' அவள் தடுமாறினாள். இரண்டு கைகளையும் மேலும் கீழும் ஆட்டி ஏதோ கெட்ட மணத்தைத் துரத்துவதுபோல வீசி 'அப்படி ஒன்றும் இல்லையே' என்று பதில் கூறினாள். நீ அத்துடன் அதை விட்டுவிட்டாய்.

சின்னச் சின்ன சம்பவங்களாக நடக்கத் தொடங்கின. ஒருசமயம் அவள் கேள்விகள் புத்திசாலித்தனமானவையாகத் தோன்றும். அடுத்த நிமிடம் மூடப்பெண்போல தோற்றம் தருவாள். உன்னால் தீர்மானிக்கவே முடிவதில்லை. ஒரு காலையில் நீ அவசரமாக அலுவலகத்துக்குப் புறப்பட்டுக்கொண்டிருந்தாய். இரவு ஆடையை நடு வயிற்றில் சுருட்டிப் பிடித்துக்கொண்டு ரூபவதி உனக்கு முன்னால் நின்றாள். நீ என்ன என்பதுபோல முகத்தை ஆட்டினாய். 'கனடாவின் தலைநகரம் என்ன?' நீ 'ஒட்டாவா' என்றதும் அவள் முகம் மாறிப் போனது. 'ரொறொன்ரோ இல்லையா?' என்றாள். 'ஒட்டாவாதான் தலைநகரம்' என்று நீ மறுபடியும் சொன்னாய். அவள் விடுவதாயில்லை. 'ஏன்?' என்றாள். முதன் முதலாக முழுப் பைத்தியம் ஒன்றை மணமுடித்துவிட்டோமோ என்ற எண்ணம் உனக்குத் தோன்றியது.

'நீயும் நானும் முடிவுசெய்யும் விசயமா இது? 150 வருடங்களுக்கு முன்னர் விக்டோரியா மகாராணி தீர்மானித்தது' என்று சொன்னாய். அவளுக்கு சமாதானம் உண்டாகவில்லை.

‘எதற்காக அப்படித் தீர்மானித்தார்?’ என்றாள். ‘கனடாவுடன் அமெரிக்கா போர் தொடுத்தால் ஒட்டாவாவில் இருந்து அதை எதிர்கொள்வது வசதியானது. அதுதான் காரணம்’ என்று நீ பொறுமையாகச் சொன்னதும் அவள் முகம் சுருங்கியதைப் பார்த்து நீ ஆச்சரியப்பட்டாய். ‘ஓ, அப்படியா? எனக்குப் படிப்பியுங்கள். தொடர்ந்து படிப்பியுங்கள். நான் அறிவைப் பெருக்கவேண்டும். நிறுத்தவேண்டாம்’ என்றாள் கெஞ்சலோடு.

ரூபவதி இதைச் செய்வாள் இதைச் செய்யமாட்டாள் என்று உன்னால் முன்கூட்டியே ஊகிக்க முடியாது. அவள் புத்திசாலிதான், ஆனால் சிலவேளை மண்டைக்குள் மூளை புகுந்துவிடும் சமயங்களில் மொக்குத்தனமாக ஏதாவது செய்வாள். யாராவது அவளிடம் முகவரி கேட்டால் அவள் பதில் இப்படி இருக்கும். ‘எக்லிண்டன் ரோட்டு கிழக்கில், 1717ஆம் நம்பரில், மஞ்சளும் பச்சையும் கலந்த 20 மாடிக் கட்டடம் ஒன்று நிற்கும். காவல்காரர் புத்தகத்தில் பெயரை எழுதிவிட்டு மேலே வரவேண்டும். மூன்றாம் மாடி, அதற்கு மேலே நாலாம் மாடி. அதற்கு மேலே இருப்பது ஐந்தாம் மாடி. அதிலே 514ஆம் நம்பர்’ என்று சொல்வாள். உனக்கு சிரிப்பு வரும். ‘அது என்ன மூன்றாம் மாடி. அதற்கு மேலே நான்காம் மாடி. அதற்கு மேலே ஐந்தாம் மாடி’ என்று நீ கேட்க நினைப்பாய், ஆனால் கேட்கமாட்டாய்.

இரவிலே அவள் உடம்பில் வெப்பம் அதிகரிப்பதும் ஒருவிதமான புதிர்தான். படுக்கைக்கு போகும்போது அவள் உடம்பு குளிராகச் சில்லென்று இருக்கும். நேரம் செல்லச்செல்ல வெப்பமானியில் மெர்குரி மேலே ஏறுவதுபோல அவள் உடம்பில் வெப்பம் மெள்ளக் கூடும். நடு இரவு தாண்டியதும் அவள் உடலிலிருந்து வீசும் வெப்பக் காற்று தாங்க முடியாததாகிவிடும். எப்படி இத்தனை வெப்பம் உண்டாகிறது என்று உனக்கு ஆச்சரியமாக விருக்கும். ஆனால் அவள் ஆழ்ந்த தூக்கத்திலிருப்பாள்.

ஆரம்பத்தில் ஒரேயொருமுறை ஒரு புத்தகத்தில் காணப்பட்ட கவிதையை அவளிடம் கொடுத்துப் படிக்கச் சொன்னாய். அவள் புத்தகத்தை கையிலே வாங்கி மேசையிலே வைத்தாள். ஓர் ஓவியத்தை ஆராய்வதுபோல புத்தகத்தை வலது பக்கம் திருப்பிப் பார்த்தாள்; பின்னர் இடது பக்கம் திருப்பிப் பார்த்தாள். நீ ‘கவிதையைப் படிக்கவில்லையா?’ என்று கேட்டாய். இரண்டு நிமிட நேரம் வார்த்தைகளை ஒவ்வொன்றாக உச்சரிப்பது தெரிந்தது. ‘இன்றைக்கே படிக்கவேண்டுமா?’ ‘ஆமாம்’ என்றாய். ‘இப்பவேயா?’ ‘ஆமாம்.’ ‘கடைசி வரி வரைக்குமா?’ ‘ஏன், என்ன பிரச்சினை?’ என்று நீ கேட்டாய். ‘எல்லாமே வார்த்தைகளாக இருக்கின்றன’ என்றாள். அந்தச் சம்பவத்திற்குப் பிறகு நீ அவளிடம் கவிதை பற்றிப் பேசுவதை நிறுத்திவிட்டாய்.

கையிலே ரூபவதி தேநீர்க் கோப்பையை ஏந்திக் குடிப்பதும் ஒரு விசித்திரம்தான். தேநீர்க் கோப்பையைக் கையிலே எடுப்பாள். அதை உயர்த்தி உதட்டுக்குக் கிட்ட கொண்டுபோய் உறிஞ்சிக் குடிப்பாள் என்றுதான் நீ எதிர்பார்ப்பாய். ஆனால் அது நடக்காது. முதுகை வளைத்து கழுத்தைக் குனிந்து கோப்பை விளிம்பில் உதட்டை வைத்து உறிஞ்சுவாள். ஒருநாள் நீ தாங்கமாட்டாமல் அவளிடம் கேட்டாய். 'எதற்காக இப்படி தேநீர் அருந்துகிறீர். இன்னொரு சிறந்த முறை இருக்கிறது. கையைத் தூக்கி கோப்பையை உதட்டுக்கு அருகில் கொண்டுபோவது.' அப்படி நீ சொன்னாய். அவளுக்குப் பிடிக்கவில்லை. ஆசனத்தை விட்டு விருட்டென்று எழுந்து போனாள்.

தொலைக்காட்சியில் அவள் விருப்பத்தோடு பார்ப்பது இரண்டு. ஒன்று ஒப்பரா. யாரோ முதுகில் கத்தியால் குத்தியதுபோல அரைவாசித் திரையை மறைத்து ஒரு பெண் வாயைத் திறந்து கத்துவாள். கீழே கதை எழுத்துக்களில் காட்சியளிக்கும். 'என்ன கதை?' என்று நீ கேட்பாய். 'நான் படிக்க முன்னர் எழுத்துக்கள் ஓடிவிட்டனவே' என்பாள். அடுத்தது சிறுவர்களின் கார்ட்டூன். ஒரே கார்ட்டூனை பலமுறை பார்ப்பாள். ஒரு குறிப்பிட்ட இடம் வரும்போது சிரிப்பாள். எத்தனை தடவை பார்த்தாலும் முதன்முதல் பார்த்தபோது எப்படிச் சிரித்தாளோ அப்படியே சத்தம் குறையாமல் சிரிப்பு இருக்கும்.

சிலசமயம் அவள் கேட்கும் கேள்விகளில் நீ திக்குமுக்காடிப் போவதுண்டு. 'இலையின் நிறம் இருளில் என்ன?' என்றாள். நீ யோசிக்காமல் 'பச்சை' என்றாய். 'எப்படித் தெரியும்?' என்றாள். 'இலையின் நிறம் பச்சைதானே. வெளிச்சத்திலும் அதே நிறம், இருளிலும் அதே நிறம்தான்.' 'அது எப்படி உறுதியாகச் சொல்ல முடியும்?' உனக்கு எப்படி பதில்சொல்வது என்பது தெரியவில்லை. 'விளக்கைக் கொழுத்தினால் தெரியும்' என்றாய். அவள் 'விளக்கைக் கொழுத்தினால் இருள் போய்விடுமே' என்றாள். உனக்கு பதில் தெரியவில்லை. இருளில் இலையின் நிறம் பச்சையாக இருக்கலாம். வேறெதுவுமாகவும் இருக்கலாம். என்ன மூடத்தனமான பதில். எட்டாவது பிறந்த நாளுக்கு ஏழாவது பிறந்தநாள் வாழ்த்து அட்டையைக் கொடுத்ததுபோல உனக்கு பெரிய சங்கடமாகிவிட்டது.

ஒருநாள் அதிகாலை ரூபவதி ஓட்டப் பயிற்சிக்கு புறப்பட்டபோது நீ ஆச்சரியப்படவில்லை. பழகிவிட்டது, ஆனாலும் சிறிது கவலை கொண்டாய். அவள் ஒருவிதத் தயக்கமும் காட்டாமல் தேர்ந்த ஓட்டக்காரி மாதிரி ஓடிவிட்டு களைத்துப்போய் திரும்பினாள். எதற்காகத் திடீரென்று இந்த

ஓட்டப் பயிற்சி என்று நீ கேட்டபோது அவள் மரதன் ஓட்டப் பந்தயத்தில் தான் கலந்து கொள்ளப்போவதாகச் சொல்லி உனக்கு கிலிமூட்டினாள். 'மரதன் ஓட்டமா?' என்று நீ வியப்புடன் கூவினாய். அதன் பின்னர் வந்த மூன்று நாட்களிலும் நீ அவள் சொன்னதைத் திருப்பித் திருப்பி யோசித்து வியந்துபோனாய்.

'விலங்குகளில் மனிதன் ஒருவன்தான் ஓடுவதற்காகப் படைக்கப்பட்டவன். அவனுடைய கணுக்காலும் பாதமும் ஓடுவதற்குத் தோதாகவே அமைக்கப்பட்டிருக்கின்றன. குழந்தைகள் முதலில் ஓடத் தொடங்குகின்றன; பின்னர்தான் நடக்கப் பழகுகின்றன. நிற்பது அதற்குப் பிறகுதான். மனிதனின் இயற்கை நிலை ஓடுவதுதான்.' இவள் எங்கே இந்த தகவல்களைத் திரட்டினாள் என்று நீ உன்னையே கேட்டுக்கொண்டாய். 'எப்படி ஒரு மனிதனைத் தாண்டி குதிரை வேகமாக ஓடுகிறது?' என்று கேட்டாய். அவள் சொன்னாள், 'குதிரை வேகமாக வேண்டுமானால் ஓடலாம். ஆனால் மனிதனால் நீண்ட தூரம் ஓடமுடியும். ஒரு குதிரையும் மனிதனும் ஒரே நேரத்தில் புறப்பட்டால் குதிரை பாதி வழியில் நின்றுவிடும். மனிதன் தொடர்ந்து ஓடிக்கொண்டே இருப்பான். மரதன் போரில் கிரேக்கர்களின் வெற்றியைச் சொல்ல 26 மைல் தூரத்தைத் தாண்ட மனிதனைத்தான் அனுப்பினார்கள்; குதிரையை அல்ல. அது பாதி வழியிலேயே விழுந்து இறந்துபோயிருக்கும்.' இப்படி அவள் சொன்னதும் உனக்கு என்ன சொல்வது என்று தெரிய வில்லை. அந்தக் கதையை நீ அப்புறம் எடுக்கவில்லை.

அவள் உணவுமேசையில் அமர்ந்து சாப்பிடுவதும் விசித்திரமானதுதான். ஒரு பூனைபோல சின்னச் சின்னதாக கடித்து வேகமாக உண்பாள். 'மணமுடித்து ஐந்து வருடமாகியும் பிள்ளை இல்லையே. மருத்துவரிடம் சென்று பரிசோதிப்போமா?' என்று நீ கேட்டாய். குளிக்கும்போது காதுக்குள் தண்ணீர் போய்விட்டதுபோல தலையை பலமாக ஆட்டினாள். நீ பார்த்துக் கொண்டிருந்தபோதே அவள் கண்கள் பெரிதாகின. நாற்காலியைப் பிருட்டத்தால் தள்ளிவிட்டு எழுந்து வேகமாய்ப் போனாள். அவளுடைய உணவுத் தட்டை நீதான் அன்று கழுவி வைத்தாய்.

வெளிநாட்டிலுள்ள உன் அதிகாரியுடன் நீ டெலிபோனில் பேசிக்கொண்டிருந்தாய். ரூபவதி உனக்கு முன்னால் நின்றாள். அவளுக்கு அவசரமாக ஏதோ உன்னிடம் கேட்கவேண்டியிருந்தது. பத்து நிமிடம் ஆகியிருக்கும். திடீரென்று திரும்பி தன் விரல்களால் உன் தாடையை அமுக்கிப் பிடித்தாள். உன் வாய் சற்று திறந்திருக்க சம்பாஷணை நின்றது. அவள் உன்னைப்

பார்த்து 'உண்மையை சொல்லுங்கோ. கனடாவின் தலைநகரம் ரொறொன்ரோதானே' என்றாள். அவள் விரல்களை எடுத்ததும் 'இல்லை ஒட்டாவா' என்று நீ சொல்லிவிட்டு அதிகாரியுடன் மீளவும் சம்பாஷணையைத் தொடர்ந்தாய். ஆனாலும் உன்னால் நேராகச் சிந்திக்க முடியவில்லை. உனக்கு அதிர்ச்சியாக இருந்தது. அன்றுதான் மருத்துவரிடம் போகவேண்டும் என்று தீர்மானித்தாய்.

அவர் முதலில் இருவருக்கும் ரத்தப் பரிசோதனை செய்தார். உன்னுடைய ரத்தத்தில் ஒரு பிழையும் இல்லை. உன் மனைவியின் ரத்தத்தை இன்னொரு முறை பரிசோதிக்க வேண்டும் என்றார். ஆனால் ரூபவதி மறுத்துவிட்டாள். 'எத்தனை தடவை கேட்பது? உங்களுடன் பேசுவதற்கு எனக்குக் கால அவகாசம் வேண்டும்' என்றாள். நீ சொன்னாய். 'பேசலாமே அதில் என்ன பிரச்சினை. மருத்துவர் உடனே வரவேண்டும் என்கிறார்.' 'மருத்துவர் கேட்டுக்கொண்டே இருப்பார். நான் ரத்தம் கொடுத்துக்கொண்டே இருக்கவேண்டுமா? பெண்கள் கர்ப்பம் தரித்து பிள்ளை பெறவேண்டும் என்பது எத்தனை அநீதியானது' என்றாள். நீ திடுக்கிட்டுவிட்டாய். அவள் அப்படி ஒருபோதும் முன்னர் பேசியது கிடையாது. 'வேறு யார் செய்யமுடியும். அதுதானே இயற்கை' என்றாய். அவள் சொன்னாள், 'அப்படி உலக நியதி ஒன்றும் கிடையாது. கடல்குதிரையில் ஆண்குதிரைதானே குட்டியை ஈனுகிறது.'

உன் மூளை அதன் எல்லையை அடைந்துவிட்டது. நீ சேர்த்துவைத்த நினைவுகள் தாறுமாறாக ஓடின. வாழ்க்கை என்பது என்ன? உன் நினைவில் உள்ள சம்பவங்களின் தொகுப்புதானே. மேற்கொண்டு உன்னால் சிந்திக்க முடியவில்லை. ரூபவதி வேறு என்னவோ ஆக மாறிக்கொண்டு வருகிறாள். கைகளை மடித்து அதற்குமேல் தலையை வைத்து மல்லாக்காக நீ படுத்திருந்தாய். மேலே தட்டைக் கூரையில் ஓர் இலையான் தலைகீழாக நகர்ந்தது. பச்சை உடல், சிவப்பு தலை. கண்ணாடிபோல உடையும் தன்மையான இறகுகள். நீ நினைத்தாய் எதற்காக இந்த இலையான் தலைகீழாக நடக்கிறது என்று. அதற்கு என்ன வேண்டும்? அதனால் பறக்க முடியுமே, ஆனாலும் தலைகீழாக தொங்கியபடி மெல்ல மெல்ல ஊர்ந்தது. அதனிடம் உள்ள முழுத்திறமையை அது உணரவில்லை. அல்லது பாதித்திறமையே போதும் என அது நினைத்திருக்கலாம்.

என்ன நடந்ததோ ரூபவதி தானாகவே ரத்தப் பரிசோதனைக்கு சம்மதித்து உன்னுடன் கூடவந்தாள். அவள் முடிவுகள் அப்படித்தான் திடீர் திடீரென்று மாறும். பெயரை தாறுமாறாக உச்சரித்து ஒரு தாதி உங்களை உள்ளே அழைத்தார். மருத்துவர்

மேசையில் பொருள்களை ஒன்று மாற்றி ஒன்று நகர்த்திக்கொண்டு முகத்தைப் பார்க்காமலே பேசினார். ரூபவதியின் ரத்தப் பரிசோதனை முடிவை ஒரு வாரத்தில் சொல்வதாக உறுதி கூறி உன்னை அனுப்பினார். ஒருநாள் மாலை ரூபவதி வழக்கம்போல தொலைக்காட்சியில் என்னவோ தேடிக்கொண்டிருந்தாள். இடது கையை நீட்டிப்பிடித்து சானல்களை மாற்றி வந்தவள் கார்ட்டூன் வந்ததும் அப்படியே நிறுத்தி பார்க்கத் தொடங்கினாள். அவள் எத்தனையோ தடவை ஏற்கனவே பார்த்ததுதான். அவளுக்கு பிடித்த இடங்கள் வந்தபோது புதிதாகப் பார்ப்பதுபோல குரல் எழுப்பிச் சிரித்தாள்.

மருத்துவரிடமிருந்து வந்த தொலைபேசியை எடுத்து நீ பேசத் தொடங்கியதும் உனக்கு தொந்திரவு இல்லாமல் இருக்க மியூட் பட்டனை அமர்த்திவிட்டு டிவியை பார்த்தாள். ஆனால் வாயை மியூட் பண்ணாததால் அது தொடர்ந்து சிரித்தது. மருத்துவர் உன்னுடைய மனைவியின் ரத்தப் பரிசோதனை பற்றிப் பேசினார். உடனே அவளை அழைத்துக்கொண்டு வரும்படிச் சொன்னார். 'மறுபடியுமா?' என்று நீ அலறினாய். இரண்டு மருத்துவ ஆராய்ச்சியாளர்கள் மருத்துவருடன் அங்கே காத்துக்கொண்டிருக்கிறார்கள். 'மனிதர்களின் ரத்தவகை 33 விதமாகப் பிரிக்கப்பட்டிருக்கிறது. உன்னுடைய மனைவியின் ரத்தவகை இந்த 33 பிரிவுகளில் அடங்கவில்லை. அது மனித ரத்தமே அல்ல.'

நீ தொலைபேசியில் பேசியபடியே உன் கண்களை மனைவி பக்கம் திருப்பினாய். உன்னால் நம்ப முடியவில்லை. மீன் தண்ணீரில் துள்ளுவதுபோல உன் இருதயம் ஒரு கணம் துள்ளி விழுந்தது. அவளுடைய கை நீண்டுபோய் தொலை இயக்கியை பிடித்திருந்தது. டிவியில் சானல்கள் அதிவேகமாக மாறின. அவள் உதட்டிலே இருந்த புன்னகை கொஞ்சம் அதிகமாகி ஏறக்குறைய சிரிப்பாக மாறியது. ஒரு சிலை தலையைத் திருப்புவதுபோல மெல்ல தலையைத் திருப்பி உன்னைப் பார்த்தாள். நீ வெலவெலத்துப் போனாய். அவள் உடல் நாற்காலியில் இருந்து ஓர் அடி உயரத்தில் மிதந்தது.

உன்னுடைய கால அவகாசம் இப்பொழுது தொடங்குகிறது.

~ ~

அ. முத்துலிங்கம்

வால்காவிலிருந்து கனடாவரை

15 வயதுக்கு பிறகு நான் சந்தித்த பரீட்சைகளில் எல்லாம் பரீட்சையே வென்றது. புத்தகத்தைத் தூக்கி அலுத்துவிட்டது. பக்கத்து வீட்டு சுதாகரன் இயக்கத்தில் ரகஸ்யமாகச் சேர்ந்துவிட்டான் என்று பேச்சு அடிபட்டது. இயக்கத்தில் சேர்ந்தால் துப்பாக்கியைத் தூக்கலாம், குறிபார்த்துச் சுடலாம், இடுப்பிலே குத்தலாம் என்றெல்லாம் எனக்கு கனவிருந்தது. 1981இல் குட்டிமணியையும் தங்கத்துரையையும் கைது செய்தவுடன் இயக்கத்தில் சேரும் ஆட்களின் அளவு சட்டென்று கூடியது. அந்த அலையின் வேகத்தில் நானும் சேர்ந்தேன். அப்பொழுது யாழ்ப்பாணத்தில் எட்டு இயக்கங்கள் செயலாற்றின. நான் சேர்ந்த இயக்கத்தில் புத்தகப் படிப்பு முக்கியமானது. காலையில் உடல் பயிற்சி. மதிய நேரத்தில் இயக்க வேலைகள். மாலை தொடங்கி இரவுவரை புத்தகப் படிப்பு. பாம்புக்கு பயந்து கிணற்றில் குதித்த கதைதான்.

இயக்கவியல், வர்க்கம், உற்பத்தி சக்திகள், பொருள்முதல்வாதம் போன்ற வார்த்தைகளை முதல் நாளே நான் கற்றுக்கொண்டேன். அந்த இயக்கத்தில் ஆயுதங்களிலிலும் பார்க்கப் புத்தகங்களே அதிகமாகக் காணப்பட்டன. எங்கள் பொறுப்பாளர் எப்பொழுதும் கையில் ஒரு புத்தகத்தோடுதான் திரிவார். வெளியே புறப்படும்போது மாத்திரம் நீளக்கோடுபோட்ட சேர்ட்டை முழங்கைவரைக்கும் மடித்துவிட்டுக்கொண்டு சாரத்துக்குள் துப்பாக்கியைச்

செருகியிருப்பார். சேர்ட் கடைசி பட்டனைத் திறந்துவிடுவதால் கைப்பிடி கொஞ்சம் வெளியே தெரியும். நான் ஏக்கத்தொடு பார்ப்பேன். இப்படி ஆறுமாதம் ஓடிய பின்னர்தான் ஒருநாள் பொறுப்பாளர் என்னைக் கூப்பிட்டு 'நீ இந்தியாவுக்கு உடனே புறப்படு. வேலையிருக்கு' என்றார். என் மனம் துள்ளி முதலிலேயே அங்கே போய்விட்டது. திரும்பும்போது என் கையில் ஏகே 47 துப்பாக்கி இருப்பதாகக் கற்பனை செய்தேன்.

நாங்கள் நாலு பேர் புறப்பட்டோம். மற்றவர்கள் சீனியர்கள், பலமுறை இந்தியா போய் பழக்கப்பட்டவர்கள். இம்முறை எதற்காகப் போகிறார்கள் என்ற ரகஸ்யம் என்னிடமிருந்து மறைக்கப்பட்டிருந்தது. என்னை ஓர் எடுபிடி போலவே நடத்தினார்கள். நெடுந்தீவு கடல் கரையில் வெகுநேரம் காத்திருந்தோம். இரவு 10 மணிக்கு வரவேண்டிய வள்ளம் இரண்டு மணிக்கு வந்தது. வள்ளத்திலிருந்து தீக்குச்சியைக் கிழித்து மூன்று முறை பற்ற வைத்தார்கள். அதுதான் சைகை. நாங்களும் அப்படியே செய்தோம். வள்ளம் கரைக்கு வந்தது. முழங்கால் அளவு தண்ணீரில் இவர்கள் பாய்ந்து ஏறினார்கள். அவர்களிடம் சின்னச் சின்ன கைப்பைகள் இருந்தன. என்னிடம் மட்டும் பெரிய பெட்டி கொடுக்கப்பட்டிருந்தது. நான் அதைத் தலையிலே காவி, வள்ளத்தில் ஏற்றி நானும் ஏறிக்கொண்டேன்.

வள்ளத்தை ஓட்டி வந்தது இரண்டு பேர். எங்கள் பாரத்தில் வள்ளம் தத்தளித்தது. எட்டு குதிரை சக்தி எஞ்சின் டுப்டுப்பென்று சத்தமிட வள்ளம் அசைந்து அசைந்து புறப்பட்டது. ஒரு கோழி தீன் பொறுக்க நடப்பதுபோல மெதுவான நகர்வு. வழக்கமாக நாலு மணிநேரத்தில் ராமேஸ்வரம் கரையை அடைந்துவிடலாம் என்று சொன்னார்கள். ஆனால் விடிந்துகொண்டு வந்தது. ஒரு கட்டத்தில் வள்ளம் சத்தம் போடுவதை நிறுத்திவிட்டு சட்டென்று நின்றது. ஒரு திசையைக் காட்டி கச்சத்தீவு அந்தப் பக்கம் இருக்கிறது என்றார்கள். 'எல்லோரும் கைலியைக் கழற்றுங்கள்' என்றான் வள்ளக்காரன். நான் தயங்கினேன். மற்றவர்கள் கடகடவென்று கழற்றினார்கள். ஒரு புது தொழில்நுட்பம் அங்கே உருவானது. அனைத்துக் கைலிகளையும் விரித்து பாய்போல பிடிக்க வள்ளம் மெள்ள மெள்ள அசைந்து கச்சத்தீவு கரையை அடைந்தது.

இப்பொழுதுதான் வள்ளக்காரர்களைப் பார்த்தேன். ஒருத்தனுக்கு என் வயதிருக்கும். பெயர் ரமேசு என்றான். மற்றவனுக்கு 40 மதிக்கலாம். தினமும் இப்படி நடப்பதுபோல ஒருவித பதற்றமும் இல்லாமல் எஞ்சினைப் பழுது பார்த்தார்கள்.

என்னுடன் பயணித்த சீனியர்கள் அந்தோனியார் கோயிலுக்குப் போய்விட்டார்கள். என்னை விட்டுவிட்டு வள்ளம் போய்விடுமோ என்ற பயத்தில் நான் அன்று முழுக்க அங்கேயே காத்திருந்தேன். இரவு வள்ளம் புறப்பட்டு ராமேஸ்வரம் கரையை அடைந்தது. சீனியர்கள் என்னைத் திரும்பிப் பாராமல் தங்கள் தங்கள் சாமான்களைத் தூக்கிக்கொண்டு போய்விட்டார்கள். ரமேசுதான் என் பெட்டியைத் தூக்க உதவிசெய்தான். அதில் இருந்தது அத்தனையும் சுவிட்ச் குடைகள். பட்டனை அமர்த்தியதும் குடை இரண்டு மடங்கு நீண்டு பின் விரியும். அதை வாங்குவதற்கு ஒருத்தன் ஏற்கனவே அங்கே காத்திருந்தான். அவன் தந்த காசுக்கட்டை எண்ணி சேர்ட்டின் உள்பக்கத்தில் இருந்த பொக்கற்றுள் வைத்தேன்.

ரமேசு சொன்னான். 'இங்கே பொலீஸ் நடமாட்டம் அதிகம். உடனே குளித்து உடைமாற்று. அவர்கள் உன்னைப் பிடித்தால் நக்கிப் பார்ப்பார்கள். உப்பு கரித்தால் கைதுசெய்துவிடுவார்கள்.' அப்படியே செய்தேன். தங்குவதற்கு இடமில்லை. இரண்டாம் காட்சி சினிமாவுக்கு ரமேசு கூட்டிப்போனான். சூடம் காட்டிய பிறகு எம்ஜிஆரின் படம் போட்டார்கள். படத்தின் பெயர் நினைவில் இல்லை. சரோஜாதேவியும் அவரும் காதல் சீனில் 'குமரிப்பெண்ணின் உள்ளத்திலே குடியிருக்க நான் வரவேணும்' என்று பாடியபோது தூங்கிவிட்டேன். அந்தப் பெரிய ராமேஸ்வரத்தில் அன்றைய இரவு குடியிருக்க எனக்கு ஒரு அறை கிடைக்கவில்லை. அடுத்தநாள் காலை ரமேசு என்னை மதுரைக்கு ரயில் ஏற்றிவிட்டான்.

ஸ்டேசனுக்கு போகும் வழியில் நடந்த சம்பவம் ஒன்று நினைவுக்கு வருகிறது. ஓர் இடத்தில் சனங்கள் தள்ளுப்பட்டபடி கூட்டமாக நின்று எதையோ வேடிக்கை பார்த்தார்கள். இடையிடையே கைதட்டலும் பெரிய சத்தமும் கேட்டது. என்னவென்று எட்டிப்பார்த்தேன். ரமேசு என்னை தடுத்தபடி அவசரப்படுத்தினான். அப்படியே உறைந்துபோனேன். நான் கொண்டு வந்த சுவிட்ச் குடைகள் படுவேகமாக விற்பனையாகின. ஆட்கள் இரண்டு குடை, மூன்று குடை என்று அடித்துப் பிடித்து வாங்கிக்கொண்டு போனார்கள். 'இந்தக் குடை பற்றறியில் இயங்குகிறது. சுவிட்சை அமத்தியவுடன் பற்றறி மேலே போய் குடை விரியும். மழைபெய்தால் உள்ளே பல்பு எரியும். இருட்டிலே வெளிச்சம் இருக்கும். மழையில் நனையாமலும் போகலாம்' என்று கத்தினான் விற்பனைக்காரன். நான் ஸ்டேசன் போய்ச் சேருவதற்குள் குடை முழுவதும் விற்றுத் தீர்ந்துவிடும்போல

இருந்தது. என்னால் அவனுடைய எக்கச்சக்கமான கற்பனையை வியக்காமல் இருக்க முடியவில்லை.

மதுரையிலே பொறுப்பாளர் இருக்கும் இடத்துக்கு வழிவழியாக விசாரித்தபடி போய்ச் சேர்ந்தேன். அவர் ஒரு கட்டிலிலே படுத்திருந்தார். பிள்ளை பெறப்போகும் பெண்கள் முழங்கால்களை உயரமாக மடித்து படுத்திருப்பார்களே, அப்படி. பின்னர்தான் தெரிய வந்தது அவர் படுப்பது அப்படித்தான் என்று. காசுக்கட்டை வாங்கி உதவியாளரிடம் கொடுத்தார். பிறகு படுத்தபடியே கட்டளைகள் பிறப்பித்தார். இரண்டு மாத காலம் அவரிடம் வேலைசெய்தேன். படுத்தபடி புத்தகம் படிப்பார்; பற்றறி முடிந்துவிட்டது போலத்தான் இயங்குவார். அவர் கொடுக்கும் வேலைகளைச் செய்தேன். அனைவரும் என்னை கண்காணித்துக் கொண்டிருந்தார்கள். என் கடமைகளில் நான் வெற்றிபெற்றால்தான் அடுத்த கட்டத்துக்குத் தயாராவேன். ஆயுதப் பயிற்சி. அதற்குப் பின்னர் என் வளர்ச்சி எங்கோ போய்விடும்.

நான் கற்பனை செய்தது ஒன்றுமே அங்கே நடக்கவில்லை. நான் வெறும் வேலைக்காரனாகவும் அவ்வப்போது தூதுவனாகவும் செயல்பட்டேன். 'இந்தக் கடிதத்தை மட்ராஸ் கொண்டுபோய்க்கொடு' என்பார்கள். எனக்கு தொடைகள் ஆடத் தொடங்கும். 'அங்கே என்ன பாஷை பேசுகிறார்கள்?' என்று கேட்பேன். 'பயப்படாதே, தமிழ்தான். தண்ணீருக்கு அடியில் நின்று பேசினால் எப்படி ஒலிக்குமோ அப்படி ஒலிக்கும். பழகிவிடும்' என்றார்கள். பழகவேயில்லை. 'இந்தப் பார்சலை வேதாரண்யத்தில் சேர்க்க வேண்டும்.' நான் உடனே துள்ளிக்கொண்டு புறப்படுவேன். வேதாரண்யம் எனக்குப் பிடிக்கும். அங்கே இரண்டு மாத காலம் வேலை பார்த்தேன். பொறுப்பாளர் பெயர் சிவா. அரும்பு மீசை வைத்து, பாதி பழுத்த தக்காளிபோல சிவப்பாயிருப்பார். அவரிடம் ஒரு வசீகரம் இருந்தது. ரீ சேர்ட்டை தலைக்கு மேலால் கழற்றும் அதே நேரத்தில் முகச் சவரம் செய்வார். ஒருநாள் அவரிடம் நேரிலே கேட்டுவிட்டேன். 'சிவா அண்ணை. நான் பெரிய எதிர்பார்ப்போடு வந்தேன். என்னை பயிற்சிக்கு அனுப்பவே இல்லை.' அவர் வெள்ளைப் பற்களைக் காட்டி கடகடவென்று சிரித்தார். 'நீர் பயிற்சியில்தான் இருக்கிறீர்.' 'அப்படியா?' என்றேன் திகைத்துப்போய். 'எங்கள் வேலை ஒருவருடைய திறமையைக் கண்டுபிடிப்பது. ஒவ்வொருவரிடமும் ஒரு திறமை உள்ளது. அது அவர்களுக்கே தெரியாது. இங்கே அடிக்கடி வருவானே ராஜீவ், அவனுடைய திறமை என்ன தெரியுமா? இலக்குத் தவறாமல் சுடுவது. இருட்டிலே குரல் வரும்

திசையை ஊகித்துச் சரியாகச் சுடுவான். பலமுறை அவனைப் பரீட்சித்திருக்கிறேன். ஒருதடவையேனும் குண்டு தவறவில்லை. அந்தத் திறமை அவனிடம் இருப்பது அவனுக்கே தெரியாது. அதைக் கண்டுபிடித்தது நாங்கள்தான்.'

மணி என்று கூப்பிட்டார். அவன் வந்தான். அவனும் பயிற்சியில் இருப்பவன்தான். அன்றைய தினசரியை விரித்து ஏதேனும் ஒரு பாராவை என்னை சுட்டிக்காட்டச் சொன்னார். செய்தேன். மணி அதை ஒருமுறை படித்தான். பின்னர் அப்படியே வார்த்தைக்கு வார்த்தை ஒப்புவித்தான். 'இவனுடைய திறமை ஞாபகசக்தி. பலவித தகவல்கள், சங்கேத வார்த்தைகள், செயல் எண்கள் அனைத்தையும் மனனம் செய்துள்ளான். 1000 தொலைபேசி இலக்கங்களுக்கு இவன் அதிபதி' என்றார். நான் ஆச்சரியத்தோடு அவனையே பார்த்தேன். 'இந்த அறையில் எத்தனைபேர் இருக்கிறார்கள்?' என்றார். நான் 'மூன்று' என்றேன். அவர் 'தவறு, நாலு' என்றார். எனக்கு பின்னாலிருந்து ஒருவன் வெளிப்பட்டான். அவன் அங்கே நுழைந்ததையோ என் பின்னால் போய் நின்றதையோ நான் கவனிக்கத் தவறிவிட்டேன். 'எந்தக் கூட்டத்தினுள்ளும் இவன் கலந்துவிடுவான். இவன் முகத்தை ஒருவரும் ஞாபகம் வைப்பதில்லை. பச்சைத்தண்ணி முகம். இதுதான் இவனுடைய திறமை.' அவர் பேசப்பேச எனக்குள் வியப்பு அதிகமாகியது. 'சிவா அண்ணை, என்னுடைய திறமை என்ன?' என்றேன். 'உன்னுடைய திறமையா? ஒரு திறமையும் இல்லை. அதுதான் உன்னுடைய சிறப்பு' என்றுவிட்டு வாய் திறந்து சிரித்தார். பின்னுக்கு அவர் வளைந்து நின்றபோது எனக்கு கோபம் வந்தாலும் உடனே மறந்துவிட்டேன். காரணம் அன்று மதியம் என்னை ஒரு முக்கியமான வேலையாக வெளியே கூட்டிப்போவதாகச் சொல்லியிருந்தார்.

சிவா அண்ணையின் பிரதம உதவியாள் நான்தான். அவர் நடந்தால் அவருடன் நான் நடக்க வேண்டும். அவர் நின்றால் நான் நிற்கவேண்டும். அவர் உட்கார்ந்தால் நான் நிற்கவேண்டும். அவர் படுத்தால் நான் நிற்கவேண்டும். ஒரு துப்பாக்கி விற்பனைக்கு இருப்பதாக மன்னார்குடியிலிருந்து தகவல் வந்தது. அதை வாங்குவதற்கு அவர் புறப்பட்டபோது நானும் போனேன். அன்று முழுக்க பல இடங்களில் அலைந்து கடைசியில் துப்பாக்கிக்காரரைக் கண்டு பிடித்தோம். அவரிடம் ஒரு 3.8 கைத்துப்பாக்கி விற்பனைக்கு இருந்தது. உடம்பில் மறைத்து எடுத்துப் போவதற்கு இலகுவானது. விலையாக 1500 ரூபா கேட்டார். துப்பாக்கியைச் சோதனை செய்ய ஒரு குண்டுகூட அவரிடம் கிடையாது. இருந்தாலும் 800 ரூபா

கொடுத்து சிவா அண்ணை அதை வாங்கினார். குண்டுகளை எப்படியும் வாங்கிவிடலாம் என்பது அவர் எண்ணமாயிருக்கும்.

சிவா அண்ணை ஒரு முக்கியமான விசயமாக என்னை யாழ்ப்பாணம் புறப்படுவதற்குத் தயாராக இருக்கும்படி சொன்னார். இந்தப் பயணத்தில் என்னுடைய முழுத்திறமை வெளிப்பட்டால் என்னை அவர் ஆயுதப் பயிற்சிக்கு அனுப்பக்கூடும். அன்று மதியம் அவர் மேசையில் உட்கார்ந்து எழுதினார். நான் பக்கத்தில் விசுவாசமான காவல்காரன் நிற்பதுபோல விறைப்பாக நின்றேன். உள்ளே மீன் பொரித்துக் கொண்டிருந்தார்கள். ஒரு கார் வந்து சட்டென்று நின்றது. அதிலிருந்து பிரேமானந்தா சுவாமி இறங்கினார். அவருடைய பிரபலம் அனைவரும் அறிந்தது. இலங்கையிலிருந்து குடிபெயர்ந்தவர், புதுக்கோட்டையில் 150 ஏக்கரில் ஆச்சிரமம் அமைத்து நடத்தினார். உலகம் முழுக்க அவருக்கு பக்தர்கள். இங்கிலாந்திலும், சுவிட்சர்லாந்திலும், பெல்ஜியத்திலும் அவருடைய ஆச்சிரமக் கிளைகள் இருந்தன. தாடியும் சடையுமாக நெற்றியிலே நீறணிந்து பார்த்தவுடனேயே மதிப்பு கொடுக்கக்கக்கூடியவராக தென்பட்டார். 'வாங்கோ சுவாமி' என்றார் சிவா அண்ணை. அவர் மரியாதை காட்டினாரே ஒழிய நாற்காலியை விட்டு எழும்பவில்லை. சுவாமி மீன் பொரியல் மணத்துக்கு மூக்கை சுளித்தபடி நாற்காலியில் அமர்ந்தார். சிவா அண்ணைக்கு சுவாமி ஏமாற்றுக்காரர் என்ற அபிப்பிராயம் இருந்தது. ஆனால் ஒன்றையும் வெளிக்காட்டவில்லை.

'தம்பி, யாழ் நூலகத்தை ராணுவம் எரித்துவிட்டது. இலங்கையில் போர் நிலைமை மோசமாகி வருகிறது. அங்கேயுள்ள அனாதை ஆச்சிரமத்தில் சிறுமிகளும் பெண்களும் மாட்டிக் கொண்டு புகலிடம் தேடித் தவிக்கிறார்கள். நீர் அவர்களை எப்படியும் இங்கே கொண்டு வந்தால் என் ஆச்சிரமத்தில் சேர்க்கலாம். பெரிய உதவியாயிருக்கும்' இப்படி பேசினார். சிவா அண்ணை பல கேள்விகள் கேட்டு, இறுதியில் சரியென்று சொல்லி அவரை அனுப்பிவிட்டு என்னிடம் சொன்னார். 'அற்புதம் செய்யும் மனிதர் என்று கொண்டாடப்படுபவர் என்னிடம் உதவிக்கு வந்திருக்கிறார். மனிதாபிமான அடிப்படையில் நான் சம்மதம் தெரிவித்திருக்கிறேன். அவரால் ஒரு சிறு நன்மையும் நடக்கட்டுமே.'

அன்று மீன் பொரியல் சாப்பிட்டபோது அண்ணையின் இறுக்கம் கொஞ்சம் தளர்ந்து காணப்பட்டது. 'நீ என்ன நினைக்கிறாய்?' என்றார். நான் 'மன்னிக்கவேண்டும். தவறான முடிவு' என்றேன். 'பெண்களை இவரிடம் ஒப்படைப்பது

நம்பிக்கைத் துரோகம் என்று நீ நினைக்கிறாய். அவர்களோ கதியில்லாமல் தத்தளிக்கிறார்கள். இங்கே வந்தால் எங்கள் பாதுகாப்பு அவர்களுக்குக் கிடைக்குமல்லவா?' நான் ஒன்றும் பேசவில்லை. தலையை குனிந்தேன். அவர் தொடர்ந்தார் 'நீ அதீத எச்சரிக்கைக்காரனாக இருக்கிறாய். காரை ஓட்டுபோது அடிக்கடி கண்ணாடியில் பின்னுக்குப் பார்க்கவேண்டும். ஆனால் முழுநேர வேலையாகப் பின்னுக்கு பார்த்துக்கொண்டே ஓட்டினால் விபத்து ஏற்பட்டுவிடும்.'

அன்று கொஞ்சம் அதிகமாகக் கதைத்துவிட்டேனோ என்ற பயம் எனக்கிருந்தது. ஒரு முக்கியமான பார்சலை பத்திரமாகக் கொண்டுபோய் யாழ்ப்பாணத்தில் ஒப்படைப்பதுதான் எனக்கு இடப்பட்ட கட்டளை. கையில் தூக்கக்கூடிய அளவில் பார்சல் சின்னதாக இருக்கும் என்று நினைத்தேன். அதன் சைஸைப் பார்த்து அதிர்ச்சியடைந்தேன். பெரிய அட்டைப்பெட்டியில் கனமாக இருந்தது. இரண்டுபேர் சேர்ந்து தூக்கினால்தான் முடியும். அன்று இரவே படகு வரும் என்று சொல்லியிருந்தார்கள். ராமேஸ்வரம் கடற்கரைக்குப் பெட்டியை எடுத்துப்போக குதிரைக்காரனை தேடினேன். அவன் 300 ரூபா கூலி கேட்டான். வழமையான கூலி 35 ரூபா என்பது எனக்குத் தெரியும். அவனோ ரவுடிபோல சண்டைக்குத் தயாராய் வந்திருந்தான். நான் சைக்கிள் ரிக்சாக்காரனை அழைத்து வந்தபோது குதிரைக்காரன் அவனை அடித்தான். எனக்கு கோபம் வந்துவிட்டது. என்னிடம் இருந்த வில்லுக்கத்தியை விரித்தபடி குதிரைக்காரன்மேல் பாய்ந்தேன். 'என்னிடம் கத்தி இருக்கிறது. உன்னிடம் கழுத்து இருக்கிறது. அன்னப் பறவை பற்றி கேள்விப்பட்டிருக்கிறாயா? அதுதான் எங்கள் சின்னம். இறக்கும்போது பாடும் பறவை. மரணத்தை ஒரு சகோதரன்போல பக்கத்திலே வைத்திருப்பதுதான் என்னுடைய பயிற்சி. என்று கழுத்தில் கத்தியை வைத்தேன். குதிரைக்காரன் பயந்துவிட்டான். வேறு பேச்சு இல்லாமல் 35 ரூபாய்க்கு பெட்டியைக் கொண்டுவந்து கடற்கரையில் இறக்கினான்.

பயிற்சி முடிந்து திரும்பும் சிலர் என்னுடன் சேர்ந்து கொண்டார்கள். படகு தூரத்தில் நின்றது. அவர்கள் ஆளுக்கொரு கைப்பை காவினார்கள். என்னுடைய பெட்டிதான் எங்களிடம் இருந்த ஒரே முக்கியமான பொருள். ஒரு வள்ளத்தில் சாமான் களை ஏற்றி படகுக்குக் கொண்டுபோனோம். குதிரைக்காரன் இன்னும் கரையிலேதான் நின்றான். வள்ளம் நகர நகர அவன் ஏதோ தண்ணீரில் மூழ்கிறவன்போல துள்ளித் துள்ளி கைகாட்டினான். சில நிமிடங்களுக்கு முன்னர் அவன் கழுத்தில்

கத்தி இருந்தது. இப்பொழுது என்னை பிரியமுடியாமல் விடைகொடுத்தான். பெட்டியில் ஆயுதம்தான் இருக்கிறது என்று சீனியர்கள் அபிப்பிராயப்பட்டார்கள். ஒருவிதப் பயிற்சியும் இல்லாத என்னிடம் இத்தனை பெரிய பொறுப்பை நம்பி ஒப்படைத்திருந்ததை அவர்களால் நம்பவே முடியவில்லை.

பெரிய படகு என்பதால் வேகமாகப் போனது. நடுநிசி தாண்டியதும் நெடுந்தீவுக் கரையை நெருங்கினோம். அரைமைல் தூரத்திலேயே ஓட்டியவன் படகை நிறுத்திவிட்டான். மேற்கொண்டு அது உள்ளே போக முடியாது. தீப்பெட்டி சைகை கொடுத்தபோது பதில் வரவேயில்லை. வள்ளமோ கட்டுமரமோ வந்து எங்களையும் பெட்டியையும் ஏற்றிப்போனால்தான் உண்டு. படகுக்காரன் ஒரு மணிநேரம் காத்திருந்துவிட்டு 'சிலோன் நேவி வரும் நேரம்; நான் திரும்பவேண்டும்' என்று அவசரப்படுத்தினான். பெயர் மாறி 10 வருடமாகியும் அவன் 'சிலோன் நேவி, சிலோன் நேவி' என்றே சொன்னான். எங்களில் தலைவன்போல காணப்பட்டவன் 'திரும்பிப்போய் இன்னொரு நாள் வரலாம்' என்றான். நெடுந்தீவுக் கடற்கரை எனக்குப் பழக்கமானது. மூன்று மைல்தூரம் என்னால் நீந்த முடியும். சாரத்தை உருவி தலையிலே தலைப்பாபோல கட்டிக்கொண்டு கடலில் பாய்ந்தேன். தூரத்திலே மீன்காரர்களின் குடிசை தெரிந்தது. கரை வந்ததும் தலைப்பாவில் மறைத்துவைத்த தீக்குச்சியை பற்றவைத்து சைகை கொடுத்தேன். அவர்களிடமிருந்து உடனே பதில் சைகை கிடைத்தது.

கரையிலே கிடந்த கட்டுமரங்களில் ஒன்றை எடுத்து வலித்துக்கொண்டு மறுபடியும் படகுக்குப் போனேன். ஆட்களையும் பெட்டியையும் விரைவில் மீட்கவேண்டும். காலிலே ஏதோ ஊர்வதுபோல இருந்தது. தொட்டுப் பார்த்தேன். ரத்தம். பாறை ஒன்றிலிலே இடித்தோ என்னவோ கணுக்காலில் இருந்து ரத்தம் கொட்டியது. வலியோ தாங்கமுடியாமல் நிமிடத்துக்கு நிமிடம் கூடிக்கொண்டே போனது. படகிலே இருந்து சமான்களையும் ஆட்களையும் ஏற்றிக்கொண்டு திரும்பவும் குடிசைக்கு வந்தேன். குடிசையிலே என் பெட்டியை வைத்து அதன்மேல் நான் சாய்ந்து படுத்துக் கொண்டேன். சீனியர்கள் தங்கள் தங்கள் கைப்பைகளை தூக்கிக்கொண்டு புறப்பட்டார்கள். 'உடனேயே உனக்கு உதவி வரும். தைரியமாய் இரு' என்று அவர்கள் உறுதி சொல்லிவிட்டுப் போனது கொஞ்சம் ஆறுதலாக இருந்தது.

இரவு முழுவதையும் தூங்குவதும் விழிப்பதுமாகக் கழித்தேன். இடது கணுக்கால் வீங்கி உருண்டு கிரிக்கெட் பந்து அளவு

சைசுக்கு வந்துவிட்டது. காலை அசைக்க முடியவில்லை. அது பாட்டுக்குக் கைக்குழந்தைபோல ஒரு பக்கத்தில் கிடந்தது. பகல் பத்து மணியாகிவிட்டது. பசியும் இப்போது சேர்ந்துவிட்டது. நடக்கமுடியாது, முடிந்தாலும் பெட்டியை விட்டு நகரமுடியாது. ஏதாவது சாப்பிடக் கிடைக்கலாம் என நினைத்து பார்சலை உடைத்தேன். 800 ரூபாவுக்கு வாங்கிய 3.8 கைத்துப்பாக்கி மேலே கிடந்தது. மீதி எல்லாமே புத்தகங்கள். நான் ஏதோ ஆயுதங்கள் என்று நினைத்து பெருமைப்பட்டுக் கொண்டிருந்தேன். கையை அடியிலே விட்டுக் கிண்டி எடுத்தேன். பெட்டி முழுக்க ஒரே புத்தகத்தைத்தான் நெருக்கமாக அடுக்கியிருந்தார்கள். புத்தகத்தின் பெயர் 'வால்காவிலிருந்து கங்கைவரை.' எழுதியவர் பெயர் ராகுல சாங்கிருத்தியாயன். 368 பக்கங்கள். ஏமாற்றமாகிவிட்டது. எனினும் புத்தகத்தைப் படிக்கத் தொடங்கினேன்.

மதியமாகிவிட்டது. ஒருவருமே என்னைத் தேடி வரவில்லை. தூரத்தில் பேச்சுக்குரலும் காலடி ஓசையும் கேட்டது. நான் சேர்ட் கையை அவசரமாக மடித்து முழங்கைக்கு மேலே விட்டேன். இடுப்பிலே 3.8 கைத்துப்பாக்கியைச் செருகினேன். சேர்ட்டின் கடைசிப் பட்டனைத் திறந்து துப்பாக்கியின் கைப்பிடி தெரிகிறமாதிரி இழுத்துவிட்டேன். பெட்டியில் சாய்ந்தபடி கிடந்தேன். 19, 20 வயது மதிக்கக்கூடிய இரண்டு இளைஞர்கள் குடிசையை அவசரமாகக் கடந்தார்கள். 'டேய் இஞ்ச வாங்கடா' என்றேன். இருவரும் பயந்து நடுநடுங்கி கிட்டவந்து 'அண்ணை' என்றார்கள். 'பார்த்தும் பார்க்காததுபோல போறீங்களோடா' என்றேன். 'இல்லை, அண்ணை, உங்களைத் தெரியாதா? என்ன செய்ய வேணும்?' முதல்தடவையாக யாரோ என்னை அண்ணை என்று அழைத்தார்கள். இளையவனை என்னுடன் வைத்துக்கொண்டு மற்றவனை அனுப்பினேன். 'நீ போய் எனக்குச் சாப்பாடும், வலிமருந்தும், தள்ளுவண்டியும் கொண்டுவா. ரகஸ்யம்' என்றேன். அவன் பறந்தான். அவன் திரும்பி வருவதற்குள் நான் முதல் அத்தியாயத்தை படித்து முடித்தேன். என்னுடன் நின்ற இளையவன் 'அண்ணை, இந்தப் புத்தகத்தை நானும் படிக்கலாமோ' என்று கேட்டான். 'வாசிக்கும்போது உனக்கு உதடு அசைவது நின்றுவிட்டது என்றால் நீ இந்தப் புத்தகத்திற்குத் தயாராகிவிட்டாய் என்று அர்த்தம்' என்றேன்.

பெரியவனுடைய பெயர் கமலக்கண்ணன். அவன் கொண்டுவந்த பாத்திரத்தை எட்டிப் பார்த்தேன். அதன் அடி துல்லியமாகத் தெரிந்தது. 'இது தண்ணிபோல இருக்கே? உங்கட ஊரில இதற்கு கஞ்சியாடா பெயர்?' அவன் பேசாமல் கூனிக்குறுகி நின்றான். ரொட்டியைத் திருகிப் பிய்த்து சாப்பிட்டேன். எத்தனை

பசி முன்பு இருந்ததோ அத்தனை பசி சாப்பிட்ட பின்பும் அளவு குறையாமல் இருந்தது. 'பார்த்துக்கொண்டு நிற்க வேண்டாம். என்னை ஊருக்குள் கொண்டு போங்கோ' என்றேன். 33 வயதில் நெப்போலியன் அவுஸ்திரியாவை வென்ற பின்னர் பிரான்சுக்குள் எப்படி ஆடம்பரமாகவும், படாடோபமாகவும் நுழைந்தான் என்று படித்திருக்கிறேன். பெண்கள் எல்லோரும் வழிவழியாக நின்று பூச்சரம் எறிந்து வரவேற்றார்களாம். சாரத்தை இறுக்கிக் கட்டி துப்பாக்கியை இடுப்பில் செருகினேன். நானும், கமலக்கண்ணனும், நீளக்கோடுபோட்ட சேர்ட்டும், துப்பாக்கியும் கிராமத்தினுள் நுழைந்தோம். தள்ளுவண்டியில், புத்தகப் பெட்டியின் மேல் என்னை இருத்தி தள்ளி வந்ததுதான் அந்தச் சம்பவத்தின் மகத்துவத்தை சற்றுக் குறைத்தது.

ஒருவாரமாக நான் ஓய்வெடுத்தேன். காலுக்கு மருந்து வைத்துக் கட்டி அது ஒருமாதிரி ஆறி நொண்டி நொண்டி நடக்கக் கூடிய அளவுக்குத் தேறிவிட்டேன். துப்பாக்கியை மறுபடியும் பெட்டிக்குள் அடைத்து பழையமாதிரி கட்டிவிட்டேன். புத்தகத்தைத் திரும்பவும் வைக்கவில்லை. இத்தனை புத்தகங்கள் இருக்கும்போது அதை எண்ணிப் பார்க்கமாட்டார்கள் என்பது எனக்குத் தெரியும். கடந்த ஒருவாரமாகப் புத்தகத்தைப் படித்து முடித்தேன். இதை எழுதிய ராகுல சாங்கிருத்தியாயன் 32 மொழிகளில் வல்லுநர். முதுமையில் அவருக்கு மறதி வியாதி வந்து இறக்கும்போது அவர் தன் பெயரைக்கூட மறந்துவிட்டாராம். இது பின்னர்தான் எனக்குத் தெரிந்தது. 8000 வருட மனித வரலாற்றை அவர் கதையாக எழுதினார். கி.மு 6000இல் தொடங்கி 20ஆம் நூற்றாண்டில் முடிந்தது. 20 அதிகாரங்கள், 20 கதைகள். மனித வரலாறு என்பது என்ன? அடிமைப் படுத்தப்பட்டவர்களின் போராட்டம்தானே. இதிலே என் பங்கு என்ன? இனி வரப்போகும் மனித வரலாற்று சமுத்திரத்தில் என் செயல்களின் ஒரு துளிப் பதிவாவது இருக்குமா?

புத்தகப் பெட்டியைக் கொடுக்கவேண்டியவரின் முகவரி என்னிடம் இருந்தது. வாடகை வண்டி ஒன்றில் பெட்டியை ஏற்றிக்கொண்டு புறப்பட்டேன். சரியான முகவரியைத் தேடிக் கண்டுபிடித்து வாசலில் பெட்டியை இறக்கினேன். சபாபதி என்றவுடன் என்னை ஒருவர் எதிர்பார்த்திருந்தவர்போல வெளியே வந்தார். அவர் கையில் ஒரு புத்தகம் விரித்தபடி காணப்பட்டது. அவர் தோற்றம் பள்ளிக்கூடத் தலைமையாசிரியர்போல இருந்தது. சோப் நுரைபோல தலை. கைவைத்த பனியன். பார்த்தவுடனேயே ஏதோ பெரிய பொறுப்பில் இருப்பவர் என்று தெரிந்தது. உள்ளே அழைப்பார் என்று நினைத்தேன். என் சாகசத்தில்

ஒன்றிரண்டைச் சொல்லியிருக்கலாம். வருகிறேன் என்றேன். அவர் பேசவே இல்லை. அவர் தலை சற்றுக் குனிந்து மீண்டும் நிமிர்ந்தது. அதுதான் அவர் விடை கொடுக்கும் முறை.

எத்தனை பாடுபட்டேன். குதிரைக்காரனைக் கத்தியால் குத்தப்போவதாக வெருட்டினேன். அரை மைல் தூரம் இருட்டிலே கடலில் நீந்தினேன். காலுடைந்து ரத்தம் ஒழுகக் கட்டுமரம் களவெடுத்து புத்தகங்களைக் கரைக்குக் கொண்டு வந்து சேர்த்தேன். துப்பாக்கியைக் காட்டி மிரட்டி கஞ்சி வாங்கிக் குடித்தேன். எல்லாம் இந்தப் புத்தகங்களுக்காகத்தான். அது இந்தப் பெரியவருக்கு ஒரு நாளும் தெரிய வரப்போவதில்லை என்று நினைத்தபோது துக்கமாக இருந்தது. சரித்திர வரலாறுகள் பூரணமாவதில்லை. சில வீரச்செயல்கள் இப்படித்தான் சரித்திரத்தில் இடம்பிடிக்கத் தவறி விடுகின்றன.

~

2011, பிப்ரவரி மாதம் கனடாவின் கடும் குளிர் வீசிய இரவு ஒன்றில் நான் தொலைக்காட்சி பார்த்துக்கொண்டிருந்தேன். செய்திகளின்போது பிரேமானந்தாவின் படத்தைக் காட்டி அவன் இறந்துபோனதை அறிவித்தார்கள். நான் வேதாரண்யத்தில் பொறுப்பாளருக்கு பக்கத்தில் நிற்க பிரேமானந்தா வெள்ளை வேட்டி, வெள்ளை சேர்ட்டு அணிந்து, செருப்புச் சத்தமிட மீன் பொரியல் மணத்துக்கு முகத்தைச் சுளித்தபடி நடந்து வந்ததை நினைத்துப் பார்த்தேன். 13 பெண்களை வல்லுறவு செய்தவன். கொலைகாரன், கடலூரில் 32 வருட சிறைத்தண்டனை அனுபவித்துக் கொண்டிருந்தபோது இறந்துவிட்டான். 'இவனா?' என்று என்னுடைய அறை நண்பன் எழுந்து நின்றான். 'இவனை உனக்குத் தெரியுமா? என்று கேட்டேன். 'தெரியுமாவா? 38 பெண்களை, சிறுமிகளை, குழந்தைகளை இலங்கை அனாதை ஆச்சிரமத்திலிருந்து இந்தியாவுக்கு மூன்று வள்ளங்களில் கடத்திச் சென்று இவனுடைய ஆச்சிரமத்தில் சேர்த்தது நான்தான்.'

'நீயும் இயக்கத்தில் இருந்தாயா?'

'நாலு வருடங்கள். குற்றங்களுக்கு அவர்கள் கொடுக்கும் தண்டனை பிடிக்காமல் விலகி ஓடினேன்.'

'என்ன குற்றம்?'

'பெரிதாக ஒன்றுமில்லை. ஒரு முட்டையைக் களவெடுத்து விட்டேன். அவ்வளவுதான். அதற்கு அவர்கள் விதித்த தண்டனைதான் மோசமானது.'

'என்ன தண்டனை?'

'மற்ற இயக்கங்கள் துப்பாக்கியை தலைக்கு மேல் பிடித்துக்கொண்டு மைதானத்தை சுற்றி நாலு தடவை ஓடச் சொல்லும். அது மதிப்பாக இருக்கும்.'

'இங்கே?'

'ஒரு முழுப் புத்தகத்தை கொடுத்து படித்து முடிக்கச் சொன்னார்கள்.'

'என்ன புத்தகம்?'

'வால்காவிலிருந்து கங்கைவரை.'

~ ~

ஆசிரியரின் பிற நூல்கள்

- அக்கா (1964)
- திகடசக்கரம் (1995)
- வம்சவிருத்தி (1996)
- வடக்கு வீதி (1998)
- மகாராஜாவின் ரயில் வண்டி (2001)
- அ. முத்துலிங்கம் கதைகள் (2004)
- அங்கே இப்ப என்ன நேரம்? (2005)
- வியத்தலும் இலமே (2006)
- கடிகாரம் அமைதியாக எண்ணிக்கொண்டிருக்கிறது (2006)
- பூமியின் பாதி வயது (2007)
- உண்மை கலந்த நாட்குறிப்புகள் (2008)
- அ. முத்துலிங்கம் சிறுகதைகள் ஒலிப்புத்தகம் (2008)
- Inauspicious Times (2008)
- அமெரிக்கக்காரி (2009)
- அமெரிக்க உளவாளி (2010)
- ஒன்றுக்கும் உதவாதவன் (2011)
- குதிரைக்காரன் (2012)
- தமிழ் மொழிக்கு ஒரு நாடில்லை (2013)
- கொழுத்தாடு பிடிப்பேன் (2014)
- நாடற்றவன் (2015)
- புவியீர்ப்புக் கட்டணம் (2022)
- கடவுளுக்கு வேலை செய்பவர் (2022)